ஷோபாசக்தி

கண்டி வீரன்

சிறுகதைகள்

ஶ்ரீ சாய நம:

கந்தர் அனுபூதி

அருணகிரிநாதர்

ஷோபாசக்தி

கண்டி வீரன்

சிறுகதைகள்

கருப்புப் பிரதிகள்

கண்டிவீரன் (சிறுகதைகள்)
ஆசிரியர்: ஷோபாசக்தி

மூன்றாம் பதிப்பு: டிசம்பர் 2018
இரண்டாம் பதிப்பு: பிப்ரவரி, 2016
முதற்பதிப்பு: அக்டோபர் 2014

வெளியீடு:
கருப்புப் பிரதிகள்
பி-55 பப்பு மஸ்தான் தர்கா, லாயிட்ஸ் சாலை,
சென்னை – 600 005
பேசி: 94442 72500

முகப்பு வடிவமைப்பு: விஜயன், கிரியேடிவ் ஸ்டுடியோ
உள்வடிவமைப்பு: ஜீவமணி
அச்சிட்டோர்: ஜோதி எண்டர்பிரைசஸ், சென்னை – 5

விலை: 200.00

Kandi Veeran (Short Stories)
Author: Shobasakthi

Third Edition: December, 2018
Second Edition: Febrary, 2016
First Edition: October, 2014

Published by:
Karuppu Pradhigal
B-55 Pappu Masthan Darga, Lloyds Road,
Chennai - 600 005
Cell: 94442 72500

Layout: Jeevamani
Cover Design: Vijayan, Creative Studio
Printed by: Jothy Enterprises, Chennai - 5

Price: 200.00

கருப்புக் குறிப்புகள்

2011–14 காலத்திற்குள் எழுதப்பட்ட இச்சிறுகதைகள் இனவிடுதலை என்கிற முழக்கத்தின் பெயரால் நிகழ்த்திய அரசியற்போரையும் புலம்பெயர்தலின் பின்னணியில் எதிர்கொள்கிற உளவியல் அவதியையும் ஒருங்கே பிரதிபலிக்கக் கூடியவை. நவீனத்துவம் என்கிற உலக இலக்கியங்கள் பயணித்த பாதையில் ஷோபாசக்தி முன்வைக்கும் கதைகள், இனவுரிமை முழக்கங்களையெழுப்பி தன்னை முன்னிறுத்திக் கொண்ட எந்தவொரு அரசியல், இலக்கியவாதிகள் பதிவு செய்யாது நழுவிக் கொண்ட மனித வாழ்வை சித்திரங்களாய் கொண்டிருப்பவை. ஆன்மாவை பறித்துக் கொண்டு அம்மணத்தை பரிசளித்த இயக்கப் பெருமிதங்களை குலைத்த ரூபங்கள், கற்பு, ஆண்மை போன்ற தேச, தேசிய, தமிழ் ஜம்பங்களை விட்டு விலகி பயணிப்பவை.

பனைமரத் தீவொன்றிலிருந்து போரின் திசை வழியில் வெளியேறிய தமிழ் மனமொன்று, உலக சமூகங்களுக்குள் நின்று தனது அரசியல், பண்பாட்டு மோதலை நிகழ்த்திக் கொள்வதோடு அதன் அனுபவத்தை உலகிற்கு வழங்க வல்லவையாகவும் இருக்கக் கூடியது ஷோபாசக்தியின் சிறுகதைகளும் நாவல்களும். அதனால்தான் மிகக் குறுகியக் காலத்தில் அவரது "ம்", "கொரில்லா", "எம்.ஜி.ஆர் கொலை வழக்கு" போன்ற ஆக்கங்கள் ஆங்கிலத்தில் மொழிபெயர்க்கப்பட்டு உலக வாசகர்களை சென்று சேர்ந்துள்ளன. இப்பிரதியை வெளியிடும் அனுபவத்தை வழங்கிய நண்பர் ஷோபாசக்திக்கு நன்றி. உள்வடிவமைப்பையும், முகப்பையும் வடிவமைத்த தோழர்கள் ஜீவமணி, விஜயனுக்கும், கருப்புப் பிரதிகளின் சகபிரதிகளான அமுதா, தியோ ரூபன் (பிரான்ஸ்), மதிவண்ணன், புனித பாண்டியன், விஜய் ஆனந்த் (பெங்களூரு) பானு–தமயந்தி (நார்வே) மெலிஞ்சி முத்தன் (கனடா) ஆகியோருக்கும் நன்றிகளை தெரிவிக்கிறோம்.

தோழமை சார்ந்து,
நீலகண்டன்

என் கிராமத்துத் திருவிழாக்களின்
போது உயரிப் பனைமரங்களில்
கட்டப்பட்டிருந்த
ஒலிபெருக்கிகளுக்கு உள்ளிருந்து
குணசேகரனாகவும்
மனோகரனாகவும்
செங்குட்டுவனாகவும்
எனக்குத் தமிழ் ஏடு
தொடக்கி வைத்த
கலைஞர் மு. கருணாநிதிக்கு....

ஜயங் வேரங் பஸவதி
துக்கங் ஸேதி பராஜிதோ
உபஸந்தோ ஸுகங் ஸேதி
ஹித்வா ஜயபராஜயங்

வெற்றிவீரன் பகைமையை வளர்க்கிறான்
தோல்வியுற்றவன் நோவுடன் கிடக்கிறான்
வெற்றியையும் தோல்வியையும் விரும்பாத
சாந்தமுடையவன் உவகையோடு வாழ்கிறான்.

- **தம்மபதம்**

நன்றிகள்
காலம்
ஆனந்தவிகடன்
ஆக்காட்டி
அம்ருதா
உரையாடல்
குவர்னிகா

உள்ளீடு

ரூபம் | 13

தங்கரேகை | 25

எழுச்சி | 45

கப்டன் | 68

மாதா | 94

கச்சாமி | 112

காணாமற்போனவர் | 126

லைலா | 146

வாழ்க | 164

கண்டி வீரன் | 174

ரூபம்

இவன் வீட்டின் வாசற்படியை அடைந்த போது வீட்டின் உள்ளே தொலைக்காட்சியில் மகிந்த ராஜபக்ச உரையாற்றிக் கொண்டிருந்தார். இவன் வாசற்படியின் ஓரமாக உட்கார்ந்துகொண்டு தலையைச் சாய்த்துத் தொலைக்காட்சியைப் பார்த்தான். "உங்களைக் கவுரவமாகவும் சுயமரியாதையுடனும் வாழ வைப்பது என்னுடைய பொறுப்பு, நான் இந்த நாட்டு மக்கள் அனைவரதும் தலைவன்" என ராஜபக்ச தமிழில் பேசிக் கொண்டிருந்தார். அந்த அகலமான தொலைக்காட்சித் திரை முழுவதையும் ராஜபக்சவின் முகம் நிறைத்திருந்தது. அவ்வளவு பெரிய தொலைக்காட்சியை இவன் இப்போதுதான் பார்க்கிறான். தட்டையாகவும் நவீனமாகவும் துல்லியமான ஒலியமைப்புடனும் அது இருந்தது. வீட்டுக்காரரின் மகன் அந்தத் தொலைக்காட்சிப் பெட்டியைச் சவூதியிலிருந்து அனுப்பி வைத்திருக்கலாம். இவன் முகத்தைத் திருப்பி வீதியைப் பார்த்தான். வீதியில் இருள் மண்டியிருந்தது.

இவன் சிறுவனாய் இருந்தபோது அம்மாவிடம் தொலைக்காட்சி யொன்று வாங்கும்படி இடைவிடாமல் நச்சரித்திருக்கிறான். இறந்து போன அப்பாவின் சொற்ப பென்ஷன் பணம் மட்டுமே இவர்களிற்கு வருமானம். அந்தப் பணத்தில் தான் அம்மா இவனையும் இவனது அக்காவையும் பட்டினியில்லாமல் பள்ளிக்கூடம் அனுப்பிக் கொண்டிருந்தார். அப்போது இந்த வீட்டில் ஒரு சிறிய கறுப்பு வெள்ளைத் தொலைக்காட்சியிருந்தது. இவனும் அக்காவும் இரவு நேரத்தில் இங்கே தொலைக்காட்சி பார்க்க வருவார்கள். அக்காவிற்குத் தொலைக்காட்சி பார்ப்பதில் ஏனோ ஆர்வமில்லை. ஆனால் இருளில் தனியாக வருவதற்கு இவன் பயப்படுவான். அதனால் அக்காவைத் துணைக்கு அழைத்து வருவான். தரையில் அமர்ந்து இவன் கண்கொட்டாமல் தொலைக்காட்சியைப் பார்த்துக் கொண்டிருப்பான். சிறிது நேரமானதுமே அக்கா "வீட்ட போகலாமா" என முணுமுணுப்பாள். அது இவனது காதில் விழாது.

அக்கா பொறுக்க முடியாமல் இரகசியமாக இவனது தொடையைக் கிள்ளும்போது, இன்னும் கொஞ்ச நேரம் என இவன் அக்காவிடம் மன்றாடுவான். வீட்டுக்காரர்கள் தேனீரும் அவித்த பனங்கிழங்கும் தருவார்கள். அக்கா வெட்கப்படுவாள். அவற்றை வாங்காவிட்டால் தொலைக்காட்சி பார்க்க அனுமதிக்க மாட்டார்களோ என்ற பதற்றத்திலேயே இவன் அவற்றை வாங்கிக்கொள்வான்.

இவன் வீட்டில் வெறும் தீப்பெட்டியின் மீது வெள்ளைத்தாளை ஒட்டி நடுவே கத்தரித்து பக்கவாட்டில் வர்ணம் தீட்டித் தொலைக்காட்சிப் பெட்டி செய்து விளையாடிக் கொண்டிருப்பான். பள்ளிக்கூடம் எடுத்துச் செல்லும் பையில் எப்போதும் சில தீப்பெட்டித் தொலைக்காட்சிகள் இருக்கும். கொஞ்சம் வளர்ந்ததும் தொலைக்காட்சி பார்ப்பதற்காக இவன் கிராமத்துக் கடைத் தெருவுக்குப் போகத் தொடங்கினான். அங்கேயிருந்த 'மீனா கபே'யில் எப்போதும் வண்ணத் தொலைக்காட்சி ஓடிக்கொண்டிருக்கும். தொலைக்காட்சியில் நிகழ்ச்சிகளைப் பார்க்கும் போது இவன் வசியத்தில் விழுந்தவன் போலிருப்பான். அந்த நேரங்களில் இவனது கண்கள் ஒளிர்ந்துகொண்டேயிருக்கும். எந்த நிகழ்ச்சியும் அவனுக்கு அலுப்பூட்டியதேயில்லை. அலைவரிசைக் குழப்பத்தால் அடிக்கடி தொலைக்காட்சியில் வெறும் புள்ளிகள் மட்டுமே தோன்றும். அந்தப் புள்ளிகளை ஆயிரக்கணக்கான மனிதர்கள் ஓடி வந்துகொண்டிருப்பது போல கற்பனை செய்துகொள்வான். தொலைக்காட்சியில் சிலசமயங்களில் படம் மட்டும் வரும், ஒலி வராது. படத்துக்கு ஏற்ற ஒலிகளை இவனாகவே கற்பனை செய்து ஆர்வமாகப் பார்த்துக்கொண்டிருப்பான். ஒலி மட்டும் வந்தாலும் படக்காட்சிகளை இவனால் கற்பனையில் உருவாக்கிக்கொள்ள முடியும். மின்சாரம் துண்டிக்கப்படும் போது வெறுமனே இவனால் தொலைக்காட்சியைக் கண்ணிமைக்கால் பல நிமிடங்கள் பார்த்துக் கொண்டிருக்கவும் முடியும். தொலைக்காட்சிப் பெட்டியொன்று தான் இவனுக்குத் தேவையானது. அதிலிருந்து படங்களையும் ஒலிகளையும் இவனால் உருவாக்கிக்கொள்ள முடியும். கடை மூடப்படும் போதுதான் இவன் வீட்டுக்குத் திரும்பி வருவான்.

பக்கத்து வீட்டிற்கு இவன் தொலைக்காட்சி பார்க்கப் போவது குறைந்திருந்தது. இரண்டு நகரங்களை இணைக்கும் நெடுஞ்சாலையின் ஓரத்தில் இவனின் கிராமம் அமைந்திருந்தது. அந்த நெடுஞ்சாலையை ஒட்டித்தான் கடைத்தெரு இருந்தது. அந்த நெடுஞ்சாலையால் இராணுவம் ரோந்து செல்லும் நாட்களில் கடைத் தெரு வெறிச்சோடிவிடும். இராணுவ வாகனங்கள் தூரத்தில் வரும்

ஒலி கேட்டவுடனேயே கடைகள் சடுதியில் மூடப்படும். கடைத் தெரு மனிதர்கள் நெடுஞ்சாலையிலிருந்து விலகி ஓடிவிடுவார்கள். இராணுவம் கடை வீதியைக் கடந்து செல்லும் போது சில வேட்டுகளைத் தீர்க்காமல் செல்வதில்லை. அது வெறுமனே எச்சரிக்கை வெடியாகத்தானிருக்கும். இராணுவம் ஒருபோதும் நெடுஞ்சாலையிலிருந்து விலகிக் கிராமத்திற்குள் நுழைந்ததில்லை.

கடைத்தெரு மூடிக் கிடக்கும் நாட்களில் இவன் பக்கத்து வீட்டிற்குத்தான் தொலைக்காட்சி பார்க்கப் போவான். அவர்கள் இப்போது ஒரு சிறிய வண்ணத் தொலைக்காட்சியை வாங்கியிருந்தார்கள். இவன் ஆள் கொஞ்சம் வளர்ந்துவிட்டதால் இப்போது இவனை நாற்காலியில் உட்காருமாறு அவர்கள் வற்புறுத்துவார்கள். நொறுக்குத் தீனிகளும் தேனீரும் கொடுப்பார்கள். அவற்றை வாங்கத்தான் இவன் கொஞ்சம் வெட்கப்படுவான். இவ்வளவுக்கும் இவனது தாயாரும் இந்த வீட்டுக்காரியும் நெருங்கிய சிநேகிதிகள் தான். அவசரத்துக்குச் சீனி, தேயிலை என இருபக்கமும் கைமாற்றும் நடப்பதுண்டு. ஆனால், இவனுக்குத்தான் யாரிடமும் எதுவும் வாங்கிக் கொள்வதென்றால் கூச்சமாயிருக்கும். தொலைக்காட்சி விசயத்தில் மட்டும் தான் இவன் கூச்சத்தையும் மீறி நடந்துகொண்டான்.

தீப்பெட்டித் தொலைக்காட்சி வைத்து விளையாடும் வயது கடந்து போன போது உண்மையாகவே இவனது வீட்டுக்கு ஒரு சிறிய வண்ணத் தொலைக்காட்சிப் பெட்டி வந்தது. அக்கா ஆசிரியப் பணியில் சேர்ந்து பெற்ற முதலாவது சம்பளப் பணத்துடன் கையிலிருந்த சேமிப்புப் பணத்தையும் போட்டு அம்மா இவனுக்கு அதை வாங்கிக் கொடுத்தார். இவன் அக்காவிடம் கேட்டு ஓர் அழகிய துணியுறையைத் தைக்கச் செய்து அதனால் தொலைக்காட்சியைப் பத்திரம் செய்தான். பள்ளிக்கூடத்துப் பைக்குள் இப்போது தீப்பெட்டிகள் இல்லை. அதற்குப் பதிலாகத் தொலைக்காட்சியை இயக்க வழிகாட்டும் விபரக்கொத்தை இவன் பைக்குள் எப்போதும் வைத்திருந்தான்.

பள்ளிக்கூடத்தால் வந்ததும் தொலைக்காட்சியின் முன்னால் உட்கார்ந்துவிடுவான். ஆட அசைய மாட்டான். சிலைபோல தொலைக்காட்சியைப் பார்த்தவாறே உட்கார்ந்திருப்பான். சாப்பிடுவதற்கு அம்மா பத்துத் தடவைகள் கூப்பிட்ட பின்பே குசினிக்குள் ஓடிச் சென்று தட்டை எடுத்துக்கொண்டு ஓடிவந்து தொலைக்காட்சிப் பெட்டிக்கு முன்னால் உட்கார்ந்து விடுவான்.

இதனால் ஒன்றும் அவனது படிப்புப் பாதிக்கப்பட்டதாகத் தெரியவில்லை. வகுப்பில் எப்போதும் அவன் முன்னணி மாணவனாகவேயிருந்தான். அக்காவிடம் ஒரு நாள் தொலைக்காட்சியைச் சுட்டிக்காட்டி 'எங்கிட வாத்திமார விட இது பிரயோசனமானது' என்றான்.

பல்கலைக்கழக அனுமதி சொற்ப மதிப்பெண்களால் தவறிப் போனது. கொஞ்சம் மனம் சோர்ந்து போனான். பகல் முழுவதும் தீவிரமாகப் படித்தான். இரவானதும் அறையிலிருந்த விளக்கை அணைத்துவிட்டு இருளில் நடுநிசி வரை தொலைக்காட்சி பார்த்துக்கொண்டிருப்பான். அம்மா அவ்வப்போது வந்து 'இருட்டுக்குள்ளயிருந்து பார்க்காத தம்பி, கண் பழுதாப் போகும்' என்பார். அது இவனின் காதில் ஏறாது.

இவனுக்கு இருபது வயதானபோது அந்தக் கிராமத்திற்குள் இராணுவம் முதற்தடவையாக நுழைந்தது. இராணுவம் வரும் செய்தி கேட்டுச் சனங்கள் வீடுகளிலிருந்து கையில் அகப்பட்டவற்றை எடுத்துக்கொண்டு உயிர் தப்பச் சிதறியோடினார்கள். அக்கா அப்போது நகரத்தில் அறை வாடகைக்கு எடுத்துத் தங்கியிருந்து நகரத்துப் பாடசாலையில் வேலை செய்ததால் இவனும் அம்மாவும் நகரத்திற்குப் போவதென்று முடிவெடுத்தார்கள். இவர்களது உடமைகள் இரு பெட்டிகளிற்குள் அடங்கிவிட்டன. சைக்கிளின் பின்னால் தொலைக்காட்சியை வைத்துக் கட்டிக் கொண்டான். நெடுஞ்சாலை ஓரத்தில் நின்று நகரத்திற்குச் செல்லும் வாகனமொன்றில் அம்மாவையும் பெட்டிகளையும் ஏற்றி விட்டு இவன் வாகனத்தைச் சைக்கிளில் பின் தொடர்ந்தான்.

நகரத்திற்கு வந்ததும் கிடைத்த விலைக்கு தொலைக்காட்சியை விற்றான். மிகச் சொற்பமான பணமே கிடைத்தது. நகரத்திலிருந்த உறவினரின் கடையொன்றிற்குச் சென்று அங்கே சைக்கிளை நிறுத்திவிட்டு, சற்று நேரத்தில் வருவதாகக் கூறிவிட்டு நடந்து பஸ் நிலையம் வந்து பஸ்ஸில் ஏறி உட்கார்ந்தான். நான்கு மணிநேரப் பயணத்தில் இருபது சோதனைச் சாவடிகளைக் கடக்க வேண்டியிருந்தது. நெடுஞ்சாலையின் ஓரத்தில் இறங்கியவன் அங்கிருந்து வயல்வெளிகளுக்குள்ளால் காட்டை நோக்கி நடந்தான். இடையிடையே எதிர்ப்பட்டவர்களிடம் வழியை விசாரித்துக்கொண்டான். இரவாகிக்கொண்டிருந்தாலும் காட்டின்மீது நிலவு வெளிச்சம் போட்டது. இரவு முழுவதும் காட்டுப் பாதையால்

நடந்து ஒரு கிராமத்தை அடைந்தான். அங்கே விடுதலைப் புலிகளின் பயிற்சி முகாம் இருந்தது.

இவன் காட்டிற்குள்ளால் நடந்துவந்து இயக்கத்தில் சேர்ந்ததாலோ என்னவோ இவனுக்குக் கானகன் என்று இயக்கத்தில் பெயர் வைத்தார்கள். ஆனால், தோழர்கள் இவனை 'யங்கிள்' என்றே அழைத்தார்கள். தாக்குதலின் முன்னணி அணியில் யங்கிள் நின்றால் அந்தத் தாக்குதல் வெற்றிதான் என்று இயக்கத்திற்குள் கதை இருந்தது. போரிடவே பிறந்தவன் போல அவன் இருந்தான். அவனது இடது கண்ணிற்கு திட்டமிடல் என்றும் வலது கண்ணிற்கு துணிச்சலென்றும் பெயர். அவனது இடது காலிற்கு நிதானம் என்றும் வலது காலிற்கு வேகமென்றும் பெயர். எத்தனையோ முற்றுகைகளை முன்னணியில் நின்று முறியடித்திருக்கிறான். அவனது அணி முழுவதுமாகச் சிதைக்கப்பட்ட நிலையிலும் தனியாளாகப் போராடித் தளம் திரும்பியிருக்கிறான். கடைசியில் விமானக் குண்டு வீச்சொன்றில் வேகமெனப் பெயரிடப்பட்ட கால் துண்டிக்கப்பட்டது. நிதானம் எனப் பெயரிடப்பட்ட கால் எஞ்சியிருந்தது.

ஊன்றுகோலின் உதவியுடன் அவன் முகாமில் நிதானமாக நடந்து திரிந்தான். அம்மாவிற்கோ அக்காவிற்கோ தான் காலிழந்த செய்தி தெரியாமல் பார்த்துக் கொண்டான். யுத்த நிறுத்தம் வந்தபோது கூட இவன் அம்மாவைப் பார்க்கப் போகவில்லை. இவன் இருக்குமிடமும் அம்மாவிற்குத் தெரியாமல் பார்த்துக்கொண்டான். ஒரு வருடத்திற்குப் பின்பு புலிகளின் தொலைக்காட்சியில் தான் அம்மா இவனைப் பார்த்தார். அடுத்த வாரமே அம்மாவும் அக்காவும் இவனைத் தேடி வந்தார்கள். இவன் பயந்தது போல எதுவும் நடக்கவில்லை. அம்மா இவனது கால் துண்டிக்கப்பட்ட பகுதியை மட்டும் தடவிக்கொடுத்தார். உற்சாகமாகப் பேசிவிட்டுத் திரும்பிச் சென்றார்கள்.

புலிகளின் தொலைக்காட்சியில் இவன் மூன்று நிகழ்ச்சிகளிற்குத் தொகுப்பாளராயிருந்தான். அவற்றில் 'விடுதலை கீதங்கள்' என்ற அரை மணிநேர நிகழ்ச்சி மிகவும் பிரபலமானது. சாந்தன், தேனிசை செல்லப்பா, சுகுமார், சிட்டு போன்றோரின் புகழ்பெற்ற பாடல்களை இவன் தொலைக்காட்சியில் தொகுத்து வழங்குவான். பாடல்களிற்கு முன்பு இவன் சொல்லும் கவிதை வரிகளும் இவனது உணர்ச்சி துள்ளும் ஏற்ற இறக்கமான கம்பீரமான குரலும் மக்களைச்

சொக்கச் செய்தன. சாந்தன் ஒருமுறை இவனிடம் 'என்னைவிட உங்களுக்குத்தான் கனக்க ரசிகர்கள்' எனச் சொல்லிச் சிரித்தார்.

வழிதெருவில் இவனை மக்கள் காணும் போது இவனைச் சூழ்ந்து கொண்டார்கள். இவன் தொலைக்காட்சி நிகழ்ச்சியில் தோன்றும் போது உட்கார்ந்துகொண்டிருப்பதால் இவனிற்கு ஒரு கால் இல்லை என்பது பலருக்குத் தெரியாது. அந்தக் கம்பீரக் குரல் ஊன்றுகோலோடு தடுமாறி நடந்து வருவதை அவர்கள் நேரில் பார்த்தபோது அவர்களது கண்கள் இருண்டு போயின. சில தாய்மார்கள் இவனை அணைத்து உச்சி மோர்ந்தார்கள். இழந்து போன குழந்தைகள் அவர்களிற்கு ஞாபகம் வந்திருக்கலாம்.

இவனுக்கு ஏராளமான நேயர் கடிதங்கள் வந்தன. அவற்றில் காதல் கடிதங்களும் இருந்தன. அந்தக் கடிதங்களை இவன் தனிமையில் புன்னகையோடு படித்துவிட்டுக் கிழித்துப் போடுவான். 'இயக்கத்துக்கே காதல் கடிதம் எழுத எங்கிட பெட்டையள் துணிஞ்சிற்றாளவ' என அவனது உதடுகள் முணுமுணுக்கும்.

சமாதான காலத்தில் வன்னியிலிருந்து இசைக்குழுவொன்று அய்ரோப்பாவிற்கு புலம் பெயர்ந்த தமிழர்கள் மத்தியில் இசை நிகழ்ச்சிகள் நடத்தச் சென்றபோது நிகழ்ச்சித் தொகுப்பாளராக இவனும் அவர்களுடன் சென்றான். இவன் தான் அவசியம் வர வேண்டுமென நிகழ்ச்சி அமைப்பாளர்கள் கேட்டிருந்தனர். விமானத்தில் மது வழங்கப்பட்ட போது இவனுக்கு அருகிலிருந்த பாடகன் "கன நாளாப் போச்சுது, ஒண்டு எடுக்கவா" என இவனிடம் பகடி மாதிரிக் கேட்டான். இவன் முறைத்த முறைப்பில் பாடகன் "குடிக்கிறதில ஒண்டுமில்ல ஆனால் குரலுக்குக் கூடாதெல்லா" என முனகிவிட்டு இருக்கையில் சாய்ந்துகொண்டான்.

அய்ரோப்பிய நகரங்களில் பெருந்தீனியால் இவனுக்கு வயிற்று வலியே வந்துவிட்டது. தங்களது வீட்டிற்குச் சாப்பிட வரவேண்டும் என மக்கள் அடிக்காத குறையாக இவனைத் தங்களது வீட்டிற்கு முறை வைத்துக் கடத்திச் சென்றார்கள். நிகழ்ச்சிகளின் போது இவன் மேடைகளில் தோன்றும் போதெல்லாம் இளைஞர்கள் ஆரவாரித்துக் கூக்குரலிட்டார்கள். அங்கிருந்து திரும்பும் போது விலையுயர்ந்த பரிசுப் பொருட்களால் இவனது பெட்டி நிரம்பி வழிந்தது. கொழும்பு விமான நிலையத்தில் சோதனையின் போது பரிசுப் பொருட்களில் ஒன்றைக் கையிலெடுத்து "இதை எனக்குத்

தருவாயா" என அதிகாரி கேட்ட போது, அதை அதிகாரியே எடுத்துக் கொள்ளுமாறு புன்னகையுடன் கைகாட்டினான்.

முகாமுக்குத் திரும்பியவுடனேயே எல்லாப் பரிசுப் பொருட்களையும் தோழர்களிற்குப் பகிர்ந்து கொடுத்தான். அவனுக்கென்று எஞ்சியவை காதலைத் தெரிவிக்கும் மூன்று வாழ்த்து அட்டைகள் மட்டுமே. பாரிஸ் நகரத்தில் இரண்டு அட்டைகளும் சுவிஸில் ஓர் அட்டையும் கிடைத்திருந்தன. பாரிஸ் அட்டைகள் இரண்டும் ஆங்கிலத்தில் எழுதப்பட்டிருந்தன. சுவிஸ் அட்டையில் மழலைத் தமிழில் ஒரு மட்டமான காதல் கவிதை எழுதப்பட்டிருந்தது. அவற்றில் எழுதப்பட்டிருந்தவற்றுக்காக அல்லாமல் அந்த அட்டைகளின் அழகிற்காக அவற்றைக் கிழித்துப் போட மனமற்றவனாய் எடுத்து வந்திருந்தான். முகாமில் வைத்து அவற்றையும் கிழித்துப் போட்டான். முகாமிலிருந்த தோழர்களிற்கு விடிய விடிய அய்ரோப்பியப் பயணக் கதைகளைச் சொன்னான். புலம் பெயர்ந்த தமிழர்கள் இருக்கும் வரை போராட்டத்தை எவராலும் அழித்துவிட முடியாது என நம்பினான்.

நந்திக் கடலின் ஓரத்தில் இவனது அணி சரணடையும் முடிவை எடுத்த போது இவன் அந்த இடத்திலேயே சயனைட் குடித்துவிடலாம் என்றான். சாவதால் ஆகப்போவது எதுவுமில்லை எனப் பொறுப்பாளர் சொன்னார். துப்பாக்கிகள், சீருடைகள், இலக்கத் தகடுகள், சயனைட் குப்பிகள் எல்லாம் மணலில் புதைக்கப்பட்டதும் அணி சிதறி மக்களுக்குள் கரைந்து போனது. இவனுக்கு சயனைட் குப்பியைப் புதைக்க விருப்பமில்லை. அதை மடியில் செருகிக் கொண்டு நந்திக் கடலோரமாக நடந்து வந்தான். கடல் நீரேரியைக் கடந்து இராணுவத்தின் கட்டுப்பாட்டுப் பிரதேசத்திற்குள் செல்ல ஆண்களும் பெண்களும் குழந்தைகளுமாக ஒரு படகில் இருபது பேர் வரை தயாராக இருந்தார்கள். இராணுவத்திடமிருந்து வரும் ஷெல் வீச்சுகள் குறையும் போது படகு புறப்படுவதாகத் திட்டம். இவன் செயற்கைக் காலைக் கழற்றிக் கரையிலேயே வைத்து விட்டு ஊன்றுகோலுடன் அந்தப் படகில் ஏறிக்கொண்டான். ஷெல் வீச்சு நின்றிருந்த ஒரு தருணத்தில் படகு புறப்பட்டது. இவன் சயனைட் குப்பியைக் கடல் நீரில் எறிந்தான்.

படகு கரையை அடையும் போதுதான் கரையிலேயே வரிசையாக இராணுவீரர்கள் படகை எதிர் நோக்கித் துப்பாக்கிகளைக் குறிவைத்துக் கரையோடு கரையாகப் படுத்துக் கிடந்தது தெரிந்தது. இவர்கள் படகை விட்டு இறங்கியதும் "ஆடைகளைக் களைந்து

விட்டு வாருங்கள்!" என்ற உத்தரவு வந்தது. இவர்கள் "அய்யா நாங்கள் பொது மக்கள்" எனக் கூக்குரலிட்டார்கள். ஆடைகளைக் களையுமாறு மறுபடியும் உத்தரவு வந்தது. இவர்கள் தயங்கி நின்றபோது கரையிலிருந்து சரமாரியாக வெடிகள் கிளம்பின. கடல்நீர் துடித்துச் சிதறியது. ஆண்கள், பெண்கள், குழந்தைகள் எல்லோருமே ஆடைகள் முற்றாகக் களையப்பட்டு அவர்களது உடல்களிலே வெடிபொருட்கள் கட்டப்பட்டிருக்கின்றனவா எனப் பரிசோதிக்கப்பட்டனர். அந்த மனிதர்களை முழு நிர்வாணமாகவே ஒரு கிலோமீற்றர் நடத்திச் சென்ற இராணுவம் அங்கிருந்த பஸ்ஸில் ஏற்றியதன் பின்பாகத்தான் அவர்களை ஆடைகள் அணிந்துகொள்ள அனுமதித்தது. இவன் தலையைக் குனிந்தவாறேயிருந்தான். எவரையும் ஏறிட்டுப் பார்க்க இவன் விரும்பவில்லை. மணிக்கணக்காக பஸ் ஓடிக்கொண்டிருந்தது. குழந்தைகள் தாகத்தாலும் பசியாலும் வெப்பத்தாலும் அழுதபோது அவர்களது தாய்மார்களால் 'பளாரென' அறையப்பட்டு அடக்கப்பட்டன. ஓமந்தை தடுப்பு முகாமில் பஸ் நின்றபோது இவன் தலையைக் கவிழ்ந்தவாறே இறங்கினான். பூமியைத் தவிர இவனது கண்கள் எதையும் பார்க்கவில்லை. வரிசையில் உட்கார்ந்திருந்தபோது இவனது தோளைத் தொட்டு ஒரு இரகசியக் குரல் 'கானகன்' என அழைத்தது. சடுதியில் இவன் தலை நிமிர்த்திப் பார்த்தபோது ஓர் இராணுவ அதிகாரி இவனைப் பார்த்து இளித்துக் கொண்டு நின்றான். தரையில் கிடந்த ஊன்றுகோலைக் கையில் எடுத்தவாறே மறுகையால் இவன் எழுந்திருக்க அதிகாரி உதவினான். இவன் எழுந்ததும் ஊன்றுகோலைக் கொடுத்து விட்டு இவனது தோள் பற்றி அதிகாரி அழைத்துச் சென்றான்.

தகரங்களால் அடைக்கப்பட்டிருந்த அந்தச் சிறிய அறைக்குள் தான் விசாரணை தொடங்கியது. இவனது உண்மையான பெயரைக் கேட்ட போது ரவிக்குமார் என்றான். இயக்கப் பெயர் கானகன் என்றான். "உனக்கு யங்கிள் என்று இன்னொரு பெயரும் இருக்கிறதே" எனச் சொல்லி அதிகாரி சிரித்தான். எந்த உண்மையை மறைத்தும் பலனில்லை என்பது இவனுக்குத் தெரிந்தது. ஆனால், முடிந்தவரை உண்மைகளைப் பேசிவிடாமலிருப்பது தனது கடமை என்று இவன் நினைத்தான். ஆனால், விசாரணையின் போக்கில் மறைப்பதற்கு எந்தத் தகவல்களும் இவனிடம் இல்லாமற் போயின. விசாரணை ஒரு பேரேட்டில் பதிவாகிக்கொண்டிருந்தது. சுற்றி நின்ற இராணுவத்தினரில் சிலர் இவனை செல்போன் வீடியோவில் பதிவு செய்தவாறிருந்தார்கள். இவன் தலையைக் குனிந்தபோதெல்லாம்

ஒரு சிங்கள வசைச் சொல்லுடன் இவனது தலை அவர்களால் தூக்கி நிறுத்தப்பட்டது. "கானகன் தான் சங்கடப்படுகிறாரே, படம் பிடிப்பதை நிறுத்துங்கள்" என அதிகாரி புன்னகையுடன் உத்தரவிட்டதும் படம் பிடிப்பது நிறுத்தப்பட்டது. இவன் எதிர்பார்த்த மாதிரியே பிறகு சம்பவங்கள் நிகழ்ந்தன.

தரையோடு தரையாக நகர முடியாது கிடக்கும் ஒரு முயலை அடிப்பதுபோல சுற்றிநின்று தடிகளாலும் துப்பாக்கியின் பின்புறங்களாலும் இவனை அடித்துக்கொண்டேயிருந்தார்கள். அவர்களது கேள்விகளிற்கு இவனுக்கு உண்மையிலேயே பதில் தெரியாது. இவனை உட்கார வைத்து விட்டு அசையவிடாமல் பிடித்துக்கொண்டே இவனது துண்டிக்கப்பட்ட காலின் தொடைப் பகுதியிலிருந்து மிக நிதானமாகவும் திருத்தமாகவும் ஒரு துண்டுத் தசையைக் 'கேக்' போல கத்தியால் வெட்டி எடுத்து இவனது கையில் கொடுத்து அதைச் சாப்பிடச் சொன்னார்கள். இவன் மயங்குவது போல பாவனை செய்து கண்களைச் சுழற்றிக் கீழே சரிந்தான். இவனின் வாய்க்குள் அந்தச் சதைத்துண்டு இரத்தம் வடிய அப்படியே திணிக்கப்பட்டது. அது தொண்டைக்குள் வழுக்கிக் கொண்டு போனது.

அடுத்த மூன்று நாட்களும் இவன் வாந்தி எடுத்தபடியே இருந்தான். உடலிலிருந்த இரத்தம் வாந்தியாக வெளியேறிக் கொண்டிருந்தது. இவன் புனர்வாழ்வு முகாமுக்கு அனுப்பப்பட்ட பின்பும் அடிக்கடி வாந்தி எடுத்தவாறேயிருந்தான். சாப்பிடும் போது இறைச்சியையோ மீனையோ பார்த்தால் ஓங்காளித்து வாந்தி எடுப்பான். மாமிசம் சாப்பிடுவதை நிறுத்திக்கொண்டான். இந்தப் புனர்வாழ்வு முகாமில் பதினெட்டு வயதுக்கு மேற்பட்ட இருநூறு சரணடைந்த போராளிகள் தங்கவைக்கப்பட்டிருந்தனர். நோயால் இறந்த ஆறுபேருக்கும், தற்கொலை செய்துகொண்ட இருவருக்கும் பதிலாக புதியவர்கள் முகாமில் சேர்க்கப்பட்டார்கள். இருநூறு என்ற எண்ணிக்கை குறையாமல் இராணுவத்தினர் பார்த்துக்கொண்டார்கள்.

இவன் எப்போதும் மனச் சோர்வுடனேயே காணப்பட்டான். முகாமில் இருவருக்கு மனநிலை முற்றாகச் சரிந்திருந்தது. அவர்களில் ஒருவன் தனது ஆடைகளைக் கழற்றி வீசுவதிலேயே குறியாயிருந்தான். அதற்காக இராணுவத்தினரிடம் ஒவ்வொரு நாளும் உதைபட்டான். அவன் அங்கிருந்து விடுதலையாவதற்காக நாடகம் போடுகிறான் என இராணுவ அதிகாரி சொன்னான்.

இவர்களில் தெரிவு செய்யப்பட்ட அய்ம்பது பேர்களிற்கு பயிற்சியளிக்க ஒரு மனநல மருத்துவர் வந்தார். அவர் மனச் சோர்விலிருந்து விடுபட்டு மகிழ்ச்சியாக இருப்பது எவ்வாறு என உரையாற்றிக் கொண்டிருக்கும் போதே இவன் குறுக்கிட்டு "இங்கிருந்து விடுதலையாகி வீட்டுக்குப் போனால் மகிழ்ச்சியாயிருப்போம் என நினைக்கிறேன்" என்றான். மருத்துவர் எது சொன்னாலும் இவன் விட்டேற்றியாக அவரைத் தட்டிக்கழித்தான். கடைசியில் மருத்துவர் மனச் சோர்வுக்கு ஆளாகிவிட்டார் போலிருந்தது. அடுத்த பயிற்சி வகுப்பை இராணுவத்தினருக்கு எடுக்கவிருப்பதால் முன்னாள் போராளிகளிற்கான முதல்நாள் பயிற்சி வகுப்பை இத்துடன் முடித்துக் கொள்ளலாம் என்று மருத்துவர் சொன்னார்.

சரியாக ஒன்றரை வருடங்கள் கழித்து அங்கிருந்து விடுதலையான முதலாவது அணியில் இவனுமிருந்தான். அந்த அணியில் அவயங்களை இழந்திருந்தவர்கள் மட்டுமேயிருந்தனர். புதிய வேட்டியும் சட்டையும் இராணுவத்தினரால் வழங்கப்பட்டன. முகாமில் விழா நடத்திப் பத்திரிகையாளர்கள் முன்னிலையில் முன்னாள் போராளிகள் அவர்களது பெற்றோர்களிடம் ஒப்படைக்கப்பட்டனர். இவனை அழைத்துச் செல்ல அம்மா வந்திருந்தார். அம்மாவின் முகம் முழுவதும் சிரிப்புத் தொற்றியிருந்தது.

அக்காவுக்கு கல்யாணமாகி அவள் நகரத்தில் குடியிருந்தாள். இவ்வளவு நாட்களும் அம்மா அக்காவுடனேயே தங்கியிருந்தார். அம்மா தன்னை அக்காவின் வீட்டுக்குத்தான் அழைத்துச் செல்வதாக இவன் எண்ணினான். ஆனால் அம்மா இவனைக் கிராமத்து வீட்டிற்கு அழைத்து வந்தார்.

வீடு உருக்குலைந்திருந்தது. கதவுகளையும் நிலைகளையும் கூடத் திருடிச் சென்றிருந்தார்கள். வாசலுக்கும் ஜன்னல்களிற்கும் அம்மா துணியால் திரை செய்து போட்டார். இவனது அறைக்குள் ஒரு மேசையும் நாற்காலியும் படுக்கையும் வாங்கிப் போட்டார். இவன் அந்த அறைக்குள்ளேயே அடைந்து கிடந்தான். வீட்டுக்குப் போனால் மகிழ்ச்சி உருவாகும் என மனநல மருத்துவரிடம் சொன்னதை அடிக்கடி நினைத்துப் பார்த்தான்.

கடைத் தெருவே மாறியிருந்தது. முன்பு இவன் தொலைக்காட்சி பார்க்கச் செல்லும் 'மீனா கபே' இப்போது 'லங்கா கபே'

ஆகியிருந்தது. அதை இராணுவத்தினர் நடத்திக்கொண்டிருந்தனர். இப்போதும் அங்கே இடையறாது தொலைக்காட்சி ஓடிக் கொண்டிருந்தது. இவன் தலையைக் கவிழ்ந்தவாறே அதைக் கடந்து சென்றான். கடைத் தெருவில் எல்லோருமே தன்னைப் போலவே தலையைக் குனிந்தவாறே நடந்துகொண்டிருப்பதாக இவனுக்குத் தோன்றியது. தற்செயலாகச் சந்தித்த கண்களில் அச்சத்தை மட்டுமே இவன் பார்த்தான்.

அம்மா இவனுக்குச் செயற்கைக் கால் பொருத்துவதற்காகப் பணம் திரட்டிக் கொண்டிருந்தார். காலைப் பொருத்தி நான் எங்கே போகப் போகிறேன், அந்தப் பணத்தில் ஒரு தொலைக்காட்சி வாங்கினாலாவது அறைக்குள்ளிருந்து பார்த்துக் கொண்டிருக்கலாமென நினைத்தான். ஆனால், அவ்வாறு கேட்பது அம்மாவைப் புண்படுத்தக் கூடுமென்பதால் இவன் வெறுமனே அறைக்குள் அடைந்து கிடந்தான். வாரம் ஒருமுறை இராணுவச் சாவடிக்குச் சென்று கையெழுத்திட வேண்டியிருந்தது. அந்த நாட்களில் மட்டுமே வெளியே போனான்.

அன்று மாலையில் பக்கத்து வீட்டிலிருந்து பாட்டுச் சத்தம் வந்து கொண்டிருந்தது. மகிழ்ச்சி என்பது நாம் உருவாக்கிக் கொள்வதே என மனநல மருத்துவர் சொன்னது ஞாபகத்திற்கு வந்தது. கண்களை மூடிக்கொண்டு படுத்திருந்தான். பொழுது பட்டதும் ஊன்றுகோலை எடுத்துக்கொண்டு வெளியே நடந்தான். அவன் பக்கத்து வீட்டு வாசற்படியில் தட்டுத் தடுமாறி ஏறிய போது உள்ளேயிருந்த தொலைக்காட்சியில் மகிந்த ராஜபக்ச உரையாற்றிக்கொண்டிருந்தார். சற்று நேரத்தில் தொலைக்காட்சி திடீரென நிறுத்தப்பட்டது.

வீட்டுக்காரர் வாசலுக்கு வந்து இவனைப் பார்த்தார். இவன் தொலைக்காட்சி பார்ப்பதற்காக வந்ததாகச் சொன்னான். வீட்டுக்காரர் தலையைக் குனிந்து நிலத்தைப் பார்த்தவறே அவர்கள் சாப்பிடப் போவதாகச் சொல்லிவிட்டு வாசலிலேயே நின்றார். இவன் கையை வாசற்படியில் ஊன்றித் தட்டுத் தடுமாறி எழுந்து சுவரில் சாய்த்து வைத்திருந்த ஊன்றுகோலையும் எடுத்துக்கொண்டு படியிறங்கும் போது வீட்டுக்காரர் ‘கானகன் நீ இஞ்ச வந்து போனால் ஆமியால எங்களுக்கும் பிரச்சினை வரும்’ என்று முணுமுணுத்தது இவனுக்குத் தெளிவாகக் கேட்டது.

வீதியில் நின்று சட்டைப் பையிலிருந்து பீடியை எடுத்துப் பற்றவைக்க முயன்றான். கை நடுங்கிக் கொண்டிருந்தது. நான்காவது

தீக்குச்சியிலேயே பற்ற வைக்க முடிந்தது. இந்தப் பழக்கம் தடுப்பு முகாமிலிருந்தபோது வந்திருந்தது. அம்மா காலையில் ஒரு கட்டு பீடி வாங்கிக் கொடுப்பார்.

வாயில் பீடியை வைத்தவாறே நடந்தான். இவனது ரவி என்ற பெயரை வீட்டுக்காரர் மறந்து இவனைக் கானகன் என அவர் அழைத்தது இவனுக்கு ஆச்சரியமாயிருந்தது. பீடியை இழுத்துக் கொண்டே நடந்தான். விடுதலையாகி வந்து இவ்வளவு நாளாகியும் அக்காவோ அத்தானோ தன்னை இதுவரை வந்து பார்க்காதது திடீரென இவனுக்கு உறைத்தது.

நடுநிசியில் அம்மா எழுந்து கை விளக்கையும் எடுத்துக் கொண்டு மெதுவாக நடந்து இவனது அறையை நோக்கிப் போனார். ஒவ்வொரு நாளும் அம்மா இவ்வாறு சென்று பார்ப்பார். இவன் தூங்கிக்கொண்டிருப்பது அவருக்கு நிம்மதியாகயிருக்கும்.

அம்மா இவனது அறையின் வாசலில் நின்று இவனது படுக்கையிருந்த திசையில் விளக்கைப் பிடித்தபோது படுக்கை காலியாயிருந்தது. அம்மா பதற்றத்துடன் அறையின் மூலையொன்றிற்கு வெளிச்சத்தைத் திருப்பினார். அங்கே அவன் சுவரோடு சாய்ந்து தரையில் ஆடாமல் அசையாமல் சிலைபோல உட்கார்ந்திருந்தான். அம்மா அவனது முகத்திற்கு வெளிச்சத்தைத் திருப்பியபோது அவனது கண்கள் மேசையையே உற்றுப் பார்த்துக்கொண்டிருப்பதைப் பார்த்தார். அம்மா மேசைக்கு வெளிச்சத்தைத் திருப்பியபோது மேசையில் ஒரு தீப்பெட்டி நிறுத்தி வைக்கப்பட்டிருந்தது. அம்மா திடீரென வெடித்துப் பெருங்குரலெடுத்து அழத் தொடங்கினார். இவன் ஆடாமல் அசையாமல் உட்கார்ந்திருந்தான். இவனது கண்கள் ஒளிர்ந்துகொண்டிருந்தன.

(மே 2011)

தங்கரேகை

புனிதவதி ரீச்சருக்குக் காதுகள் கொஞ்சம் மந்தம் எனச் சொல்லி ஆரம்பித்தான் கதைசொல்லி.

புனிதவதியைத் தேடி வந்திருந்த விடுதலைப் புலிகள் சொன்னது அவருக்குச் சரியாகக் கேட்கவில்லை. எனினும் வந்திருந்த இருவரையும் பார்த்து 'வாருங்கள்' என்பதுபோலத் தலையாட்டிச் சிரித்தவாறே அவர்களை வரவேற்றுவிட்டு, முற்றத்தில் இருந்த இரண்டு ப்ளாஸ்டிக் நாற்காலிகளைக் காட்டி வந்தவர்களை உட்காரச் சொன்னார் புனிதவதி. வந்தவர்கள் புனிதவதி ரீச்சரை உட்காருமாறு சொல்ல, எதுவும் பேசாமல் புனிதவதி தலையை ஆட்டிவிட்டு முற்றத்து மண்ணில் மெல்ல உட்கார்ந்துகொண்டார். புலிகள் நாற்காலியில் உட்காரத் தயங்கி நின்றார்கள். அவர்களில் ஒருவன் புனிதவதியை நாற்காலியில் உட்காருமாறு கையைக் காட்டி மறுபடியும் சொன்னான். அவனது சைகையை ஓரளவு புரிந்துகொண்ட புனிதவதி "பரவாயில்லை நான் பணிய இருக்கிறேன், அதுதான் எனக்கு வசதி" என்று சொல்லியவாறே இரு கால்களையும் முற்றத்து மணலில் நீட்டிக்கொண்டார். பித்த வெடிப்பால் அவரது பாதங்களில் தோல் தாறுமாறாக உரிந்திருந்தது.

யுத்தம் உக்கிரமாக நடந்துகொண்டிருந்தது. இராணுவத்துக்கும் புலிகளுக்கும் நடுவே எல்லைக் கோடுகள் அடிக்கடி நகர்ந்துகொண்டிருந்தன. வடக்கும் தெற்குமாக மாறி மாறி நகர்ந்துகொண்டிருந்த எல்லைகளில் இப்போது வடக்குப் பக்கத்திலிருக்கும் கடைசிக் கிராமம் இதுதான். இந்தக் கிராமத்திற்கு அப்பால் ஓங்கிய வன்னிக்காடும் காட்டிற்குள் கைவிடப்பட்ட சிறு குடியிருப்புகளும் மட்டுமே கிடந்தன. அந்தக் காட்டில் புலிகள் காவலரண்களை அமைத்து எல்லையைக் காவல் செய்தார்கள். அந்த எல்லைக்கு அப்பால் சூன்யப் பிரதேசமிருந்தது. அதற்கும் அப்பால்

இராணுவத்தின் எல்லைக்கோடும் காவலரண்களும், அங்கிருந்து சில கிலோ மீற்றர்கள் தொலைவில் வவுனியா நகரமுமிருந்தன.

இரண்டு எல்லைக்கோடுகளிலிருந்தும் எதிரிகளின் பகுதிகளை நோக்கி எப்போதும் துப்பாக்கிச் சூடுகளும் அவ்வப்போது எறிகணை வீச்சுகளும் பரிமாறிக்கொள்ளப்பட்டன. அங்கே வெடிக்கும் குண்டுகளின் ஓசை இங்கே கிராமத்தில் கேட்கும். அந்தச் சத்தங்களால்தான் புனிதவதி ரீச்சருக்குக் காதுகள் மந்தமாகிவிட்டன என அவரது ஒன்றுவிட்ட தம்பி வேலும் மயிலும் சொல்லிக்கொள்வதுண்டு. ஆனால் புனிதவதிக்கு முப்பது வயதுக்கு முன்பாகவே காதுகள் மந்தமாகிவிட்டன. அதை வெளியில் காட்டிக்கொள்ளாமல் ஓய்வு பெறும்வரை அவர் அந்தக் கிராமத்தின் பள்ளிக்கூடத்தில் பணியாற்றியிருந்தார்.

புலிகள் வீடு வீடாகச் சென்று போராட்டத்திற்குப் பங்களிப்பாக தங்கம் கேட்டுக்கொண்டிருந்தார்கள். முதலில் தன்மையாகத்தான் கேட்பார்கள். தங்கம் பெயராது எனத் தெரிந்தால் பேச்சு வன்மையாகும். அதற்கும் பலனில்லாவிட்டால் எது வேண்டுமானாலும் நடக்கும். புலிகளின் மனவோட்டத்தைப் புரிந்துகொள்வது கிட்டத்தட்ட முடியாத காரியம். இந்தக் கதைசொல்லியால் கற்பனையில் கூட அதைப் புரிந்துகொள்ள முடிவதில்லை.

புலிகள் ஒரு படிவத்தை நிரப்பித் தருமாறு புனிதவதி ரீச்சரிடம் கொடுத்தார்கள். புனிதவதிக்கு அதைப் படிக்க மூக்குக் கண்ணாடி தேவைப்பட்டது. அவர் மீண்டும் சிரமப்பட்டுக் கைகளை மணலில் ஊன்றி எழுந்து தனது குடிசை வீட்டிற்குள் மெதுவாக நடந்துசென்று மூக்குக் கண்ணாடியை எடுத்துக்கொண்டு வெளியே வந்து மறுபடியும் மணலில் உட்கார்ந்து படிவத்தையும் பேனாவையும் எடுத்து மடியில் வைத்துக்கொண்டார்.

அந்தப் படிவம் நிரப்புவதற்கு எளிதானதுதான். பெயர், வயது, உறவுகள், முகவரி என்று கேள்விகளிருந்தன. அதைக் கடகடவென்று புனிதவதி நிரப்பினார். வயது அறுபத்தொன்பது, விதவை, ஒரே மகன் பிரான்ஸில் இருக்கிறான், அவனது முகவரி தெரியாது என்ற விபரங்களை நிரப்பிய புனிதவதி படிவத்தில் கடைசியாக இருந்த கேள்வியான 'கொடுக்கும் தங்கத்தின் அளவு' என்ற கேள்விக்கு நேரே 'பொருந்தாது' என எழுதிக் கையொப்பமிட்டுக்

கொடுத்துவிட்டு, "தம்பிமார் தேத்தண்ணீர் குடிக்கிறீர்களா... சீனி இல்லை, தோடம்பழ இனிப்புத்தான் இருக்கிறது" என்றார்.

வந்திருந்தவர்களும் களைத்துத்தானிருந்தார்கள். அவர்களிற்கும் ஒரு தேநீர் தேவைப்பட்டது. சற்றுத் தயங்கி "அதற்கென்ன குடிக்கலாம் அம்மா" என்றொருவன் மெதுவாகச் சொன்னான். அது புனிதவதியின் காதில் விழாததால் அவர் மணலிலேயே உட்கார்ந்திருந்தார். அவர்கள் போவதற்காக அவர் காத்திருந்தார். அவர் பஸ் பிடித்து பெரிய ஆஸ்பத்திரிக்குப் போக வேண்டியிருந்தது. இன்று அவருக்குத் தலைமை மருத்துவரோடு சந்திப்பு இருக்கின்றது.

படிவத்தில் புனிதவதி ரீச்சர் 'பொருந்தாது' என எழுதியிருந்தது வந்திருந்தவர்களைக் குழப்பிவிட்டது. அதற்கு என்ன அர்த்தம் எனத் தெரியாமல் யோசித்துக்கொண்டிருந்தார்கள். புனிதவதியோ ஏதும் பேசாமல் வந்திருந்தவர்களின் முகங்களையே பார்த்துக்கொண்டிருந்தார். இப்போது ஒருவன் "அம்மா நீங்கள் போராட்டத்திற்கு பங்களிப்புச் செய்யத்தானே வேண்டும்" என்றான். புனிதவதி மெதுவாகத் தலையாட்டிச் சிரித்தார். எதுவும் சொல்லவில்லை.

வந்ததிலிருந்தே புனிதவதி தேவைக்கு அதிகமாகச் சத்தம்போட்டுப் பேசிக்கொண்டிருப்பதையும் அவரது கண்கள் தங்களது முகங்களையே இடைவிடாமல் பார்த்துக்கொண்டிருப்பதையும் அப்போதுதான் ஒருவன் உணர்ந்துகொண்டான். பொதுவாக காது மந்தமானவர்கள் தான் இப்படி நடந்துகொள்வார்கள் என்பது அவனுக்குத் தெரியும். அவன் நாற்காலியிருந்து எழுந்து புனிதவதி ரீச்சருக்கு அருகே வந்து உரத்து, ஆனால் பணிவாகச் சொன்னான்: "அம்மா நீங்கள் போராட்டத்திற்கு பங்களிப்புச் செய்யத்தானே வேண்டும்..."

இப்போது புனிதவதிக்கு அவனது கேள்வி விளங்கியது. அவர் சத்தமாக அவனுக்குப் பதில் சொன்னார்: "இந்த வயதில் என்னால் பயிற்சிக்கு வரமுடியாது தம்பி"

கிழவி நக்கல் பண்ணுகிறது என வந்திருந்தவர்கள் நினைத்திருக்கக் கூடும். எனினும் பொறுமையாகவே அவர்கள் தொடர்ந்தும் பேசினார்கள்.

"உங்களைப் பயிற்சிக்கு வரச்சொல்லிக் கேட்கவில்லை அம்மா. பவுண் சேர்க்க வந்திருக்கிறோம்."

"என்னிடம் எங்கே தம்பி பவுண் இருக்கிறது... இதோ காதில் கிடப்பது கூட ரோல்கோல்ட் தான்."

இதைப் போல எத்தனை வீடுகளையும் எத்தனை கிழவிகளையும் புலிகள் பார்த்திருப்பார்கள். எனவே அவர்கள் இன்னும் பொறுமையை இழக்காமலேயேயிருந்தார்கள்.

"உங்களது குடும்பம் இதுவரை போராட்டத்திற்கு எந்தப் பங்களிப்புமே வழங்கவில்லை. இது கடைசிச் சண்டை, நீங்கள் கட்டாயம் பவுண் தரத்தான் வேண்டும் அம்மா."

"தம்பி கடைசிச் சண்டை என்றால் அது கடைசியில்தான் வர வேண்டும். நீங்கள் முதலிலிருந்தே கடைசிச் சண்டையென்றே சொல்லிக்கொண்டிருக்கிறீர்கள்... ஆனால் என்னிடம் பவுண் இல்லை."

கிழவி அழுத்தக்காரி என்பது வந்திருந்தவர்களிற்கு விளங்கிவிட்டது. இப்போது அவர்களது முகத்தில் புன்னகை மறைந்து விநோதமான ஒரு பாவம் எழுந்தது. அவர்களது கண்கள் வெறித்துப் பார்க்கத் தொடங்கின. அவர்களது குரல்கள் இருமடங்காக உயர்ந்தன.

"நாங்கள் உங்களுக்காகத்தானே சண்டைபிடித்துச் சாகிறோம். நாங்கள் சாவது உங்களுக்கு விளையாட்டாக இருக்கிறதா? நாங்கள் சயனைட் சாப்பிடுவது ஐஸ்கிரீம் சாப்பிடுவதாக உங்களுக்குத் தெரிகிறதா? எல்லையைக் காப்பாற்றுவதில் எத்தனை இளம் குருத்துகள் வீரச் சாவடைந்துவிட்டார்கள். சாகப் போகிற வயதிலே பவுணை வைத்திருந்து என்ன செய்யப் போகிறீர்கள்?"

புனிதவதி ரீச்சரின் காதுகளில் உள்ள பிரச்சினை என்னவென்றால் சாதாரணமாகப் பேசினாலும் அவருக்கு விளங்காது, குரலை அதி உச்சமாக உயர்த்திப் பேசினாலும் அவருக்குக் கேட்காது. இரண்டுக்கும் நடுவில் தெந்தெட்டாகப் பேசினால்தான் அவருக்கு விளங்கும். அவரது தம்பி வேலும் மயிலுக்கும் மட்டும்தான் அப்படி நுணுக்கமாக புனிதவதிக்கு கேட்கக்கூடிய வகையில் பேசத் தெரியும்.

வந்திருந்தவர்கள் ஏதோ இரைகிறார்கள் என்பது மட்டும் புனிதவதிக்குத் தெரிந்தது. அது தனக்கு விளங்காததும் நல்லதே என்பது போலிருந்தது அவரது முகபாவம். அவரது தடித்த உதடுகள் இலேசாகப் புன்னகைத்துக்கொண்டேயிருந்தன.

இந்தச் சிரிப்பு வந்திருந்தவர்களை மேலும் சினமூட்டக் கூடியதே. தங்களைக் கிழவி அலட்சியப்படுத்துகிறார் என்பது அவர்களிற்கு நன்றாகவே தெரிந்தது. ஆனால் இதுபோல எத்தனை அலட்சியங்களை அவர்கள் கதறக் கதற உடைத்துப்போட்டிருப்பார்கள். வந்திருந்தவர்கள் அடுத்த கட்டத்துக்கு நகர்ந்தார்கள்.

மற்றவனும் எழுந்து அந்தப் படிவத்தோடு வந்து புனிதவதிக்கு அருகில் குந்திக்கொண்டான். அவன் குனிந்தபோது அவனது சயனைட் மாலை புனிதவதியின் முகத்துக்கு நேரே ஆடியது. அவன் இப்போது தனது முகத்தில் கடுமையுமில்லாத இனிமையுமில்லாத ஆனால் உறுதியான பாவனையை வரவழைத்துக்கொண்டான். அவன் படிவத்தை புனிதவதியின் முன்னே நீட்டி, பிரான்ஸிலிருக்கும் அவரது மகனின் முகவரியை எழுதச் சொன்னான். அது அவருக்குத் தெளிவாகக் கேட்டது. மகன் குறித்து யாராவது முணுமுணுத்தால் கூட அவருக்குத் தெளிவாகக் கேட்டுவிடுகிறது. செவிப்புலன் வைத்தியர் கூட ஒருமுறை, புனிதவதி ரீச்சருக்கு காதுகள் நன்றாகத்தானிருக்கின்றன, அவரது மனதில்தான் ஏதோ பிரச்சினை எனச் சொல்லியிருந்தார்.

"எனக்கு மகனின் முகவரி தெரியாது" என்றார் புனிதவதி. வந்திருந்தவன் தனது கையிலிருந்த படிவத்தைத் தரையில் வீசியடித்தான். அது புனிதவதியின் கால்களுக்கிடையே விழுந்தது. புனிதவதி அதையெடுத்து கண்களில் ஒற்றிக்கொண்டார். 'சரஸ்வதி' என அவரது தடித்த உதடுகள் முணுமுணுத்தன. அந்தப் படிவத்தை மறுபடியும் அவர் பார்த்தார். மகனின் முகவரி உண்மையாகவே அவருக்குத் தெரியாதிருந்தது.

புனிதவதியின் மகன் அமுதனுக்கு ஒரு வயதாக இருக்கும்போதே புனிதவதியின் கணவர் இறந்துபோயிருந்தார். மெக்கானிக்காக வேலை செய்த அவர் பெருங் குடிகாரர். நித்தமும் போதையில் வந்து புனிதவதியை மாடு போல அடிப்பார். புருசன் செவிட்டில் அடித்து அடித்துத்தான் தனது காதுகள் மந்தமாகிவிட்டன எனப் புனிதவதி நினைத்துக்கொண்டிருக்கிறார்.

கிடைத்த சொற்ப சம்பளத்தில்தான் அமுதனை புனிதவதி படிக்கவைத்து யாழ்ப்பாணப் பல்கலைக்கழகம் வரை அனுப்பிவைத்தார். படிப்பு முடிந்ததும் மகனை நாட்டில் வைத்திருக்க புனிதவதி விரும்பவில்லை. இருந்த சிறிய கல்வீட்டையும் காணியையும் தனது தம்பி வேலும் மயிலுவுக்கும் விற்றுவிட்டுத்தான்

அமுதனை அவர் பிரான்ஸுக்கு அனுப்பிவைத்தார். இப்போது அவர் வேலும் மயிலும் கொடுத்த சிறிய காணித்துண்டொன்றில் குடிசை போட்டு வாழ்கிறார். ஓய்வூதியப் பணம் வருவதால் ராங்கியான சீவியம்தான். யாரிடமும் எதையும் புனிதவதி எதிர்ப்பார்ப்பதில்லை. வெளிநாட்டிலிருந்த மகனிடம் கூட தனக்குப் பணம் அனுப்பக்கூடாது எனச் சொல்லியிருந்தார்.

அமுதன் பிரான்ஸுக்குப் போன புதிதில் சற்றுச் சிரமப்பட்டான், ஆனாலும் மொழியைப் படித்துச் சீக்கிரமாகவே அவன் முன்னேறிவிட்டான் என்று கேள்விப்பட்டது புனிதவதிக்கு பெரிய நிம்மதி. அவனுக்கு மனைவியை மல்லாவியில் கண்டுபிடித்து அந்தப் பெண்ணை கொழும்புவரை அழைத்துப் போய் புனிதவதிதான் விமானம் ஏற்றிவிட்டார். வேலும் மயிலும் புனிதவதியுடன் உதவிக்குப் போயிருந்தான்.

அமுதன் பிரான்ஸிலே தொலைபேசி அட்டைகளை விற்பனை செய்யும் நிறுவனத்தை நடத்திவருவதாகக் கடிதம் வந்தது. நிறுவனத்திற்கு புனிதவதியின் பெயரைத்தான் வைத்திருந்தானாம். திடீரென அவனுடனான தொடர்புகள் அறுந்துபோயின. கடந்த அய்ந்து வருடங்களாக அவனது குடும்பம் எங்கிருக்கிறது என்று யாருக்குமே தெரியவில்லை. வேலும் மயிலும் வவுனியாவுக்குப் போயிருந்தபோது பிரான்ஸில் இருக்கும் சொந்தக்காரன் ஒருவனை தொலைபேசியில் அழைத்து "அமுதன் இருக்கும் இடம் தெரியுமா?" எனக் கேட்டான். மறுமுனையில் "தெரிந்தால் நான் போய் அவனை வெட்டியிருப்பேனே" என்று பதில் சொல்லிவிட்டுத்தான் "நீங்கள் யார் கதைக்கிறது" என்ற கேள்வி வந்தது.

அமுதன் சீட்டுப் பிடிக்கும் தொழிலும் செய்திருக்கிறான். பாரிஸிலே அவனுக்கு 'பவுண்சீட்டு அமுதன்' என்றுதான் பெயர். காசுக்குப் பதிலாக மாதந்தோறும் தங்கம் கட்டும் இந்தச் சீட்டு பிரான்ஸிலே தமிழர்களிடையே பிரபலம். கடைசியில் கிட்டத்தட்ட ஆயிரம் பவுண்களோடு அமுதன் குடும்பத்தோடு தலைமறைவாகி விட்டானாம் என்ற செய்தியோடு வேலும் மயிலும் கிராமத்திற்குத் திரும்பினான். அவன் புனிதவதியிடம் இந்தச் செய்தியைச் சொன்னபோது அவர் அமைதியாக, தனக்குக் காதுகளில் கடுமையான இரைச்சலாகயிருக்கிறது என்றார்.

அந்தப் படிவத்தை புனிதவதியிடமிருந்து திரும்பவும் வாங்கியவன் எழுந்து நின்றான். குரலை உயர்த்தி "பெற்ற தாய்க்குப் பிள்ளையின் முகவரி தெரியாதா?" எனக் கேட்டான்.

புனிதவதி அவனது கண்களைப் பார்த்தவாறே 'இல்லை' எனத் தலையசைத்தார்.

இப்போது அவனின் கண்களிலே சிரிப்புக் கொப்பளித்தது. "உங்களுக்குத் தெரியாமலிருக்கலாம். ஆனால் உங்களது மகனை எந்த நாட்டிலிருந்தாலும் கண்டுபிடிப்பதற்கான கட்டமைப்புகள் எங்களிடம் உள்ளன. நாங்கள் அவரிடம் பங்களிப்பைப் பெற்றுக்கொள்கிறோம். இருபத்தைந்து வருடங்களாக பங்களிப்புச் செய்யாமல் அவர் இருக்கிறார். ஒரு நாளைக்கு ஒரு யூரோ என்று கணக்குப் போட்டாலும் 9125 யூரோக்கள் வருகின்றன. நாங்கள் அவரிடம் வாங்கிக்கொள்கிறோம், நன்றி அம்மா" என்று சொல்லிவிட்டு அவர்கள் படலையைப் பார்த்து நடக்கத் தொடங்கினார்கள்.

புனிதவதி ஒரு நிமிடம் மவுனமாகயிருந்தார். பின்பு அவர் சத்தம் போட்டு அவர்களை அழைத்தார். எதிர்பார்த்திருந்ததுதான் இது என்ற தோரணையில் அவர்கள் மெதுநடைபோட்டுத் திரும்பி வந்தார்கள்.

புனிதவதி மெதுவாக எழுந்து குடிசைக்குள் சென்று திரும்பிவரும்போது கையில் தங்கச் சங்கிலி ஒன்றோடு வந்தார். வந்திருந்தவர்களில் சிவந்த நிறத்துடனும் ஒல்லியான உடல்வாகுடனும் மீசையில்லாத முகத்திலே வட்ட வடிவிலானான மூக்குக்கண்ணாடி அணிந்திருந்தவனுமான பதினேழு அல்லது பதினெட்டு வயதுகள் மதிக்கத்தக்கவனைப் பார்த்து புனிதவதி அவனது பெயரைக் கேட்டார். அவன் தனது அடையாள அட்டையை எடுத்துக் காட்டினான். அவனது பெயர் 'கல்கி' என்றிருந்தது.

புனிதவதி ரீச்சர் அவனின் தலையைத் தடவிக்கொடுத்துவிட்டு "தம்பி உங்களுக்கு பெரிய எழுத்தாளர் ஒருவருடைய பெயர்" என்றார். அவன் உணர்ச்சியற்ற முகத்தோடு நின்றிருந்தான்.

"இது நான்கு பவுண் சங்கிலி, என்னுடைய செத்த வீட்டுச் செலவுக்காக நான் பொத்திப் பொத்தி வைத்திருந்தது. நான் செத்துப்போனால் எனக்குச் சடங்கு செய்து எரிக்கவேண்டியது

உன்னுடைய பொறுப்பு கல்கி" என்று சொல்லிவிட்டு புனிதவதி ரீச்சர் அந்த நான்கு பவுண் சங்கிலியை கல்கியின் கையில் வைத்தார்.

ஒருகணம் வாங்கும் கையினது தயக்கத்தை புனிதவதி உணர்ந்துகொண்டார். "நீங்கள் தமிழீழத்தைப் பார்த்துவிட்டுத்தான் சாவீர்கள் அம்மா" எனக் கல்கி புன்னகைத்தான். பின்பு 'உங்களது கையாலே தேநீர் குடித்துவிட்டுத்தான் போவோம்' எனச் சொல்லிவிட்டு நாற்காலிகளில் இருவரும் அமர்ந்துகொண்டார்கள்.

அவர்கள் கைகளில் தோடம்பழ இனிப்பை வைத்து நக்கிக்கொண்டே தேநீர் குடித்துக்கொண்டிருக்கையில் பின்பக்கத்து வேலியை ஒரே தாவாகத் தாவிக்கொண்டு வேலும் மயிலும் அங்கே வந்தான். நேற்று வேலும் மயிலுவின் மனைவியைச் சந்தையில் வைத்து மடக்கியவர்கள் அவளிடம் மூன்று பவுண்கள் பெறுவதாகக் கையெழுத்து வாங்கியிருந்தார்கள். அதைக் கொடுப்பதற்கு தவணை கேட்கலாம் என வேலும் மயிலும் யோசித்துக்கொண்டே மணலில் குந்திக்கொண்டு ஒரு குறை பீடியைப் பற்றவைத்தான். அவனைச் சற்று நேரம் பார்த்துக்கொண்டிருந்த புனிதவதி கல்கியைக் காட்டி உரத்த குரலில் "இந்தத் தம்பி என்னுடைய செத்தவீட்டை நடத்துவதற்குப் பொறுப்பெடுத்திருக்கிறார்... வேலும் மயிலும் உனக்கு இனிப் பொறுப்பில்லை" என்றார்.

தலைமை மருத்துவர் வருவதற்கு மதியத்திற்கு மேல் ஆகிவிட்டது. புனிதவதியும் வேலும் மயிலுவும் ஆஸ்பத்திரி விறாந்தையிலேயே குந்தியிருந்தார்கள். மிதிவெடியில் சிக்கிக் கால் சிதைந்துபோயிருந்த சீருடை அணிந்திருந்த ஒருவனை புலிகள் தூக்கிக்கொண்டு ஓடிவருவதை புனிதவதி பார்த்தார். அவர் கண்களை மூடிக்கொண்டார். அவரது தடித்த உதடுகள் 'அம்மாளாச்சி' என முணுமுணுத்தன.

புனிதவதிக்கு வயிற்றில் கட்டி இருப்பது உறுதியாகிவிட்ட தென்றும் அதை உடனடியாக அகற்றாவிட்டால் உயிருக்கு ஆபத்து என்றும் தலைமை மருத்துவர் சொன்னார். சிக்கலான அந்த அறுவைச் சிகிச்சையைச் செய்வதற்கு இங்கு வசதியில்லை என்றும் கொழும்புக்குப் போய்த்தான் அறுவைச் சிகிச்சை செய்ய வேண்டுமென்றும் அவர் சொன்னார்.

திரும்பிவரும்போது வேலும் மயிலுவிடம் புனிதவதி "நான் செத்துக்கொண்டிருக்கின்றேனா" எனக் கேட்டார். அவன் ஒரு பெருமூச்சை மட்டும் வெளியிட்டான். அறுவைச் சிகிச்சைக்கு

நான்கு இலட்சம் ரூபாய்கள்வரை செலவாகலாம் எனத் தலைமை வைத்தியர் சொல்லியிருந்தார். வீட்டுக்கு வந்ததும் முற்றத்து மணலில் சக்கப்பணிய இருந்துகொண்டு கால்களை நீட்டியவாறே புனிதவதி ரீச்சர் சொன்னார்: "நான் இப்படியே செத்துப் போகிறேன்... எனது செத்தவீட்டுச் சடங்கை இயக்கம் செய்து முடிக்கும்"

வேலும் மயிலும் கடுமையாக யோசித்தான். வவுனியா நகருக்குப் போய் பிரான்ஸுக்கு தெரிந்தவர்களிடம் தொலைபேசியில் தொடர்புகொண்டு எப்படியாவது மருமகன் அமுதனைக் கண்டுபிடித்து, தாயார் கடுமையான நோய்வாய்ப்பட்டிருப்பதைத் தெரிவித்து அவனைக் கொழும்புக்கு வரச் சொல்வதென்றும் வர முடியாவிட்டால் நான்கு இலட்சம் ரூபாய்களாவது அனுப்பிவைக்கும்படி கேட்பதென்றும் அவன் முடிவெடுத்தான். ஆனால் அதிலும் ஒரு பெரிய சிக்கல் இருந்தது.

எல்லைக் கோட்டைத் தாண்டி வவுனியா நகருக்குப் போவதென்றால் புலிகளிடம் 'பாஸ்' பெறவேண்டும். யாராவது ஒருவரைப் புலிகளிடம் பிணையாக வைத்துவிட்டுத்தான் 'பாஸ்' பெற வேண்டியிருக்கும். வேலும் மயிலுவுக்கு 'பாஸ்' கிடைக்கும் எனச் சொல்வதற்கில்லை. ஏனெனில் அவன் புலிகளுக்குக் கொடுப்பதாக உறுதியளித்திருந்த மூன்று பவுண்களை இன்னும் செலுத்தவில்லை. தவிரவும் வேறுயாரையும் தனக்குப் பணயமாக வைப்பதும் அவனுக்குப் பிடிக்கவில்லை.

வேலும் மயிலுக்கு வன்னிக் காடுகள் தண்ணிபட்டபாடு. எனவே அவன் இரகசியமாக எல்லைக்கோட்டைக் கடப்பதென்று முடிவெடுத்தான். என்னதான் அவன் அசல் வன்னியான் என்றாலும் ஒவ்வொரு நாளும் நகர்ந்துகொண்டிருக்கும் எல்லைக்கோடுகள் அவனைக் குழப்பிவிடக் கூடியவையே. வேலும் மயிலுவின் நெருங்கிய கூட்டாளி பரமேஸ்வரன் இந்த விசயத்தில் தேர்ச்சியானவன். அவன் இரகசியமாக எல்லைக் கோடுகளைக் கடந்து ஆட்களைக் கூட்டிச்செல்பவன். இந்த வியாபாரத்தில் அவன் கொஞ்சம் செழிப்பாக இருந்தான். புலிகள் பவுண் சேர்த்தபோது அவன் அய்ந்து பவுண்களைக் கொடுத்திருந்தான். இந்தப் பரதேசியிடம் அய்ந்து பவுண்கள் இருந்தது புலிகளை உறுத்தியிருக்க வேண்டும். இந்தக் கதை நடந்து முடிந்த சிலநாட்களிலேயே அவனைப் புலிகள் பொறிவைத்துப் பிடித்துவிட்டார்கள் என்றான் கதைசொல்லி.

பரமேஸ்வரன் எல்லைக்கோடு நிலவரத்தையும் அது எப்படியெல்லாம் மாறும் என்பதையும் வேலும் மயிலுவுக்கு மணலில் படம் வரைந்துகாட்டி விளக்கியதன் பின்பாக, வவுனியா புறப்படுவதை தனது மனைவிக்கு மட்டும் சொல்லிவிட்டு உடுத்த உடுப்புடன் வேலும் மயிலும் தெற்கே புறப்பட்டான். உடைகளைக் கைகளில் வைத்திருந்து புலிகளிடம் மாட்டிக்கொண்டால் நேரடியாக 'பங்கரு'க்குத்தான் அனுப்பப்படுவான். வெறும் கையுடன் மாட்டிக்கொண்டாலும் கூட ஏதாவது தகுந்த காரணம் சொல்லியாக வேண்டும். அந்தக் காரணத்தை இப்போதே யோசித்து வைத்திருந்தாலும் பிரயோசனமில்லை. எந்த இடத்தில், இரவிலா பகலிலா, எத்தனை மணிக்கு பிடிபடுகிறான் என்பதைப் பொறுத்து அப்போதுதான் உடனடியாகக் காரணத்தை உருவாக்கிக்கொள்ள வேண்டும். பிரான்ஸ் தொலைபேசி இலக்கங்கள் மூன்றை மனப்பாடம் செய்துகொண்டான்.

பரமேஸ்வரன் சொன்னது சரியாகவே இருந்தது. வேலும் மயிலும் தொம்பன் குளத்திற்கு வந்து சேரும்போது தொம்பன் குளத்திலிருந்து இரண்டாவது கட்டை தொலைவில் எல்லைக்கோடு வடக்கு - தெற்கிலிருந்து விலகி கிழக்கு - மேற்காக ஒரு கிலோ மீற்றர் தூரத்திற்கு மாறியிருக்கும் எனப் பரமேஸ்வரன் கணித்துச் சொல்லியிருந்தான். மாறாக, அந்த எல்லைக்கோடு தெற்கு நோக்கி முன்னகரும் என அந்த நேரத்தில் தராகி சிவராம் தலைகீழாகக் கணித்து எழுதியிருந்ததும் இந்தக் கதைசொல்லிக்கு ஞாபகத்தில் இருக்கிறது.

ஒரு கிலோ மீற்றர் நீளத்திற்கு கிழக்கு எல்லைக்கோட்டில் புலிகளது காவல் நிலைகள். மேற்கே அதேயளவு நீளத்திற்கு ஆர்மிக்காரர்களது காவல் நிலைகள். இடையில் அய்நூறு மீற்றர்கள் சூன்யப் பிரதேசம். இரவு இந்தச் சூன்யப் பிரதேசத்திற்குள் நுழைந்து வேலும் மயிலும் தெற்கு நோக்கி ஓடவேண்டும். அடர்ந்த காடு அவனுக்குத் தைரியத்தைக் கொடுத்தது. காட்டிற்குள் நுழைந்துவிட்டால் அவன் காடாகவே மாறிவிடுவான் என அவன் தனக்குத்தானே சொல்லிக்கொண்டான். தான் பிறந்து தவழ்ந்த வன்னிக்காடு தன்னைக் கைவிடாது என அவன் மனதார நம்பினான்.

பரமேஸ்வரன், எல்லையைக் கடப்பதில் ஒரு நுட்பமான அறிவுரையை வேலும் மயிலுவுக்கும் வழங்கியிருந்தான். ஒருபோதும் இரு எல்லைக் கோடுகளுக்கும் மத்தியாகச் செல்லக்கூடாது. நடுவாகச் சென்றால் இரு தரப்பினது நோக்கு

எல்லைக்குள்ளும் நாமிருப்போம். இருதரப்புத் துப்பாக்கிச் சூட்டையும் சந்திக்க நேரிடும். ஏதாவது ஒரு பக்கமாக ஒண்டிச் சென்றால் மற்றைய தரப்பினது பார்வையிலிருந்தும் துப்பாக்கிச் சூட்டிலிருந்தும் நாம் தப்பித்துக்கொள்ளலாம். இந்த வழியில் அய்ம்பது விழுக்காடுகள்ஆபத்துக் குறைவு. எனவே புலிகளது பக்கத்தைத் தவிர்த்து இராணுவத்தின் பக்கத்தாலேயே செல்லுமாறு பரமேஸ்வரன் அறிவுரை சொல்லியிருந்தான். ஆர்மிக்காரன் கண்டுகொண்டு சுட்டாலும் இலக்குத் தவற வாய்ப்பிருக்கிறது. ஆனால் புலிகளது பக்கத்தால் சென்றால் அவர்கள் இலக்குத் தவறாமல் சுட்டுச் சாய்ப்பார்கள் என்பது பரமேஸ்வரனின் அனுபவ அறிவு.

அன்றிரவு எல்லைக் கோடுகளில் ஒரு சிறிய துப்பாக்கிச் சத்தம் கூடக் கேட்டிருக்கவில்லை. காட்டின் மைந்தனைக் காடு கைவிடவில்லை. விடிவதற்கு முன்பாகவே இரண்டு எல்லைக்கோடுகளையும் வேலும் மயிலும் தாண்டி விட்டான். காலைச் சாப்பாட்டிற்கு வவுனியா நகருக்குப் போய்விடலாம்.

இராணுவத்தின் எல்லைக்கோட்டுக்கு இரண்டு கிலோ மீற்றர்கள் தொலைவிலிருந்த முதற்கிராமத்தின் பிள்ளையார் கோயில் கிணற்றில் தண்ணீர் அள்ளி முகத்தைக் கழுவிவிட்டு விநாயகனை மனதாரக் கும்பிட்டுவிட்டு நெற்றி நிறைய விபூதியைப் பூசிக்கொண்டு கோயில் வாசற்படிக்கட்டில் களைப்புத்தீர வேலும் மயிலும் உட்கார்ந்துகொண்டான். அந்தக் கோயிலுக்கு வெகுதூரத்திலேயே வீடுகளிருந்தன. கோயில் சுற்றுவட்டாரத்திலே ஆள் நடமாட்டமேயில்லை. கோயிலின் சிறுமண்டபத்திற்குள் இரண்டு ஆடுகள் படுத்திருந்தன. பிரான்ஸுக்குப் பேசவேண்டிய தொலைபேசி இலக்கங்களை ஒருமுறை வாய்விட்டுச் சொல்லிச் சரிபார்த்துக்கொண்டான். மருமகனிடம் பணம் கேட்கும் போது இரண்டு பவுண்களிற்கான பணத்தையும் சேர்த்துக் கேட்டுப் பார்த்துவிடலாம் என்று முடிவு செய்தான். புலிகளிற்கு தருவதாக ஒப்புக்கொண்ட மூன்று பவுண்களில் இரண்டு பவுண்களைக் கொடுத்தாற் கூடக் கொஞ்சம் நிம்மதியாக இருக்கலாம் என்று நினைத்துக்கொண்டான்.

அப்போது கோயிலுக்குப் பின்புறமிருந்து தோன்றிய ஓர் உயரமான மனிதன் விறைப்பாக நடந்து வந்து இவனுக்கு அருகில் அமர்ந்துகொண்டான். அந்த மனிதனுக்கு இருபது வயதுகள் இருக்கலாம். ஆள் கிட்டத்தட்ட ஆறரை அடிகள் உயரம்

இருப்பான் என வேலும் மயிலுவுக்கும் தோன்றியது. இவ்வளவு உயரமான மனிதனை வேலும் மயிலும் தனது வாழ்நாளில் கண்டதில்லை. அந்த மனிதன் அணிந்திருந்த கறுப்புநிற நீளக் காற்சட்டை அவனது முழங்கால்களிற்கு சற்றுக் கீழேவரைதான் அவனது கால்களை மறைத்திருந்தது. அவனது நீளமான கால்கள் ஒரு முழத்திற்குச் சேறால் பூசப்பட்டிருந்தன. அவன் தலையில் முண்டாசு கட்டியிருந்தான். அவனது உடல் வற்றிப்போயிருந்தது. முகம் வீங்கிக்கிடந்தது. தன்னையே வேலும் மயிலும் கவனிப்பதை உணர்ந்த அந்த மனிதன் சற்றுத் திரும்பி உட்கார்ந்த போது வேலும் மயிலும் அந்த மனிதனின் முதுகில் வரிவரியாக இரத்தம் கட்டியிருப்பதைப் பார்த்தான். யாரோ அவனைத் தாறுமாறாகச் சவுக்காலோ தடியாலோ இரக்கமில்லாமல் அடித்திருக்கிறார்கள். முதுகில் திட்டுத் திட்டாய் இரத்தம் காய்ந்திருந்தது.

வேலும் மயிலுவுக்கு அந்த மனிதனிடம் இரக்கம் பிறந்தாலும் எதுவும் பேசாமல் எழுந்து நின்றான். யாரும் யாரிடமும் இரக்கம் காட்டத்தக்கதான நிலையில் நாட்டு நிலவரம் இல்லை. ஒருவர் மீது மற்றொருவருக்குச் சந்தேகம் மட்டுமே நிலவிய காலமது என்றான் கதைசொல்லி.

வேலும் மயிலும் மறுபடியும் பிள்ளையாரைக் கும்பிட்டுவிட்டு அங்கிருந்து கிளம்பினான். அப்போது அந்த முதுகில் அடிபட்ட காயங்களுடைய, கால்களில் சேறு பூசியிருந்த மனிதன் தனது முழங்கால்களில் தலையைச் சாய்த்து மெதுவாக அழுதுகொண்டிருந்தான். அந்த மனிதனின் பெயர் பமு. வவுனியா நகரத்திற்குச் சற்றுத் தொலைவிலுள்ள சிறியதொரு சிங்களக் கிராமமான மைத்ரிபுரவைச் சேர்ந்தவன் அவன்.

அவனை அவனது கிராமத்தில் 'மோடயா' பமு என்று அழைப்பார்கள். அவன் பிறவியிலேயே புத்தி மழுங்கியவனாக இருந்தான். அதனாலே அவன் பாடசாலைக்குச் சென்றதில்லை. நண்டும் சிண்டுமாக ஏழு பிள்ளைகளிருந்த அந்த விறகுவெட்டியின் குடிசையிலே பமு வேண்டாத பிள்ளையாகவே இருந்தான். அவன் யானை மாதிரி தீனி தின்னக்கூடியவன். மாடு மாதிரி வேலை செய்யக் கூடியவன். ஆனால் அவனால் திருத்தமாக ஒரு வேலையைச் செய்ய முடிவதில்லை. அரை மணிநேரத்தில் செய்து முடிக்கக் கூடிய வேலையை ஒருநாள் முழுவதும் உடலில் வியர்வை ஆறாக ஓட ஓடச் செய்வான். அப்படியும் அந்தவேலை திருத்தமாக இருக்காது. பமுவை அவனது தீராத வயிற்றுப் பசி துரத்திக்கொண்டேயிருந்தது.

காடுகள் அவனுக்குப் பழக்கமானவை. அவன் தின்று தீர்த்ததால் காடே வெறுமையாகப் போயிற்று என்று விறகுவெட்டியான அவனது தந்தை சலிப்புடன் சொல்லிக்கொள்வதுண்டு.

பழு காலையில் எழுந்ததும் வேலை கேட்டபடியே கிராமம் முழுவதையும் சுற்றிவருவான். அன்றைய காலை உணவு கிடைத்தால் போதுமென்றிருக்கும். மதியம் இன்னொரு வீட்டில் வேலை கேட்பான். இரவு கையில் விளக்குடன் குளத்தில் நண்டு பிடிக்கப் போய்விடுவான். அவன் மீன்களையும் நண்டுகளையும் சமைக்காமல் பச்சையாக உண்பதற்குப் பழகியிருந்தான்.

சில நாட்களுக்கு முன்புவரை, கிராமத்தில் கோப்ரல் கமகே கட்டிக்கொண்டிருந்த மாடி வீட்டில் அவனுக்குத் தொடர்ச்சியாக வேலை கிடைத்துக்கொண்டிருந்தது. கோப்ரலின் மனைவி பழுவுக்குச் சலித்துக்கொள்ளாமல் பாற்சோறிட்டாள். புதுமனைப் புகுவிழாவின்போது பழுவுக்கு புதிய கறுப்புநிற நீளக்காற்சட்டையும் வெள்ளைச் சட்டையும் கிடைத்தன. அந்த நீளக் காற்சட்டை அவனது முழங்கால்களுக்கு சற்று கீழே வரையான பகுதியையே மறைத்தது.

கோப்ரல் கமகே அமைதியான, நகைச்சுவை உணர்வுடைய மனிதர். வடக்கு யுத்தமுனையில் அவர் படுகாயமடைந்து பிழைத்து வந்திருந்தார். அவரது கால்கள் இரண்டும் முழங்கால்களுக்குக் கீழே நீக்கப்பட்டிருந்தன. கோப்ரல் சக்கர நாற்காலியில் உட்கார்ந்து எப்போதும் ஏதாவது ஒரு வேலையைச் செய்துகொண்டிருப்பார். அவருக்கு அரசாங்கம் வழங்கிய நிவாரணப் பணத்தோடு அவரது மனைவியின் நகைகளை விற்றுத் திரட்டிய பணத்தையும் வைத்து இந்த அழகிய மாடிவீட்டை கோப்ரல் கட்டி முடித்திருக்கிறார்.

கோப்ரல் அன்று மாலையில் உற்சாகமான மனநிலையிலிருந்தார். வழக்கத்தைவிடச் சற்று அதிகமாகக் குடித்திருந்தார். அப்போதுதான் பழு அந்தக் கேள்வியை அவரிடம் கேட்டான்.

“நீங்கள் ஒரு சாதாரண கோப்ரல். இவ்வளவு பெரிய வீட்டைக் கட்ட உங்களுக்கு எங்கிருந்து பணம் கிடைத்தது?”

கோப்ரல் ஒருமுறை உரக்கச் சிரித்துவிட்டு “பழு உன்னிடம் ஒரு ரகசியம் சொல்கிறேன் யாரிடமும் சொல்லிவிட மாட்டாயே” என்றார்.

பமு கோப்ரலின் தலையில் தனது கையை வைத்து "யாரிடமும் சொல்ல மாட்டேன்" என்று குரலைத் தாழ்த்திக்கொண்டான்.

அவனது உற்சாகம் கோப்ரலின் உற்சாகத்தை மேலும் அதிகரிக்கவே அவர் தனது குரலை இன்னும் தாழ்த்திக்கொண்டே "புலிகள் தமிழர்களிடம் தங்கம் திரட்டுவது உனக்குத் தெரியுமா?" எனக் கேட்டார்.

பமு வியப்படைந்தவன்போல தனது கண்களை விரித்து "தெரியாது கோப்ரல்" என்றான்.

"ஆமாம் பமு... புலிகளிடம் இப்போது ஆயுதங்கள் தீர்ந்து விட்டன. வெளிநாட்டிலிருந்து அவர்களிற்கு ஆயுதம் வரும் வழிகளையெல்லாம் நாங்கள் அடைத்துவிட்டோம்" என்றார் கோப்ரல்.

பமு தலையை உற்சாகமாக ஆட்டிக்கொண்டான்.

கோப்ரல் மதுக்கிண்ணத்தை எடுத்து ஒரு மிடறு பருகிவிட்டுச் சொன்னார்: "இப்போது புலிகளிடம் துப்பாக்கிகள் இருந்தாலும் அவற்றிற்கான தோட்டாக்கள் அவர்களிடமில்லை. அவர்களே சொந்தமாகத் தோட்டாக்களை உற்பத்தி செய்யத் தொடங்கினார்கள். முதலில் செம்பிலிருந்தும் பிறகு ஈயத்திலிருந்தும் பிறகு அலுமனியத்திலிருந்தும் பிறகு இரும்பிலிருந்தும் பிறகு வெள்ளியிலிருந்தும் அவர்கள் தோட்டாக்களை உற்பத்தி செய்தார்கள்."

"மெய்யாகவா! அது எப்படி உங்களிற்குத் தெரியும் கோப்ரல்?"

கோப்ரல் கெக்கடமிட்டுச் சிரித்துவிட்டுச் சொன்னார்: "அந்தத் தோட்டாக்களை அவர்கள் எங்களிடம்தானே அனுப்பி வைத்தார்கள்."

"அது உண்மைதான்" என முணுமுணுத்தவாறே பமு தலையை ஆட்டிக்கொண்டான்.

"கடைசியில் எல்லாவித உலோகங்களும் தீர்ந்துபோன நிலையில்தான் அவர்கள் மக்களிடம் தங்கம் சேர்க்கத் தொடங்கினார்கள். அந்தத் தங்கத்தை உருக்கி அவர்கள் துப்பாக்கிகளிற்கான தோட்டாக்களைச் செய்தார்கள். சண்டையின்போது அந்தத் தங்கத் தோட்டாக்களில் எட்டுத் தோட்டாக்கள் எனது கால்களிலே பாய்ந்து அங்கேயே

இருந்துவிட்டன. அந்தத் தங்கத் தோட்டாக்களை விற்றுத்தான் இந்த வீட்டைக் கட்டினேன்" என்று சொல்லிவிட்டு கோப்ரல் தனது முகத்தில் இரகசியமும் உறுதியும் கலந்த பாவனையை வரவழைத்துக்கொண்டார்.

"அதுவா விசயம்" எனச் சடுதியில் கூவிய பமு தனது நீண்ட மெல்லிய கைகளால் தனது வாயை முடியவாறே நிலத்தில் பொத்தென அமர்ந்துகொண்டான்.

அடுத்தநாள் காலையில், கிராமத்திலிருந்து பமு சொல்லாமற் கொள்ளாமற் காணாமற்போனான். இராணுவத்தில் சேருவதென்ற உறுதியான முடிவுடன் அவன் வவுனியா நகரத்திலிருந்த தலைமை இராணுவ அலுவலகத்திற்கு நேராகப் போனான். அங்கே காவலரணில் இருந்தவர்கள் இவனை உள்ளே அனுமதிக்க மறுத்தார்கள். "எதற்காக இராணுவத்தில் சேரப் போகிறாய்" என்று ஒரு சிப்பாய் இவனைப் பார்த்துக் கேட்க பமு எதுவும் சொல்லாமல் நின்றிருந்தான். இரகசியத்தைக் காப்பதாக அவன் கோப்ரலின் தலையில் கை வைத்தல்லவா சத்தியம் செய்திருந்தான்.

இவன் சற்றுப் புத்தி மழுங்கியவன் என்பது காவலரணிலிருந்த சிப்பாய்களிற்கு விளங்கிவிட்டது. "உனக்கு மரம் ஏறத் தெரியுமா" என ஒரு சிப்பாய் கேட்க, தெரியும் என பமு தலையை ஆட்டினான்.

"அதோ அந்தத் தென்னைமரத்தில் ஏறி நல்லதாக இளநீர் பறித்துப்போடு, உன் திறமையையும் பார்த்துவிடலாம்" என்றான் சிப்பாய். "இதோ" என்று சொல்லிவிட்டு பமு தென்னைமரத்தை நோக்கி ஓடினான்.

தென்னைமரம் என்னவோ குட்டையானதுதான். பமுவைப்போல இரண்டு மடங்கு உயரம்தானிருக்கும். ஆனால் அதில் ஏறிப் பத்துக் காய்களைப் பறித்துவிட்டு இறங்குவதற்கு பமுவுக்கு ஒருமணிநேரம் பிடித்தது. சிப்பாய்கள் இளநீர் குடித்து முடிந்ததும் வெற்று இளநீர் கோம்பைகளை பமுவை நோக்கி எறிந்தார்கள். பமு சிப்பாய்களை முறைத்துப் பார்த்தான். ஒரு சிப்பாய், "இங்கே ஆட்கள் தேவையில்லை, எல்லையில்தான் சண்டை நடக்கிறது அங்கே ஓடு" எனக் கூச்சலிட்டவாறே தனது கையிலிருந்த இளநீர் வெற்றுக் கோம்பையை பமுவை நோக்கி வீசினான். இலக்குத் தப்பால் கோம்பை பமுவின் முழுங்காலைத் தாக்கியது. பமு கூச்சலிட்டவாறே காலைப் பிடித்துக்கொண்டான். மேலும் கோம்பைகள் பமுவை நோக்கிவர, பமு காலை

நொண்டியடித்தவாறே ஓடத் தொடங்கினான். ஒரு கோம்பை அவனது முதுகில் விழுந்தது. ஒரு கையால் காலைப் பிடித்தவாறும் மறுகையால் முதுகைப் பிடித்தவாறும் ஒரு விநோதமான பிராணிபோல பமு துள்ளித் துள்ளி ஓடிக்கொண்டிருந்தான். அவனுக்கு எதிரே வீதியில் இராணுவப் பிரிவொன்று அணிநடை போட்டவாறே மிடுக்காக வந்துகொண்டிருந்தது.

அன்று மாலையில் எல்லையிலிருந்த இராணுவக் காவலரண் ஒன்றில் பமு உட்கார வைக்கப்பட்டிருந்தான். அவனது முன்னுக்குப் பின்னான பேச்சுகள் இராணுவத்தினருக்குச் சந்தேகங்களைக் கிளப்பியவாறேயிருந்தன. இராணுவத்தில் சேருவதற்கு எதற்கு எல்லைக்கு வரவேண்டும் என அவர்கள் கேட்டார்கள். தலைமை முகாமில் அப்படித்தான் சொன்னார்கள் என்றான் பமு. காவலரணிலிருந்து தலைமை முகாமுக்குத் தொடர்புகொண்டு கேட்ட இராணுத்தினருக்கு, பமுவை அடித்துத் துரத்துமாறு உத்தரவு கிடைத்தது. முதலில் அவனிடம் தன்மையாக எடுத்துச்சொல்லி அவனைத் திரும்பவும் கிராமத்திற்கே போய்விடுமாறுதான் இராணுத்தினர் சொன்னார்கள். ஆனால், கிராமத்திற்குச் திரும்பிச் செல்வதென்றால் இராணுவ வீரனாகத்தான் செல்வேன் என்று பமு சொல்லிவிட்டான். அந்த நேரம் பார்த்து புலிகளின் பக்கத்திலிருந்து துப்பாக்கிகள் வெடிக்கும் சத்தம் கேட்டது. இராணுவச் சிப்பாய்கள் மணல்மூடைகளிற்குப் பின்னால் பதுங்கிக்கொண்டு பமுவின் கைகளையும் பக்கத்திற்கு ஒருவராகப் பிடித்து பமுவைக் கீழே இழுத்தார்கள். பமு நிமிர்ந்து நின்று தலையை ஒரு சிலிர்ப்புச் சிலிர்த்துக்கொண்டு தனது இரு கைகளையும் உதறிக்கொண்டான். இரண்டு சிப்பாய்களும் மூலைக்கு ஒருவராய் விழுந்தார்கள். பமு காவல் அரணிலிருந்து பாய்ந்து முன்னோக்கி ஓடினான். அடுத்த நூறு மீற்றர்கள் தூரத்தில் மரங்களிடையே பதுங்கியிருந்த இராணுவத்தினரிடம் பமு வசமாக மாட்டிக்கொண்டான்.

அன்று இரவு முழுவதும் அவர்கள் இராணுவக் காவலரணில் வைத்து பமுவை உருட்டி விளையாடினார்கள். ஒரு சிப்பாய் தனது இடுப்புப் பட்டியால் அது பிய்ந்துபோகும்வரை பமுவின் முதுகில் அடித்தான். காலையில் அவர்கள் பமுவை விரட்டி விட்டார்கள். பமு சட்டையைக் கைகளில் எடுத்தவாறு அழுதுகொண்டே போனான். அப்போது ஒரு சிப்பாய் "ஏய் பமு! யாழ்ப்பாணத்தில் தான் இராணுவத்துக்கு ஆட்கள் தேவை" என்றான். அதைக் கேட்டதும் பமுவின் அழுகை கொஞ்சம் குறைந்தது. அவனுக்குச் சற்று உற்சாகம் கூட ஏற்பட்டது. அவன் யோசித்தவாறே நடந்துகொண்டிருந்தான்.

இராணுவத்தில் எப்படியாவது சேர்ந்துவிடுவது என அவன் தனக்குள்ளேயே உறுதி எடுத்துக்கொண்டான். கையிலிருந்த சட்டையைத் தலையில் முண்டாசாகச் சுற்றிக்கொண்டான். கைகளை விறைப்பாக வைத்துக்கொண்டு ஒரு நிமிடம் நின்றான். பிறகு ஒரு காலை முன்னே வைத்து 'வம' எனச் சொன்னான். பிறகு அடுத்த காலை முன்னே வைத்து 'தக்குன' என்றான். வம - தக்குன, வம - தக்குன, வம - தக்குன எனச் சொல்லிக்கொண்டே அவன் வேகமாக நடந்து கொண்டிருந்தான். பிள்ளையார் கோயிலுக்கு வந்து சேரும்வரை அவன் தனது இராணுவ நடையை நிறுத்தவில்லை.

காலை பத்துமணிக்கு வவுனியா தொலைத்தொடர்பு நிலையமொன்றிலிருந்து பிரான்ஸுக்கு முதலாவது தொலைபேசி அழைப்பை வேலும் மயிலும் செய்தான். அவன் அழைத்துப் பேசிய மூவருக்குமே புனிதவதி ரீச்சரின் மகனைக் குறித்து எந்தத் தகவலும் தெரியவில்லை. ஆனால் மூவருமே அவனைத் திட்டினார்கள். புனிதவதி உயிருக்கு ஆபத்தான நோயிலிருக்கிறார் என வேலும் மயிலும் சொன்னபோது 'சிவன் சொத்து மட்டுமல்ல ஊர்ச் சொத்தும் குலநாசம்' என்று பிரான்ஸிலிருந்து பதில் கிடைத்தது.

இனி அழைப்பதற்கு இலக்கமுமில்லை, அழைக்கப் பணமும் இல்லை. வேலும் மயிலுவின் கையில் நூறு ரூபாய் சொச்சம் மட்டுமே எஞ்சியிருந்தது. மதியம் சைவக்கடையில் சாப்பிட்டுவிட்டு நேரத்தைப் போக்குவதற்காகத் திரைப்படம் பார்க்கப் போனான். அவன் கடைசியாகப் படம் பார்த்து இருபது வருடங்களிருக்கும். திரைப்படம் முடிந்ததும், இப்போது புறப்பட்டால் எட்டுமணியளவில் பிள்ளையார் கோயிலுக்குப் போய்ச் சேர்ந்துவிட முடியும் என வேலும் மயிலும் கணக்குப்போட்டான். பிள்ளையார் கோயிலில் கொஞ்சம் உறங்கிவிட்டு, நடுச் சாமத்தில் காட்டுக்குள் நுழைந்து எல்லைக் கோட்டைக் கடக்கலாம் என முடிவு செய்தான். இரவு சாப்பிடுவதற்காக 'சிந்தாமணி பேக்கரி'யில் ஒரு றாத்தல் பாணும் அருகிலிருந்த சிறிய கடையில் நான்கு பச்சை மிளகாய்களும் ஒரு பீடிக்கட்டும் வாங்கி ஒரு பையில் வைத்துக்கொண்டே வவுனியா நகரிலிருந்து அவன் புறப்பட்டான்.

பிள்ளையார் கோயிலில் யாரோ விளக்கேற்றி வைத்துவிட்டுப் போயிருப்பது தெரிந்தது. வேலும் மயிலும் கவனமாக சுற்றுப்புறத்தை நோட்டம்விட்டவாறே கோயிலுக்கு வந்தான். கோயிலின் சிறிய மண்டபத்தில், காலையில் பார்த்தவன் சுவரில் சாய்ந்து உட்கார்ந்திருப்பது மங்கலாகத் தெரிந்தது.

இப்போது அவன் அழவில்லை. சற்று நேரம் யோசித்துவிட்டு வேலும் மயிலும் எதிர்ப்புறச் சுவரில் சாய்ந்து உட்கார்ந்து கொண்டான். எதிரிலிருப்பவனின் கண்கள் மண்டபத்தின் நடுவாகத் தொங்கிக்கொண்டிருந்த விளக்கையே பார்த்துக் கொண்டிருப்பதையும் அவனது கால்கள் தாளகதியில் தரையைத் தட்டிக்கொண்டிருப்பதையும் வேலும் மயிலும் கவனித்தான்.

வேலும் மயிலுவுக்குப் பசி எடுத்தது. முதல் நாள் இரவு முழுவதும் தூங்காததால் சோர்வு கண்களை அமுக்கியது. வேலும் மயிலும் தான் சாய்ந்திருந்த சுவரிலிருந்து நகர்ந்து மண்டபத்தின் நடுவாக உட்கார்ந்துகொண்டான். அவனது தலைக்கு மேலே விளக்கின் சுடர் தங்கம் போல ஒளிர்ந்தது. அவன் எதிரிலிருந்தவனை 'தம்பி' எனக் கூப்பிட்டு தன்னருகே வருமாறு சைகை செய்தான். அந்த உயரமானவன் எழுந்திருக்காமல் கைகளையும் கால்களையும் அசைத்துக் குண்டியை நிலத்தில் தேய்த்தவாறே முன்னே நகர்ந்துவந்து வேலும் மயிலுவுக்கும் முன்னால் இருந்தான். பையிலிருந்த ஒரு றாத்தல் பாணை எடுத்து சரிபாதியாகப் பிய்த்து ஒரு துண்டை எதிரிலிருந்தவனிடம் கொடுத்த வேலும் மயிலும் பையைத் துளாவி நான்கு பச்சை மிளகாய்களையும் எடுத்து இரண்டு மிளகாய்களை அவனிடம் கொடுத்தான்.

இருவரும் எதுவுமே பேசிக்கொள்ளாமல் அமைதியாகச் சாப்பிட்டார்கள். உயரமானவன் பச்சை மிளகாயைக் கடிக்கும் போதெல்லாம் ஸ்... ஸ்ஸ்... எனச் சத்தம் எழுப்பினான். 'பச்சை மிளகாய் சாப்பிட்டுப் பழக்கமில்லை போல' என்று வேலும் மயிலும் நினைத்துக்கொண்டான். சாப்பிட்டு முடிந்ததும் வேலும் மயிலும் தனது சுவர் ஓரமாகப் போய் இருந்துகொண்டான். உயரமானவனும் உட்கார்ந்திருந்த நிலையிலேயே பின்நகர்ந்து தனது சுவர் ஓரமாக உட்கார்ந்துகொண்டான்.

வேலும் மயிலும் சுவர் ஓரமாகப் படுத்துக்கொண்டான். மற்றவனும் தனது சுவர் ஓரமாகப் படுத்துக்கொண்டான். நடுச் சாமத்தில் எழுந்திருந்து அங்கிருந்து போவது என்ற திட்டத்துடன் வேலும் மயிலும் கண்களை மூடிக்கொண்டான். சற்று நேரத்திலேயே மற்றவன் எழுப்பும் குறட்டைச் சத்தம் இவனுக்குக் கேட்டது. வேலும் மயிலும் நிம்மதியுடன் கால்களைத் தளர்வாக்கி ஆட்டிக்கொண்டான்.

நடுச் சாமத்துக்குச் சற்று முன்னதாகவே கண்விழித்த வேலும் மயிலும் எதிர்ச் சுவரைப் பார்த்தபோது அங்கே உறங்கிக்கொண்டிருந்த உயரமானவனைக் காணவில்லை. வேலும் மயிலும் இருளில் தட்டுத் தடுமாறிப் போய்க் கிணற்றில் தண்ணீர் அள்ளி முகத்தைக் கழுவிவிட்டு, கோயிலுக்குள் வந்து தொங்கிக்கொண்டிருந்த சங்குக்குள் கையைவிட்டு கை நிறைய விபூதியை அள்ளி நெற்றியில் பூசிக்கொண்டு பிள்ளையாரைக் கும்பிட்டுவிட்டு வெளியே வந்து நின்றான். இருளுக்குக் கண்கள் பழகியதும் காட்டை நோக்கி நடக்கத் தொடங்கினான்.

காட்டுக்குள் நுழைந்து மரங்களோடு மரங்களாக வேலும் மயிலும் நடந்துகொண்டிருந்தான். ஏதோ ஒரு மாற்றத்தை அவனால் உணர்ந்துகொள்ள முடிந்ததெனினும் அதை அவனால் விளங்கிக்கொள்ள முடியவில்லை. காடு வெளிச்சமாக இருப்பதாக அவனுக்குத் தோன்றியது. ஏதோ சரியில்லை... திரும்பிப் போய்விடலாமா என அவன் நினைத்தபோது எதிரிலிருந்த மரம் ஓசையில்லாமல் அவன் கழுத்தை நோக்கிப் பாரமான கத்தியை வீசியது. வேலும் மயிலுவின் தலை இரண்டடி தள்ளிப்போய் விழ அவனது முண்டம் அனிச்சையில் கைகளைக் குப்பியவாறே காட்டின் மடியில் வீழ்ந்தது. அன்று மாலை எல்லைக்கோடு மாறியிருந்ததை அறியாமலேயே வேலும் மயிலும் செத்துப் போனான்.

அடுத்தநாள் காலையில் புனிதவதி ரீச்சரின் வீட்டுப் பக்கமிருந்து புழுதியைக் கிழித்துக்கொண்டு வேகமாக கறுப்புநிற 'பிக்கப்' வண்டி வந்தது. அந்த வண்டிக்குப் பின்பாக சில இளைஞர்கள் சைக்கிள்களிலும் சிறுவர்கள் வெறுங் கால்களுடன் ஓடியும் வந்துகொண்டிருந்தார்கள். அந்த வண்டியின் கூரை மீது, வட்ட வடிவத்தில் மூக்குக் கண்ணாடி அணிந்திருந்த கல்கி இறுகிப்போன முகத்துடன் கால்களை அகலவிரித்துப் போட்டவாறு உட்கார்ந்திருந்தான். அந்த வண்டிக்குள் பிரேதம் இருந்தது.

சந்தையடியில் அந்த வண்டி நிறுத்தப்பட்டபோது, கல்கி கூரையிலிருந்து ஒரே தாவாகக் கீழே தாவி வண்டியின் பின்புறம் சென்று பிரேதத்தை மூடியிருந்த படங்கை இழுத்து ஓரத்தில் போட்டான். சந்தையிலிருந்த சனங்கள் அந்த வண்டியைச் சூழ்ந்துகொண்டார்கள். சந்தையிலிருந்த வேலும் மயிலுவின் மனைவி சனங்கள் ஓடுவதைப் பார்த்தாள். அவர்கள் 'பிரேதம்' எனக் கூச்சலிட்டபோது அவளது நெஞ்சு திடுக்குற்றது. அவள் போட்டது போட்டபடியிருக்க எழுந்து அந்த வண்டியை நோக்கி ஓடினாள்.

வண்டியின் அருகில் நின்றிருந்த கல்கி, சனங்களை ஒழுங்குபடுத்தி வரிசையில் விட்டுக்கொண்டிருந்தான்.

வேலும் மயிலுவின் மனைவி அந்த வண்டிக்குள் எட்டிப் பார்த்தபோது பிரேதத்தைக் கண்டாள். இலங்கை இராணுத்தின் தொப்பியை அந்தப் பிரேதம் அணிந்திருந்தது. இலங்கை இராணுவத்தின் சீருடைச் சட்டையை அந்தப் பிரேதம் அணிந்திருந்தது. இலங்கை இராணுவத்தின் தடித்த இடுப்புப் பட்டியை அந்தப் பிரேதம் அணிந்திருந்தது. இலங்கை இராணுவத்தின் சீருடையான பச்சைநிற நீளக் காற்சட்டையை அந்தப் பிரேதம் அணிந்திருந்தது. அந்தப் பச்சைநிற நீளக் காற்சட்டை பிரேதத்தின் முழங்கால்களிற்கு சற்றுக் கீழேவரைதான் பிரேதத்தின் கால்களை மறைத்திருந்தது.

இவ்வாறாக 'சிந்தாமணி பேக்கரி'யில் வாங்கிய ஒரு றாத்தல் பாணில் அரை றாத்தல் பாண் தங்கரேகைக்கு அந்தப் பக்கம் இருந்தது, அரை றாத்தல் பாண் தங்கரேகைக்கு இந்தப் பக்கம் இருந்தது என்று சொல்லி முடித்தான் கதைசொல்லி.

(ஜனவரி 2014)

எழுச்சி

சரவணை கிழக்கைப் பிறப்பிடமாகவும் பாரிஸை வதிவிடமாகவும் கொண்ட ஆழ்வார் தருமலிங்கத்திற்கு இந்தப் புரட்டாதி வந்தால் சரியாக நாற்பத்தேழு வயது. இரு சக்கர வாகனங்களை உற்பத்தி செய்யும்; பிரான்ஸின் புகழ்பெற்ற தொழிற்சாலையொன்றில் கடைநிலைத் தொழிலாளியாகப் பணி செய்கிறார். பிரான்ஸுக்கு வந்து பதின்மூன்று வருடங்களாகின்றன. பிறந்து வளர்ந்ததற்கு இதுவரை அவர் விமானத்தில் ஏறியதில்லை.

பதினைந்து வருடங்களிற்கு முன்பு தருமலிங்கத்திற்கும் காரைநகர் தங்கோடையைச் சேர்ந்த அசோகமலருக்கும் பொன்னாலை வரதராஜப்பெருமாள் கோயிலில் கல்யாணம் நடந்தது. அந்தக் காலத்திலேயே அய்ந்து இலட்சம் ரூபாய்கள் ரொக்கமும் முப்பது பவுண் நகையும் வீடு வளவும் சீதனமாக தருமலிங்கத்திற்குக் கொடுக்கப்பட்டது. இவ்வளவுக்கும் தருமலிங்கம் படித்து உத்தியோகத்திலிருந்த மாப்பிள்ளை அல்ல. ஆனால் திறமான கமக்காரன். இரண்டாயிரம் கன்று புகையிலைத் தோட்டத்தை தனியாகச் செய்யும் கடின உழைப்பாளி. முக்கியமாக குடிவெறி, புகைத்தல் எதுவுமில்லாத மாப்பிள்ளை. அசலான பக்திமான். இலந்தையடிப் பிள்ளையார் கோயில் தொண்டர் படையின் தலைமைத் தொண்டன். தோட்டம் அதைவிட்டால் பிள்ளையார் கோயில் தொண்டும் தேவாரமும் என்று கிடந்தவர். இயக்கங்களிற்கு எதிருமில்லை சப்போர்ட்டுமில்லை. ஆனால் அமிர்தலிங்கத்தைப் போல ஒரு தலைவன் கிடைக்கமாட்டான் என்பதுதான் அவரது உள்ளார்ந்த அரசியல் கொள்கை.

காரைநகரில் சீதனமாகக் கிடைத்த வீடு வளவு கடற்படையின் ஆக்கிரமிப்புக்குள் இருந்தது. விரைவில் கடற்படையினர் வெளியேறிவிடுவார்கள் என மாமனார் சமாதானம் சொல்லியிருந்தார். தருமலிங்கத்திற்கு அதைப் பற்றிப் பெரிய கவலை கிடையாது.

ஓர் ஆதனம் மேலதிகமாக இருக்கிறது என்றளவில் அவருக்குத் திருப்திதான்.

கல்யாணம் நடந்து இரண்டு வருடங்களாகியும் தருமலிங்கம் - அசோகமலர் தம்பதியினருக்கு குழந்தை பிறக்கவில்லை. மெதுமெதுவாக அவரை மலட்டு தருமலிங்கம் என ஊருக்குள் அழைக்கத் தொடங்கினார்கள். ஊர் முழுவதும் தருமலிங்கத்தை மலடன் என்று சொன்னால் தருமலிங்கத்தின் தாய்க்காரி மட்டும் அசோகமலரை மலடி என்று கரித்துக்கொட்டத் தொடங்கினார். எப்போது பார்த்தாலும் குத்தல் கதைகளை அந்த மனுசி பேசிக்கொண்டேயிருந்தார். அப்போதெல்லாம் அசோகமலர் கண்ணீர் விட்டு அழுவார். ஆனால் அவர் ஒருபோதும் தருமலிங்கத்தின் மனம் நோக ஒரு சொல் பேசியதுமில்லை, நடந்துகொண்டதுமில்லை. எல்லாவற்றையும் தருமலிங்கம் மவுனமாகக் கவனித்துக்கொண்டுதானிருந்தார். அவரது உள்ளம் ஆழ்ந்த துயரத்திலும் அடக்கிவைக்கப்பட்டிருந்த ஆத்திரத்திலும் நொதித்துக்கொண்டிருக்கலாயிற்று.

அதிகாலையில் தோட்டத்திற்கு தண்ணீர் இறைக்கிற விசயத்தில்தான் பக்கத்துத் தோட்டக்காரன் கிளியனோடு தருமலிங்கத்திற்கு வாக்குவாதம் வந்தது. பிரச்சினை பேச்சுவார்த்தையாக இருக்கும்போதே கிளியன் 'மலட்டுச் சொத்தா ஆருக்கும் போகப்போற தறைதானே' என்றொரு வசனத்தைப் பாவித்து தருமலிங்கத்தை ஏளனம் செய்தான். அந்தச் சொல்லைக் கேட்டதும் இவ்வளவு நாளாக அடக்கி வைத்திருந்த கோபம், ஊரவர்கள் மீதுள்ள கோபம், தனது தாய்மீது உள்ள கோபம், தன் மீதேயுள்ள கோபம் எல்லாமாகச் சேர்ந்த பெருங் கோபம் அந்த அதிகாலையில் தருமலிங்கத்தின் ஆன்மாவைப் பிசக்கிற்று. அவர் தன்னை ஒரு நிலைக்குக் கொண்டுவர முயன்றுகொண்டிருந்தபோது அவரது கண்கள் கண்ணீரைக் கொப்பளித்தன. அதே நேரத்தில் அவரது கண்கள் இருண்டு போயின. அவரது வலுவான கைகள் கையிலிருந்த மண்வெட்டியைத் தூக்கியெறிந்து தலைகீழாக ஏந்திப் பிடித்தன. குனிந்து மண்வெட்டியின் வலுவான பிடியை கிளியனின் முழங்காலை நோக்கி வீசினார். "அய்யோ மச்சான்" என்று அலறியவாறே கிளியன் கால்களைப் பிடித்தவாறு நிலத்தில் குந்திவிட்டான். தருமலிங்கம் திரும்பியும் பாராமல் விறுவிறுவென தோட்டத்திற்குள் புகுந்து தண்ணீர் மாறத் தொடங்கினார்.

காலை எட்டு மணியளவில் இரண்டு இராணுவீரர்களைக் கூட்டிக்கொண்டு கிளியன், தருமலிங்கத்தின் தோட்டத்துக்கு வந்தான். அப்போது அந்தப் பகுதி முழுவதும் இராணுவத்தினர் சொரியலாக இருந்தார்கள். முதுகில் துப்பாக்கியைக் கொழுவிக்கொண்டு சைக்கிளில் உல்லாசமாகத் திரிந்தார்கள். கைவிடப்பட்ட வீடுகளிலிருந்த கதவுகளையும் சன்னல்களையும் கழற்றி எடுத்து விற்றார்கள். மாலை வேளைகளில் கள்ளைக் குடித்துவிட்டு பைலாப் பாடல்களைப் பாடினார்கள். இரவு நேரங்களில் குமர்ப் பிள்ளைகள் இருக்கும் வீடுகளிற்குள் பாய்ந்து ஓடினார்கள். ஊருக்குள் ஏதாவது பிரச்சினையென்றால் அவர்களே நாட்டாமை செய்து தண்டனைகளை வழங்கினார்கள்.

இராணுவத்தினர் இருவருக்கும் அந்தக் காலைவேளையிலேயே மிகுந்த போதையாயிருந்தது. சரவணைக் கிராமத்தில் காலை ஆறுமணியளவில் பனைகளிலிருந்து கள் இறக்குவார்கள் என்றால் காலை அய்ந்து மணிக்கே இராணுவ வீரர்கள் பனைகளின் கீழே வந்து குந்திக்கொள்வார்கள். சிலர் இரவிலே தாங்களாகவே பனையிலேறி முட்டியை அவிழ்த்து திருட்டுத்தனமாகக் கள் குடிப்பதுமுண்டு. யாரிடம் போய் இந்தத் திருட்டை முறையிட முடியும்? அந்தப் பகுதிக்குப் பொறுப்பான பெரிய இராணுவத் தளபதியே கடற்கரைக் காணிகளைத் தனது சொந்தக்காரர்களின் பெயருக்கு கள்ள உறுதி முடித்துக்கொண்டிருந்தது சனங்களிற்குத் தெரியும்.

தருமலிங்கம் இராணுவத்தினரைப் பார்த்ததும் கொஞ்சம் திடுக்கிட்டார் என்றாலும் பெரிதாகப் பயப்படவில்லை. வந்த வீரர்கள் இருவரும் அவருக்கு ஓரளவு பழக்கமானவர்கள்தான். ஒருவனுடைய பெயர் உதய், மற்றவனுடைய பெயர் பெர்னாண்டோ. அந்த இருவரும் எப்போதும் ஒன்றாகவே திரிவார்கள். அடிக்கடி தருமலிங்கத்தின் தென்னங்காணிக்கு வந்து இளநீர் கேட்பார்கள். அவர்களே மரத்தில் ஏறி இளநீரைப் பறித்துக்கொண்டு தருமலிங்கத்திற்கு ஒரு சல்யூட் செய்துவிட்டுப் போவார்கள். இப்போது மண்வெட்டியைக் கீழே போட்டுவிட்டு தருமலிங்கம் மெதுவாகப் புன்னகைத்தவாறு கிளியனைப் பார்த்தார். அந்தப் பார்வையைக் கிளியனால் தாங்க முடியவில்லை. "மச்சான் நீ என்னில கை வைச்சது பிழை" என்று சொல்லிவிட்டு அவன் கால்களை நொண்டிக்கொண்டு அங்குமிங்குமாக நடந்தான்.

உயரமான இராணுவ வீரனான பெர்னாண்டோ கேட்டான் "அய்யா, திலீபனுக்கு சப்போர்ட்டா? கிளி சொல்றது"

தருமலிங்கத்திற்கு எல்லாம் விளங்கிவிட்டது. அவரே மறந்துவிட்ட சம்பவமது. நல்லூரிலே திலீபன் உண்ணாவிரதமிருந்து இறந்தபோது அந்தக் கிராமத்திலே ஒரு சிறு சம்பவம் நடந்திருந்தது.

அப்போது தருமலிங்கத்திற்கு இருபது வயது. இப்போதை விட அப்போது அவர் மிகப் பெரிய பக்திமான். அப்போதும் அவர் இயக்கத்திற்கு சப்போர்ட்டுமில்லை, எதிருமில்லை. ஆனால் பன்னிரெண்டு நாட்கள் பட்டினி கிடந்து, அதுவும் நல்லூர் முருகக் கடவுளின் முற்றத்திலேயே திலீபன் இறந்தது அவரை மிகவும் வருத்திப்போட்டது.

ஒரு மதிய நேரத்தில் ஒலிபெருக்கிகள் கட்டப்பட்ட இயக்கத்தின் வாகனம் திலீபனின் மரணத்தை அறிவித்தபடி செல்வது தோட்டத்திற்குள் நின்ற தருமலிங்கத்திற்குக் கேட்டது. அப்போது கூட அவருக்குப் பெரிய துயர் ஏற்படவில்லை. வாகனம் சென்ற கையோடு பல குரல்கள் வீறிட்டு அலறுவது தருமலிங்கத்திற்குக் கேட்டது. பள்ளிக்கூடப் பக்கமிருந்துதான் அந்த அலறல் கேட்டது. தோட்டத்தில் போட்டது போட்டபடி கிடக்க வேலியைப் பாய்ந்து பள்ளிக்கூடத்தை நோக்கி தருமலிங்கம் ஓடினார்.

அங்கே பள்ளிக்கூடத்திற்கு முன்னால் வீதியில் திலீபனின் படத்திற்கு விளக்கேற்றி வைக்கப்பட்டிருந்தது. ஆசிரியைகளும் மாணவிகளுமாகக் கூடிநின்று கதறி அழுதுகொண்டிருந்தார்கள். ஊரில் எந்தச் சாவீடு என்றாலும் முன்னுக்கு நின்று ஒப்புச் சொல்லி மாரடித்து அழும் பிள்ளைமுத்து கிழவி நிலத்திலிருந்து ஓரடி உயரத்திற்குத் துள்ளித் துள்ளி மார்பில் இரு கைகளாலும் படார் படார் என அறைந்துகொண்டு ஒப்புச் சொல்லி அழுதார். அந்தக் காட்சி தருமலிங்கத்தை என்னவோ செய்தது. வீட்டுக்குப் போனவர் பித்துப் பிடித்தவர் போலயிருந்தார். தாய்க்காரி சாப்பிடச் சொல்லியும் அன்று முழுவதும் அவரது பல்லில் பச்சைத் தண்ணீரும் படவில்லை. இரவு முழுவதும் உறங்காதிருந்தார்.

அதிகாலையில் தென்னங்காணிக்குக்குப் போனவர் இளந் தென்னங்கன்று ஒன்றை முழுவதுமாகத் தோண்டி எடுத்துக்கொண்டு புளியங்கூடல் சந்திவரை தெருவால் இழுத்துக்கொண்டுபோனார். தோளில் மண்வெட்டி தொங்கவிடப்பட்டிருந்தது. அப்போது இந்திய அமைதிப் படையினரது வண்டியொன்று இவரைக் கடந்துபோனது. சண்டை தொடங்குவதற்கு இன்னும் காலம் இருந்தது.

புளியங்கூடல் சந்தியில் ஆள் நடமாட்டமில்லை. கடைகள் ஏதும் திறக்கப்பட்டிருக்கவில்லை. இரண்டு தெருக்கள் சந்திக்கும் அந்தச் சந்தியின் நட்ட நடுவே மண்வெட்டியால் வேகவேகமாக் கொத்தி ஒரு குழியை உண்டாக்கி அந்தக் குழிக்குள் தென்னங்கன்றை நட்டுவிட்டு அதற்குக் கீழே சம்மணம் போட்டு வடக்கு நோக்கி தருமலிங்கம் வீதியில் உட்கார்ந்துகொண்டார். சற்று நேரம் செல்ல அவரைச் சுற்றிச் சிறிய கூட்டம் கூடிவிட்டது. அவரோ யாருடனும் ஒரு வார்த்தை பேசவில்லை. தருமலிங்கத்திற்கு விசராக்கிவிட்டது என்ற செய்தி தாய்க்காரியை எட்டியபோது தாய்க்காரி தெரு முழுவதும் விழுந்து புரண்டு அழுதவாறே ஓடிவந்தார். தாயுடனும் தருமலிங்கம் ஒரு வார்த்தை பேசவில்லை. சற்று நேரத்தில் இயக்கம் வாகனத்தில் அங்கே வந்தபோதுதான் தருமலிங்கம் வாயைத் திறந்தார்:

"திலீபன் அண்ணனே போன பிறகு நான் எதுக்கு இருக்கவேணும்"

இயக்கப் பொறுப்பாளருக்குக் கண்களில் கண்ணீர் வந்துவிட்டது. அவர் உதடுகளை மடித்துக் கடித்தபடியே உத்தரவுகளைப் பிறப்பித்தார். எண்ணி முப்பதே நிமிடங்களிற்குள் தருமலிங்கத்திற்கும் தென்னங்கன்றிற்கும் மேலோக ஒரு சிறிய தறப்பாள் பந்தல் உருவானது. அருகிலிருந்த தந்திக் கம்பத்தில் இரண்டு ஒலிபெருக்கிகள் கட்டப்பட்டு சோக இசை ஒலிபரப்பப்பட்டது. தருமலிங்கம் படுப்பதற்கு புதிய பாயும் தலையணைகளும் போர்வைகளும் தருவிக்கப்பட்டன. யாரோ ஒருவர் மின்விசிறியொன்றை எடுத்து வந்து தருமலிங்கத்தின் தலைமாட்டிற்குள் வைத்தார். இந்தக் கதையை எழுதிக்கொண்டிருப்பவர் உட்பட நான்கு இளைஞர்கள் தருமலிங்கத்தைச் சுற்றி அமர்ந்து அவருடன் உண்ணாவிரதத்தைத் தொடர்ந்தார்கள். தருமலிங்கத்தின் தாயார் அழுதுகொண்டேயிருந்தார்.

மாலையில் தருமலிங்கம் சற்று வாடிப் போயிருந்தார். நேற்று மதியத்திலிருந்து அவர் தண்ணீர் கூட அருந்தவில்லை. இரவு எட்டு மணியளவில் அவர் பாயில் சுருண்டு படுத்துக்கொண்டார். ஒன்பது மணியளவில் யாழ்ப்பாணத்திலிருந்து இயக்க வாகனம் ஒன்று வந்தது. அவர்கள் பந்தலுக்குள் வந்து, உண்ணாவிரதப் போராட்டங்களை முடித்துக்கொள்ள தலைமை முடிவெடுத்திருக்கிறது என்று சொன்னார்கள். அவர்கள் வரும்போது கையோடு பழரசம் கொண்டு வந்திருந்தார்கள். ஆனால் தருமலிங்கம் உண்ணாவிரதத்தைக் கைவிட மறுத்துவிட்டார். "திலீபன் அண்ணாவே போயிட்டார்"

என அவரது உதடுகள் முணுமுணுத்தன. அவருக்குக் கட்டாயமாகப் பழரசம் புகட்டும் முயற்சி நடந்தபோது அவர் பழரசத்தை புகட்டியவனின் முகத்திலேயே துப்பினார். இயக்கப் பொடியன்கள் தருமலிங்கத்தை பாயோடு சேர்த்து அப்படியே அலாக்காகத் தூக்கி வாகனத்திற்குள் வைத்து யாழ்ப்பாணப் பெரியாஸ்பத்திரிக்குக் கொண்டுபோய்ச் சேர்த்தார்கள். விடிந்தபோது தருமலிங்கம் அலங்கமலங்க முழிக்கத்தான் செய்தார். கடந்த இரண்டு நாட்களாகத் தன்னை இயக்கிய சக்தி எதுவென்று அவருக்கே தெரியாமலிருந்தது. "அம்மாவைக் கவலைப்படுத்திவிட்டேனே" என்ற வருத்தம் மட்டுமே அவருடன் நெடுநாட்களிருந்தன. தருமலிங்கத்தின் போராட்டத்தை சனங்கள் ஒரு மாதம் கூட ஞாபகம் வைத்திருக்கவில்லை. ஏனெனில் இதைவிட ஆயிரம் மடங்கு பெரிய பெரிய போராட்டங்களும் போரும் சாவுகளும் அடுத்தமாதமே வந்துவிட்டன.

ஆனால் தருமலிங்கத்தின் கல்யாணப் பேச்சுக்கால் நடந்துகொண்டிருந்தபோது சனங்களுக்கு அந்தச் சம்பவம் ஞாபகம் வரத்தான் செய்தது. 'தருமலிங்கம் நல்ல பொடியன், சோலி சுறட்டு ஒண்டுமில்லை, ஆனால் இடைக்கிட ஆளுக்கு கிறுதி மாதிரி வாறது. அந்த நேரத்தில அவன் என்ன செய்யிறானெண்டு அவனுக்கே விளங்கிறதில்லை" என்று சனங்கள் பேசிக்கொண்டார்கள். ஊருக்குள் பெண் கிடைக்காததால் காரைநகர் வரை போய் பெண் எடுக்கவேண்டியிருந்தது. அதற்குப் பிறகு இப்போது கிளியனுக்கு அந்தச் சம்பவம் குறித்த ஞாபகம் வந்து இராணுவ வீரர்களிடம் சொல்லிக் கொடுத்திருக்கிறான்.

தருமலிங்கத்தின் தோட்டத்திற்குள் இராணுவ வீரர்கள் நிற்பதை பக்கத்துத் தோட்டக்காரர்கள் எட்டயிருந்து கவனித்துக்கொண்டிருந்தார்கள். இராணுவ வீரர்களிற்கு முன்னால் எதுவும் பேசாமல் தருமலிங்கம் மவுனமாக நின்று தலையைக் குனிந்து நிலத்தைப் பார்த்தவாறேயிருந்தார். காலையில் திருப்புகழும் மாலையில் திருமந்திரமும் உச்சரிக்கும் அந்த வாயில் எந்தக் காலத்தில் பொய் வந்தது!

பெர்னாண்டோ என்ற இராணுவீரன் தருமலிங்கத்தின் பின்புறமாக வந்து அவரது இரண்டு கைகளையும் பின்னால் இழுத்து முறுக்கிப் பிடித்துக்கொண்டான். அப்போது தருமலிங்கத்தின் முகம் தானாகவே வானத்தைப் பார்த்து நிமிர்ந்தது. உதய் என்ற இராணுவீரன் தருமலிங்கத்தின் முன்னால் வந்து நின்று அவரது முகத்தில்

காறி உமிழ்ந்தான். தருமலிங்கம் மறுபடியும் பூமியை நோக்கித் தலையைக் குனிந்தபோது அவரது தோள்பட்டைகளில் சுள்ளென வலி கிளம்பிற்று. அவரது முகத்திலிருந்து இராணுவ வீரனின் எச்சில் கோடாகப் பூமிக்கு வழிந்தது. உதய் தனது ஏ.கே. 47 துப்பாக்கியை எடுத்து உயரே தூக்கிப்போட்டு தலைகீழாக ஏந்திக்கொண்டான். ஏந்திய வேகத்திலேயே துப்பாக்கியின் பின்புறத்தை தருமலிங்கத்தின் கொட்டைகளை நோக்கிச் செலுத்தினான். அப்போது பின்னாலிருந்து கைகளைப் முறுக்கிப் பிடித்துக்கொண்டிருந்த பெர்னாண்டோ அவரைக் கீழ்நோக்கி இழுத்து மல்லாத்தினான். தருமலிங்கத்திற்கு கிறுதி மாதிரி வந்தது.

அவர் கண்விழித்தபோது அந்தத் தோட்ட வெளிக்குள் ஒரு குஞ்சு குருமானும் இல்லை. கொட்டைகள் இரண்டும் உயிர்போக வலித்தன. மெதுவாக எழுந்து உட்கார்ந்து சாரத்தை விலக்கிப் பார்த்தார். இரண்டு கொட்டைகளும் பெரிய கறுத்தக் கொழும்பான் மாம்பழங்கள் போல கனிந்து வீங்கியிருந்தன. ஆண்குறி சிறுத்துப்போய் ஒரு நாவற்பழம் போல உடலில் ஒட்டிக்கொண்டிருந்தது. அதன் முனையில் ஒரு துளி இரத்தம் கசிந்திருந்தது. தருமலிங்கம் மெதுவாக எழுந்து வீட்டை நோக்கி கால்களை அகட்டி அகட்டி வைத்து மெல்ல நடந்தார். அவர் பாதிவழியில் போய்க்கொண்டிருக்கும்போது எதிரே அசோகமலர் தன்னை நோக்கி அழுதுகொண்டே ஓடிவருவதைக் கண்டார்.

அன்று இரவு அவர் சுவரில் சாய்ந்து இருந்துகொண்டே அசோகமலரிடம் சொன்னார்:

"இல்ல, இந்த இடம் சரியில்ல, இந்த இடம் என்னைப் போ போ எண்டுது. நான் போகப் போறன்."

"எங்கையப்பா போகப் போறீயள்?"

"இல்லை மலர்... இந்த இடம் என்னைப் போ.. போ.. எண்டு சொல்லுது.. இனி ஒரு நிமிசமும் நான் இஞ்சை இருக்கக்கூடாது"

அடுத்த மாதம் நீர்கொழும்பிலிருந்து அறுபது ஆட்களை ஏற்றிக்கொண்டு இத்தாலிக்குக் கிளம்பிய மீன்பிடிப் படகில் தருமலிங்கமும் இருந்தார். இரண்டு மாதக் கடற் பயணத்திற்குப் பின்பு இத்தாலிக்கு போய் அங்கிருந்து ரயிலில் பிரான்ஸுக்கு வந்து சேர்ந்தார்.

அவர் ரயிலிலிருந்து பாரிஸ் கார் து லியோன் ரயில் நிலையத்தில் இறங்கியதுமே தன்னை அழைத்துப் போக வந்திருந்த அசோகமலரின் தம்பியிடம் சொன்ன முதல் வார்த்தைகள்:

"சரியாயிருக்கு, தம்பி இந்த இடத்தில எல்லாம் சரியாயிருக்கு.. அமைப்பா இருக்கு"

2

பாரிஸில் விசா இல்லாமல் வாழ்வதென்றால் சும்மாவா! தருமலிங்கம் ஆள் அரைவாசியாகிப் போனார். அசோகமலரின் தம்பியின் வீட்டுக்குப் பின்னாலிருந்த சிறிய ஸ்டோர் ரூமை ஒருமாதிரியாகச் சரிப்பண்ணி வசிக்கும் அறையாக்கி தருமலிங்கத்திற்குக் கொடுத்திருந்தார்கள். வேலைக்குப் போகிறாரோ இல்லையோ மாதம் பிறந்தால் கண்டிப்பாக வாடகைக் காசை எண்ணி வைக்கவேண்டும்.

தருமலிங்கம் கடுமையான உழைப்பாளி ஆயிற்றே. கிடைக்கும் வேலைகளை எல்லாம் மாடுபோல முறிந்து செய்தார். சமையலறைகளில் தோட்டங்களில் கட்டடங்கள் கட்டுமிடத்தில் சந்தையில் அச்சகத்தில் தமிழ்க் கடையில் எனப் பலபட்டறை வேலைகளையும் செய்தார். மாதம் தவறாமல் அசோகமலருக்கு பணம் அனுப்பினார். தனக்கு விசா விரைவில் கிடைத்துவிடுமெனவும் அது கிடைத்தவுடன் அசோகமலரையும் பிரான்ஸுக்குக் கூப்பிட்டுவிடுவாரென்றும் கடிதங்கள் எழுதினார். ஒவ்வொரு இலந்தையடிப் பிள்ளையார் கோயில் திருவிழாவுக்கும் மறக்காமல் நன்கொடையாக இருபத்தைந்தாயிரம் ரூபாய்கள் அனுப்பினார். ஆனால் பிரான்ஸுக்கு வந்த பன்னிரெண்டாவது வருடம்தான், தருமலிங்கத்தின் நாற்பத்தாறாவது வயதில் அவருக்கு விசா கிடைத்தது.

அவருக்கு விசா கிடைத்ததும் அவர் நேரே இந்தக் கதைசொல்லியிடம்தான் வந்தார். பாரிஸில் அவருக்கு ஒரே நண்பன் இந்தக் கதைசொல்லிதான். தன்னுடைய சிரமங்களையும் மனவுளைச்சல்களையும் மனைவியைப் பிரிந்திருக்கும் வேதனையையும் குழந்தையில்லாத குறையையும் அவர் எந்த ஒளிவு மறைவுமில்லாமல் வார்த்தை வார்த்தையாகத் துயரமும் சுயபச்சாதாபமும் சொட்ட இந்தக் கதைசொல்லியிடம்தான் பகிர்ந்துகொள்வார்.

இந்தக் கதைசொல்லியின் வழிகாட்டலில்தான் ஒரு தனியார் வேலைவாய்ப்பு நிறுவனத்தின் மூலம் பாரிஸின் புறநகர் ஒன்றிலிருந்த இருசக்கர வாகனத் தயாரிப்பு தொழிற்சாலையில் தருமலிங்கத்திற்கு கடைநிலைத் தொழிலாளியாக வேலை கிடைத்தது. ஆணிகள் நட்டுகள் பொறுக்கிக் கழுவித் துடைக்கும் வேலைதான். அந்த வேலையில் அவர் மகிழ்ச்சியாகவே இருந்தார். பிரஞ்சு மொழியை ஓரளவு பேசவும் கற்றுக்கொண்டார். இவருக்கு விசா கிடைத்ததற்காக செல்வச் சந்நிதி கோயிலில் அசோகமலர் அன்னதானம் வழங்கினார். அசோகமலரை பிரான்ஸுக்கு அழைப்பதற்கான வேலைகளில் தருமலிங்கம் மும்முரமாக இறங்கினார். தருமலிங்கத்திற்கு நாற்பத்தேழு வயதில் புத்திர பாக்கியம் இருக்கிறது என லாச்சப்பலில் முகாமிட்டிருக்கும் ஆந்திரா சாத்திரி அடித்துச் சொல்லியிருந்தான். ஆனால் பிரஞ்சுச் சட்டங்களின்படி அசோகமலர் பிரான்ஸ் வந்து சேர இரண்டு வருடங்கள் எடுக்கும். ஊருப்பட்ட பேப்பர் வேலைகளும் தூதரகச் சடங்குகளும் நடுவில் இருந்தன.

தான் பிரான்ஸ் வருவது ஒருபுறமிருக்கட்டும், அதற்கு நடுவில் தன்னையொருமுறை வந்து பார்த்துப் போகுமாறு அடிக்கடி அசோகமலர் தொலைபேசியில் அழுதுகொண்டிருந்தார். ஒவ்வொருமுறை தொலைபேசிப் பேச்சை முடிக்கும்போதும் "என்ர ராசா" என அசோகமலர் ஓர் ஆழமான துயரப் பெருமூச்சை விட்டது தருமலிங்கத்தை வதைத்துக்கொண்டேயிருந்தது.

தொழிற்சாலையில் தருமலிங்கம் இரண்டு மாதங்கள் விடுப்பு எடுத்துக்கொண்டார். ஆனால் எக்காரணம் கொண்டும் இலங்கை மண்ணை மிதிக்க அவர் விரும்பவில்லை. இலங்கையைப் பற்றிய நினைப்பு வரும்போதெல்லாம் அவரது கை தானாகவே அவரது உள்ளாடையை விலக்கும். தருமலிங்கம் தனது கொட்டைகளைப் பார்க்கும்போது அவருக்கு அழுகிய கறுத்தக் கொழும்பான் மாம்பழங்களே நினைவுக்கு வரும். இலங்கையை நினைத்தால் அந்த மாங்காய் வடிவத்தீவு அவரது கொட்டைகள் போலவேயிருக்கும் சித்திரமே அவரது மனதில் எழுந்தது.

அப்போது அசோகமலர் பிரஞ்சுத் தூதரகத்தில் அலுவல்கள் காரணமாக கொழும்பில் இருந்தார். அவரை சென்னைக்கு வரச்சொல்லிவிட்டு தருமலிங்கமும் சென்னைக்குப் புறப்பட்டார். தருமலிங்கமும் அசோகமலரும் தங்குவதற்கு இரண்டு

மாதங்களுக்கு வாடகைக்கு ஒரு வீட்டை நுங்கம்பாக்கத்தில் இந்தக் கதைசொல்லிதான் ஏற்பாடு செய்து கொடுத்தார்.

தருமலிங்கத்திற்கு இதுதான் முதலாவது விமானப் பயணம். நான்கு மணிநேரங்கள் முன்பாகவே பாரிஸ் விமான நிலையத்திற்குப் போய்விட்டார். அதிகம் பொருட்களை தன்னுடன் எடுத்துச் சொல்லவில்லை. பாரிஸில் கிடைக்கும் அத்தனை பொருட்களும் இப்போது இந்தியாவிலேயே மலிவு விலையில் கிடைக்கின்றன என இந்தக் கதைசொல்லி அவருக்குச் சொல்லியிருந்தார். அசோகமலருக்கு சில தின்பண்டங்களும் ஒன்றிரண்டு ஆடைகளும் ஏழெட்டு ஓடிக்கொலோன் போத்தல்களும் தாய்க்காரிக்குக் கொடுத்துவிட ஒரு சுவெட்டரும் மட்டுமே தருமலிங்கம் எடுத்துச் சென்றிருந்தார்.

விமானநிலையத்தில் கொஞ்சம் பதற்றமாகத்தான் இருந்தார். அவர்கள் பாஸ்போர்டையும் தருமலிங்கத்தையும் மாறிமாறி உற்றுப் பார்த்ததிலேயே அவருக்குப் பாதிச் சீவன் போய்விட்டது. ஒருமாதிரியாகத் தட்டுத்தடுமாறி குடியகல்வுச் சடங்குகளை முடிந்துக்கொண்டு நிம்மதிப் பெருமுச்சு விட்டுக்கொண்டு புறப்பட்டால் அடுத்ததாக, எடுத்துச்செல்லும் பொருட்களை பரிசோதனை செய்யும் சடங்கு.

இவரது கண்முன்னேயே ஓடிக்கொலோன் போத்தல்கள் குப்பைத் தொட்டிக்குள் வீசப்பட்டன. தின்பண்டங்களிலும் அரைவாசி குப்பைத் தொட்டிக்குள் போனது. தருமலிங்கம் செய்வதறியாது தடுமாற்றத்துடன் குப்பைத் தொட்டியையே பார்த்துக்கொண்டிருந்தார். அதற்குள் இன்னும் சில பொருட்களும் விழத்தான் செய்தன. அவரது சுமையை அவர்கள் சரி அரைவாசியாகக் குறைத்துவிட்டிருந்தார்கள். அவரது ஜக்கெட்டையும் சப்பாத்துகளையும் பெல்டையும் கழற்றி பரிசோதனை இயந்திரத்திற்குள் வைக்கச் சொன்னார்கள். அவர்கள் சொன்னது புரிந்தாலும், தனக்குத்தான் ஏதோ பிழையாக விளங்குகிறது என்றுதான் தருமலிங்கம் முதலில் நினைத்தார். பிறகு பார்த்தபோதுதான் அவருக்கு முன்னால் வரிசையில் நின்றவர்கள் வெறுங்கால்களோடு இடுப்புக் காற்சட்டைகளைக் கைகளால் பற்றிப் பிடித்தவாறு அரைநிர்வாணக் கோலத்தில் முன்னே நகர்ந்துகொண்டிருப்பதைப் பார்த்தார். இடதுகையால் இடுப்புக் காற்சட்டையைக் கீழே விழாமல் பற்றிப் பிடித்தவாறு பரிசோதனை மேடையில் சிதறிக்கிடந்த தனது பொருட்களை வலதுகையால் மறுபடியும் சேகரித்துப் பெட்டிக்குள் திணித்துப் பெட்டியை

மூடுவதற்குள் தருமலிங்கத்திற்கு வியர்த்து வழிந்தது. சாடையாகக் கிறுதி வருமாப்போலவும் கிடந்தது.

ஒருமாதிரிச் சமாளித்துக்கொண்டு புறப்பட்டால் அடுத்தது உடற்பரிசோதனை. ஓர் இயந்திர வளைவுக்குள்ளால் புகுந்து வரச் சொன்னார்கள். அந்த வளைவுக்கு அருகில் ஆறரையடி உயரமான ஒருவன் விறைப்பாக நின்றிருந்தான். அவனது கையில் கறுப்பு நிறத்தில் நீளமான ஒரு பொருள் இருந்தது. அவன் அந்தப் பொருளைத் தூக்கி தருமலிங்கத்தின் முகத்துக்கு நேராகக் காட்டி 'வா' எனச் சைகை செய்தான். தருமலிங்கம் சின்ன வயதில் முனியப்பர் கோயிலடியில் 'ஜெமினி சேர்க்கஸ்' பார்த்திருக்கிறார். அந்தக் காட்சிதான் இப்போது அவருக்கு ஞாபகம் வந்தது.

அவர் அந்த வளைவுக்குள்ளால் புகுந்து கடந்தபோது அந்த வளைவு "கீக்கீகிக்கீ" என அலறியது. மறுபடியும் அவரை அந்த வளைவுக்குள்ளால் புகுந்து வரச் சொன்னார்கள். மறுபடியும் இயந்திரம் சத்தம் எழுப்பியது. மறுபடியும் வளைவுக்குள் போகச் சொன்னார்கள். இந்தமுறை இயந்திரம் வேறுவிதமான சத்தம் ஒன்றை எழுப்பியது.

தருமலிங்கத்தை ஒரு வட்டத்திற்குள் நிற்கச் சொல்லிக் கட்டளை பிறந்தது. இரண்டு கால்களையும் விரித்து அகட்டி வைக்கச் சொன்னார்கள். கைகளை மேலே உயர்த்துமாறு சொன்னார்கள். பதற்றத்தில் தருமலிங்கத்தின் உடம்பு இன்னும் வியர்த்துக்கொட்டி வேகமாக நடுங்கியது. இது அவர்களிற்கு இன்னும் சந்தேகத்தைக் கிளப்பியிருக்கவேண்டும்.

ஆறரையடி உயரமான அதிகாரி விறைப்பான முகத்துடன் முதலில் தருமலிங்கத்தின் கைகளைத் தடவிச் சோதனையிட்டான். மார்பு, வயிறு எல்லாவற்றையும் அழுத்தித் தடவினான். முதுகையும் குண்டிப் பகுதியையும் ஏதோ ரொட்டிக்கு மாவு பிசைவது போன்ற தோரணையில் அமுக்கி எடுத்தான். அவரது கால்களைக் கீழிருந்து மேலாக அழுத்தித் தடவினான். தொடைக்கு மேற்பகுதியில் அவன் தனது கைகளை அளைந்து நகர்த்தியபோது தருமலிங்கத்தின் கொட்டைகளை அவனது விரலொன்று சட்டெனத் தீண்டுவது போலிருந்தது. தருமலிங்கம் துடித்துப்போனார். அவருக்கு தனது தோட்டத்தில் இளநீர் வாங்கிக் குடித்து உடல் வளர்த்த இராணுவீரன் கொடுத்த அடி மறுபடியும் ஞாபகத்திற்கு வந்தது. "என்ர கொட்டையைத் தொட இவன் ஆரு" என்ற

கோபம் அவருக்குள் உன்னியது. ஆனால் ஆறரையடி உயர அதிகாரி இவரது கொட்டைகளையோ ஆண்குறியையோ தொட்டிருக்கவில்லை. அவற்றைத் தொடாமலேயே மயிரிழைத் தூரத்தில் விரல்களை வைத்துச் சோதனை செய்யும் முறைக்கு அதிகாரிகள் பயிற்றுவிக்கப்பட்டிருக்கிறார்கள். சோதனையின் இறுதியில் அவர்கள் தருமலிங்கத்தை போவதற்கு அனுமதித்தார்கள். தருமலிங்கத்திற்கோ கோபத்தால் உடல் நடுங்கியது. அவருக்குக் கிறுதி வரும் போலிருந்தது. அப்படியே திரும்பிப் போய்விடலாமோ என்றுகூட யோசித்தார். சென்னையில் அசோகமலர் எதிர்பார்த்துக் காத்திருக்கிறார் என்ற ஒரேயொரு சிந்தனை மட்டுமே அன்று அவரைப் பயணம் போக வைத்தது.

துபாய் விமான நிலையத்தில் இறங்கி சென்னை செல்லும் விமானத்திற்கு மாற வேண்டியிருந்தது. துபாய் விமான நிலையத்திலும் இப்படியொரு மானக்கேடு ஏற்படுமென்று தருமலிங்கம் கருதியிருக்கவேயில்லை. வரிசையில் நிற்கும்போதே "அங்க சோதிச்சுத்தானே விட்டவங்கள்.. நடுவில வானத்தில் வைச்சு என்ன பிரகண்டத்த எடுத்து ஓராள் மறைச்சுக் கொண்டு வர ஏலும்" என்று தனக்குள் முணுமுணுத்தார்.

ஒன்றுக்கு இரண்டு அரபிகள் அவரது உடலை பாதாதிகேசம் தடவினார்கள். இந்த முறையும் தனது கொட்டைகளை அவர்கள் தீண்டியதுபோலத்தான் தருமலிங்கத்திற்குப்பட்டது. தருமலிங்கம் கைகளை உயர்த்தியவாறு நின்றுகொண்டேயிருந்தார். விரித்துவைத்திருந்த அவரது கால்கள் கோபத்தால் நடுங்கிக் கொண்டிருந்தன.

சென்னை விமான நிலையத்தில் இறங்கியதும்தான் தருமலிங்கம் ஒரு நிலைக்கு வந்தார். என்றாலும் இங்கேயும் கொட்டையைத் தடவுவார்களா என்றொரு சந்தேகம் அவருக்கு இருக்கத்தான் செய்தது. நல்ல காலத்திற்கு அப்படி எதுவும் நடக்கவில்லை. தனது பெட்டிகளை எடுத்துக்கொண்டு அவர் விமான நிலையக் கதவிற்குள்ளால் வெளியேறி வெளியே ஓரடி எடுத்து வைக்கும்போதே எதிரே கூட்டத்திடையே அசோகமலர் கைகளை அசைத்தவாறு வெட்கப் புன்னகையுடன் நிற்பதைக் கண்டார். அவர் அடுத்த அடியை எடுத்துவைக்க முயன்றபோது பின்னாலிருந்து ஒருகை அவரது தோளைப் பற்றிப் பின்னால் மறுபடியும் விமான நிலையத்திற்குள் இழுத்தது. தருமலிங்கம் பின்னால் இழுபட்டுக்கொண்டே முகத்தை மட்டும் முன்னாலே நீட்டி

அசோகமலரை வைத்தகண் வாங்காது பார்த்தார். அசோகமலரின் முகம் பீதியில் உறைந்துகொண்டிருந்தது.

தருமலிங்கத்தை தனியறைக்குள் கூட்டிச்சென்று ஆடைகளைக் கழற்றி உள்ளாடையுடன் நிறுத்திப் பரிசோதனை செய்தார்கள்; அவர்மீது அவர்களிற்கு ஏதோ விசேட சந்தேகமாம். சோதனை மகா முரட்டுத்தனமாக இருந்தது. இம்முறை அவர்களது வெள்ளை உறை அணிந்த கைகள் நிச்சயமாகவே தருமலிங்கத்தின் கொட்டைகளையும் ஆண்குறியையும் தீண்டின. தருமலிங்கத்தின் வாயிலிருந்து வெப்பத்துடன் அந்தச் சொற்கள் அப்போது உரக்க வந்தன:

“தமிழனுக்கு தமிழனே உப்பிடி செய்யக்கூடாது”

3

சென்னையில் நாட்கள் அற்புதமாகக் கழிந்தன. அசோகமலருக்கு கொள்ளை மகிழ்ச்சியும் உற்சாகமும். அவர்கள் இருவருக்குமே கோயில் குளம் பார்க்கும் எண்ணமோ ரங்கநாதன் தெருவில் ஷொப்பிங் செய்யும் எண்ணமோ அறவேயில்லை. காலையில் அருகிலிருக்கும் கடைத்தெருவுக்கு இருவருமாகச் சோடிபோட்டுச் சென்று மீன், நண்டு, இறைச்சி என்று வாங்கிவந்து சமைப்பார்கள். வெள்ளிக்கிழமைகளில் மட்டும் மரக்கறி. இரவு மொட்டை மாடியிலிருந்து கடலை கச்சான் சாப்பிட்டவாறே நீளக் கதைத்துக் கொண்டிருந்தார்கள். தருமலிங்கம் கதைக்கும்போது இடையிடையே பிரஞ்சு மொழிச் சொற்களும் கலந்து வருவதை அசோகமலர் ஆசைஆசையாக ரசித்தார். “நீங்கள் இப்பிடி பிரான்ஸ் கதைச்சால் எனக்கு என்னெண்டு விளங்குமாம்..” என்று சிணுங்கவும் செய்தார். இரவுகளில் ஆசைதீரப் புணர்ந்தார்கள். அசோகமலர் பூரித்துப்போயிருந்தார். தருமலிங்கத்திற்கு இளமை மீண்டுவந்து கூத்திட்டது. புணர்ச்சியின்போது அசோகமலர் எல்லாநிலைகளிலும் புன்னகைத்துக்கொண்டேயிருந்தார். தருமலிங்கத்திற்கு பெருமை பிடிபடாமல் கிடந்தது. ஒருநாள் காலையில் அசோகமலர் அவருக்குக் கொடுத்த முட்டைக் கோப்பியைக் குடித்துவிட்டு எழுந்துநின்று கைகளைக் காற்றில் சுழற்றி இரண்டு பலமான குத்துகள் விட்டார். ஒருகுத்து உதய்க்கு, அடுத்த குத்து பெர்னாண்டோவுக்கு. மகிழ்ச்சி என்பது அந்த நான்கு சுவர்களிற்குள் அவர்களிற்கு இருந்தது.

ஒருநாள் மாலையில் இருவரும் திரைப்படம் பார்க்கலாம் என முடிவு செய்தார்கள். அமைந்தகரையில் ஒரு பென்னம் பெரிய வணிக வளாகத்திலிருந்த திரையரங்கிற்குச் சென்றார்கள். நுழைவுச்

சீட்டுகளை வாங்கிக்கொண்டு திரையரங்கிற்குள் நுழைவதற்காக வரிசையில் நின்றுகொண்டிருந்த தருணத்தில்தான் தருமலிங்கம் அதைக் கண்டார். திரையரங்க வாசலிலே ஆட்களைப் பரிசோதனை செய்யும் வளைவு இயந்திரம் நிறுத்தப்பட்டிருந்தது. அதன் இருபுறத்திலும் விறைப்பாக இரண்டு காவலாளிகள் நின்றிருந்தனர்.

"மலர் கொஞ்சம் அத்தோம் பண்ணும்" என்று தருமலிங்கம் மனைவியின் கைகளைப் பிடித்து இழுத்தார். இருவரும் வரிசையிலிருந்து விலகினார்கள். தருமலிங்கம் கவனித்தபோது இரண்டு காவலாளிகளும் ஒருவரது சட்டைப்பையிலிருந்த சிகரெட் பெட்டி, லைட்டர் எல்லாவற்றையும் வாங்கி ஒரு பக்கத்தில் போடுவது தெரிந்தது. அடுத்துப் போனவரின் வாயிலிருந்த சுயிங்கத்தை அங்கேயிருந்த குப்பைத்தொட்டியில் உமிழுமாறு காவலாளி சொன்னான். அதன் பிறகு தலையிலிருந்து கால்வரை தடவிப் பார்த்தார்கள்.

"இஞ்சேரும் மலர் எனக்கு வயித்துக்க குத்துது" என்று தருமலிங்கம் சொன்னார். இருவரும் படம் பார்க்காமலேயே திரும்பி வீட்டுக்கு வந்தார்கள். வீட்டுக்குள் கால் வைத்த நொடியில் தருமலிங்கத்தின் வயிற்றுவலி சரியாகிவிட்டது. அதற்குப் பிறகு தருமலிங்கம் வீட்டைவிட்டு வெளியே போவதேயில்லை. கேட்டால் "இந்தத் தூசியும் புழுதியும் எனக்கு ஒத்துக்கொள்ளுதில்ல மலர்" என்றார்.

தருமலிங்கம் பிரான்சுக்குத் திரும்பவேண்டிய நாளுக்கு இரண்டு நாட்களிற்கு முன்புதான் அசோகமலர் அவரது கைகளைப் பிடித்து உள்ளங்கைகளை எடுத்து அவற்றுக்குள் தனது முகத்தைப் புதைத்துக் கண்ணீர் மல்கியபடியே தான் கர்ப்பம் தரித்திருப்பதாகச் சொன்னார். தருமலிங்கத்தால் மகிழ்ச்சியைத் தாங்க முடியவில்லை. தலைக்கு மேல் கைகளைக் குவித்து "பிள்ளையாரப்பா" என்று கூவினார். பிறகு அசோகமலரிடம் சொன்னார்:

"சிறப்பாயிருக்கு.. எல்லாம் கலாதியாயிருக்கு. எல்லாம் சரியாயிருக்கு"

அடுத்தநாள் அசோகமலர் கொழும்புக்குப் புறப்படவேண்டும். மனைவியைப் பத்திரமாக அனுப்பிவைத்துவிட்டு அதற்கு அடுத்தநாள் தருமலிங்கம் பிரான்ஸுக்குப் புறப்பட்டார்.

சென்னை விமான நிலையம்வரை உற்சாகமாயிருந்தவர் விமான நிலையத்தைக் கண்டதுமே சற்று நிலைகுலைந்தார். ஆனால் இம்முறை பதற்றத்திற்கு மேலாக ஆத்திரமே அவரிடமிருந்தது. சென்னையிலும் சரி துபாயிலும் சரி மீண்டும் அதேபோன்ற கடுமையான சோதனைகள்தான். கொட்டைகளைத் தடவுவதுபோல வந்து போக்குக்காட்டி அவர்களது விரல்கள் விலகியபோதெல்லாம் தருமலிங்கம் ஆத்திரத்திலும் அவமானத்திலும் துடித்துப்போனார்.

பாரிஸ் விமானநிலையத்தில் அவருக்குக் கிறுதியே வந்துவிட்டது. விமானத்தில் ஏறப் போகப் போகும்போது சோதனை செய்தீர்கள் சரி.. விமானத்திலிருந்து இறங்கி வரும்போதும் சோதனை செய்யவந்தால் எப்படி?

ஒரு சுங்க இலாகா அதிகாரி "மிஸியூ... மிஸியூ" என்று கூப்பிடக் கூப்பிடக் காதுகேளாதவர்போல பெட்டிகள் வைக்கப்பட்டிருந்த தள்ளுவண்டியைத் தள்ளிக்கொண்டு தருமலிங்கம் வேகமாக நடந்தார். அந்த அதிகாரி பின்னால் வருகிறானா என தருமலிங்கம் சற்றுத் திரும்பிப் பார்த்தபோது அந்த அதிகாரி இவருக்குப் பின்னால் வராமல் வேறொரு பயணியைச் சோதனை செய்துகொண்டிருந்தான்.

தலையை ஆட்டியவாறே கால்களை எட்டப் போட்டு ஆங்காரமாகத் தள்ளுவண்டியைத் தள்ளிக்கொண்டு போன தருமலிங்கம் அடுத்த இரண்டாவது நிமிடத்தில் சிவில் உடையணிந்திருந்த இரண்டு சுங்க இலாகா அதிகாரிகளால் மடக்கிப் பிடிக்கப்பட்டார். 'சவப்பா நோ!' என்று தருமலிங்கம் போட்ட கூச்சலில் விமான நிலையமே திரும்பிப் பார்த்தது.

அணுஅணுவாகச் சோதனை போடுவது என்பார்களே அதுதான் நடந்தது. தருமலிங்கத்தின் உடல் முழுவதும் அவர்களது கையுறைகள் அணிந்த கரங்கள் ஊர்ந்தன. தருமலிங்கத்தை படுக்கவைத்து எக்ஸ்-ரேயும் எடுத்துப் பார்த்தார்கள். கிட்டத்தட்ட நான்கு மணிநேர விசாரணை. சுங்க அதிகாரி கூப்பிட்டபோது எதற்கு தருமலிங்கம் ஓட வேண்டும் என்பதுதான் விசாரணையின் மையம். அவர்களால் எதையும் கண்டுபிடிக்க முடியவில்லை. தருமலிங்கம் அந்த அலுவலகத்தை விட்டு வெளியே வரும்போது சோதித்த அதிகாரிகளில் ஒருவன் அவருடன் கைகுலுக்க வந்தான். தருமலிங்கம் கையைக் கொடுக்காமல் அவனை முறைத்துப் பார்த்தார். "அடுத்த தடவை இங்கே வரும்போது சோதனைக்கு அழைத்தால் தயவுசெய்து ஒத்துழையுங்கள், ஒத்துழைத்தால் இப்படியான காலவிரயங்களை

நாங்கள் தவிர்த்துக்கொள்ளலாம்" என்று அதிகாரி சொல்லிச் சொன்ன வாய் மூடமுன்பே தருமலிங்கத்தின் கையிலிருந்த பெட்டி பறந்துபோய் விமான நிலையத் தரையில் விழுந்து வாய் பிளக்க அதற்குள்ளிருந்த திருநெல்வேலி இருட்டுக்கடை அல்வா, திருநீறு, சந்தனம், ஆயுர்வேத எண்ணெய் எனப் பல சரக்குகள் தரை முழுவதும் சிதறின. தருமலிங்கம் தனது கால்களை ஒருசேர வைத்துக்கொண்டு இடுப்பில் இரு கைகளையும் ஊன்றிக்கொண்டு கழுத்தை முன்னே நீட்டி அந்த அதிகாரியைப் பார்த்துத் தமிழில் கத்தினார்:

"அடுத்தமுறை ஏன் வரச்சொல்லுறாய்? இந்தமுறை மரியாதை கெடுத்தினது போதாதோ?"

4

பயணக் களைப்பு தருமலிங்கத்தை படுக்கையில் அமுக்கினாலும் விமான நிலையத்தில் ஏற்பட்ட ஆற்றாமையால் அவருக்கு ஒருகண் நித்திரையும் வரவில்லை. பிள்ளைத்தாச்சியான மனைவியைத் தனியே விட்டுவிட்டு வந்த கவலை வேறு அவரை உருக்கியது. காலையில் அய்ந்து மணிக்கு எழுந்து தொழிற்சாலைக்கு வேலைக்குப் போகவேண்டும். எனவே கட்டாயப்படுத்தி தூக்கத்தை வரவழைக்க முயற்சித்தார்.

ஒரு மணிநேரம் தூங்கியிருப்பார். அலாரம் அடித்தது. குளித்துவிட்டு நெற்றி நிறையத் திருநீறைப் பூசிக்கொண்டு தொழிற்சாலைக்குக் கிளம்பினார். ஒரு மணிநேரம் ரயிலில் பயணம் செய்து தொழிற்சாலையை அடைந்தார். இரண்டு மாதங்களிற்குப் பின்பு வேலைக்கு வருகிறார். தொழிற்சாலை வளவுக்குள் காலடி எடுத்து வைக்கும்போதே அவருக்குள்ளிருந்த உழைப்பாளி உற்சாகமாக விழித்துக்கொண்டான். உயர்ந்திருந்த தொழிற்சாலைக் கட்டடம் காலைச் சூரியனின் ஒளியில் மின்னியது. அந்தத் தொழிற்சாலையின் முன்பக்கம் முழுவதும் கண்ணாடிகளால் இழைக்கப்பட்டிருந்தது. தொழிற்சாலையின் பிரதான வாசலை நெருங்கியவர் அங்கே சில தொழிலாளர்கள் கும்பலாக நிற்பதைக் கண்டார். வழமையாக இப்படி யாரும் இந்த நேரத்தில் கூடி நிற்பதில்லை. ஏதும் விபத்தோ என்ற எண்ணத்தில் கால்களை எட்டிப்போட்டவர் வாசலை நெருங்கியதும் அப்படியே நின்று ஒரு கையை மார்பில் கட்டிக்கொண்டு அடுத்த கையால் வாயை

மூடிக்கொண்டு அசையாமல் நின்றார். அவரது கண்கள் வாசலையே வெறித்துப் பார்த்தன.

அங்கே மனிதர்களைப் பரிசோதனை செய்யும் ஓர் இயந்திர வளைவு இருந்தது. அதனருகே தொழிற்சாலைக்குப் புதியவனான பிரஞ்சு இளைஞன் ஒருவன் காவலதிகாரிக்கான சீருடையும் சப்பாத்துகளும் தொப்பியும் அணிந்து புன்னகையோடு கம்பீரமாக நின்றிருந்தான். தருமலிங்கம் விடுமுறையில் போகும்போது அந்த இடத்தில் இந்த இயந்திரமுமில்லை, இந்த இளைஞனுமில்லை. அந்த வாசல் ஓவென்று திறந்து கிடக்கும். இது புதிய ஏற்பாடு.

தொழிலாளிகள் இந்த இயந்திரத்திற்குள் புகுந்து கடந்த பின்பு, காவலதிகாரியான இளைஞன் அவர்களின் உடலைத் தடவிப் பரிசோதித்து ஒவ்வொருவராகத் தொழிற்சாலைக்குள் அனுமதித்தான். திடீரென தருமலிங்கம் ஓடத் தொடங்கினார். அவர் தொழிற்சாலையை விலாப்பக்கமாகச் சுற்றி வேகமாகப் பின்புறத்தைச் சென்றடைந்தார். மாலையில் வேலை முடிந்து தொழிலாளர்கள் வெளியேறும் வழி பின்புறமேயிருந்தது. தருமலிங்கம் எதிர்பார்த்தது போலவே அந்த வழியிலும் பரிசோதனை செய்யும் ஓர் இயந்திர வளைவு இருந்தது.

தருமலிங்கம் மெதுவாக நடந்து தொழிற்சாலையின் முன்புற வாசலுக்கு வந்தார். இப்போதே வேலை தொடங்குவதற்கு இரண்டு நிமிடங்கள் தாமதமாகயிருந்தன. தருமலிங்கம் சோர்வு மேலிடப் படிகளில் ஏறி வாசலுக்குச் சென்றார். காவலதிகாரியான இளைஞனிடம் வணக்கம் சொல்லிட்டு தனது தொழிற்சாலை அடையாள அட்டையை எடுத்துக் காட்டினார். அந்த இளைஞனும் புன்னகையுடன் பதில் வணக்கம் சொல்லிவிட்டு இவரைப் பரிசோதிப்பதற்குத் தயாராக நின்றான். தருமலிங்கம் அந்த இயந்திர வளைவிற்குள் நுழையாமல் திடீரென அதைச் சுற்றிக்கொண்டு தொழிற்சாலைக்குள் நுழைய முற்பட்டபோது அந்த இளைஞன் தனது வலுவான கைகளை நீட்டி அவரைத் தடுத்தான். தருமலிங்கம் அவனை முறைத்துப் பார்த்துவிட்டு வேறு வழியில்லாமல் அந்த இயந்திரத்திற்குள் நுழைந்து வந்தார். இப்போது அந்த இளைஞன் தனது வெண்ணிறக் கையுறைகளைச் சரிசெய்துகொண்டு தருமலிங்கத்தின் உடலைச் சோதனை செய்வதற்குத் தயாராகிப் புன்னகையுடன் தருமலிங்கத்தை நெருங்கினான். தருமலிங்கத்திற்கு அந்தத் தருணத்தில் கிறுதி வந்தது. தனது தலையைப் பின்னால் சாய்த்துக்கொண்டு இடது கையால் தனது கொட்டைகளை 'கவர்

கண்டி வீரன் | 61

பண்ணிக்கொண்டு வலது கையைச் சுழற்றி அந்த இளைஞனின் கைகளை வலுவுடன் தட்டிவிட்டார். அப்போது சடுதியில் தொழிற்சாலை முழுவதும் அலாரங்கள் ஒலிக்க ஆரம்பித்தன. தொழிற்சாலையின் பிரதான கதவு டபாரெனத் தானே இறுக மூடிக்கொண்டது. நாலாபுறமிருந்தும் காவலாளிகள் பிரதான வாயிலை நோக்கி ஓடிவந்தார்கள்.

தருமலிங்கத்தை முன்வைத்து அங்கேயொரு மினி பஞ்சாயத்துக் கூடியது. தருமலிங்கம் தனது உடலில் கைவைக்க யாருக்கும் அதிகாரமில்லை என விடாப்பிடியாக நின்றார். தொழிற்சாலை முகாமையாளரோ அப்படிப் பரிசோதனை செய்வது பொதுவிதியென்றும் தன்னைக் கூட அப்படிப் பரிசோதனை செய்துதான் உள்ளே அனுப்புகிறார்கள் என்றும் சொல்லிவிட்டு தனது பாரமான உடம்பைத் தூக்கிக்கொண்டு கைககளை உயர்த்தியபடியே அந்த இயந்திர வளைவுக்குள் இருமுறை புகுந்தோடி வந்து காவலதிகாரி முன்பாகக் கைகளை உயர்த்தியபடியே மூச்சுவாங்க நின்று ஒரு சிறிய ஆற்றுகையை நிகழ்த்தி தருமலிங்கத்திற்கு பிரச்சினையைப் புரியவைக்க முயன்றார்.

தொழிற்சங்கப் பிரதிநிதியும் தருமலிங்கத்தை சமாதானப்படுத்த முயன்றார். “இங்கே பார் தருமலிங்கம்.. உலகம் முழுவதும் பாதுகாப்புப் பிரச்சினைகள் இருக்கத்தான் செய்கிறது.. உதாரணமாக அல் கொய்தா..” என்று அவர் முடிக்க முதலே தருமலிங்கம் “என்னைப் பார்த்தால் அல் கொய்தா மாதிரியாகவா இருக்கிறது?” என்று கேட்டார். தொழிற்சங்கப் பிரதிநிதி உலக அரசியலைக் கரைத்துக் குடித்தவர். அவர் அமைதியான புன்னகையுடன் “ஏன் தோழர், இலங்கைத் தமிழர்கள் கூட குண்டு வைப்பதில் தேர்ந்தவர்கள்தானே” என்றார்.

தருமலிங்கம் அப்படியே வாசற்படியில் உட்கார்ந்தார். பிறகு எழுந்து நடந்து அந்த இயந்திர வளைவிற்குள் நுழைந்து அந்தக் காவலதிகாரி இளைஞனின் முன்னால்போய் கால்களை அகற்றி நின்றுகொண்டு கைகளை உயரே தூக்கினார். அப்போது தருமலிங்கத்தை ஊக்குவிக்கும் முகமாக முகாமையாளார் மெல்லத் தனது கைகளைத் தட்டிப் பாராட்டினார். காவலதிகாரி இளைஞன் மிகப் பொறுமையாக தருமலிங்கத்தின் உடலைத் தடவிப் பரிசோதித்தான். இவனும் தனது கொட்டைகளைத் தடவியதாகவே தருமலிங்கம் உணர்ந்தார். அன்று முழுவதும் அவருக்கு வேலையே ஓடவில்லை. இரவு சரியாகத் தூக்கமும் வரவில்லை. இரவு

முழுவதும் கையால் தனது கொட்டைகளை வருடிக் கொடுத்தவாறே படுக்கையில் கிடந்தார். ஆனால் விடிகாலையில் அவரின் மனதில் ஒரு தெளிவு மின்னிச் சென்றது. அவர் படுக்கையிலிருந்து எழுந்து உட்கார்ந்துகொண்டு தனது கைகளைப் பக்கவாட்டில் நீட்டி பறப்பது போல அவற்றை மேலும் கீழும் அசைத்துக்கொண்டு சொன்னார்:

"எல்லாத்துக்கும் வழியிருக்கு! சிறப்பாயிருக்கு. மலருக்கு வயித்தில சிங்கக்குட்டி இருக்கு.. எல்லாம் சரியாயிருக்கு, எல்லாம் ஒரு அமைப்பாயிருக்கு".

அடுத்தநாள் காலையில் முதல் ஆளாகத் தருமலிங்கம் தொழிற்சாலையில் நின்றார். அவர் மெல்லிய துணியில் தொளதொளப்பான காற்சட்டை ஒன்றை அணிந்திருந்தார். மிடுக்காக நடந்து சோதனை இயந்திர வளைவிற்குள் நுழைந்து காவலதிகாரியான இளைஞனின் முன்னால் போய்நின்று தனது கால்களை அகற்றி வைத்துக் கைகளை உயர்த்தினார். காவலதிகாரி தனது கையுறைகளைச் சரி செய்துகொண்டு மிக மெதுவாக அவரது கால்களைத் தடவிக்கொண்டே நிமிர்ந்து மேலே வந்தபோது காவலதிகாரியின் விரல்கள் நடுங்குவதைத் தருமலிங்கம் கவனித்தார். அவர் அன்று திட்டமிட்டே ஜட்டி அணிந்து வரவில்லை. அவரது விறைத்துநின்ற ஆண்குறி நீண்டு அந்த இளைஞனின் கைகளில் சடுதியில் தவழ்ந்தது. அவன் சடாரெனத் தனது கைகளை இழுத்துக்கொண்டான். தருமலிங்கத்தை தொழிற்சாலையின் உள்ளே போகுமாறு சொன்னான்.

மாலையில் வேலை முடிந்து வெளியேறியபோது அந்தக் காவலதிகாரி வெளியேறும் வழியில் இருந்தான். அவனிடம் போய் நின்று தருமலிங்கம் கைகளை உயர்த்தினார். அவனது கைகள் நடுங்குவதை தருமலிங்கம் கொடுப்புக்குள் முகிழ்த்த சிரிப்புடன் கவனித்தார். அவனது கைகள் அவரது தொடைக்குக் கிட்டவாக வரும்போது தருமலிங்கம் தனது இடுப்பைச் சடாரென முன்னே தள்ளினார். படாரெனத் தனது முகத்தைப் பின்னுக்கு இழுத்த இளைஞன் தருமலிங்கத்தைப் போகுமாறு சொன்னான்.

அடுத்தநாள் தருமலிங்கம் வேலைக்குப் போனபோது அந்தக் காவலதிகாரி இளைஞன் வேறுபக்கம் தனது பார்வையைச் செலுத்தினான். தருமலிங்கம் அவனுக்கு முன்னால் போய்நின்று தனது இடுப்பை முன்நகர்த்திக் காட்டினார். அந்த இளைஞன் "உள்ளே போங்கள்" என மெதுவாக முணுமுணுத்தான்.

தருமலிங்கம் இரவில் பேரிச்சம்பழம், பாதாம்பருப்பு போன்றவற்றை மட்டுமே சாப்பிட்டார். தொழிற்சாலைக்குள் நுழைவதற்கு முன்பும் வெளியேறுவதற்கு முன்பும் கொங்கோ தேசத்திலிருந்து இறக்குமதியாகும் கோலா விதைகளை வாயில் போட்டு மென்றார். அந்த விதைகள் ஆணுறுப்பின் விறைப்பை நீண்டநேரம் பாதுகாக்கும் சக்தி கொண்டவை. தருமலிங்கத்தால் தனது இரகசியக் கற்பனைகள் மூலம் நினைத்த மாத்திரத்தில் தனது ஆண்குறியை எழுச்சி கொள்ள வைக்க முடியும்.

அவ்வாறு எழுச்சிக்கொள்ள வைப்பதற்கு அவர் மனதில் ஒன்றிரண்டு பெண்களை நினைத்துக்கொள்வார். எக்காரணம் கொண்டும் அந்த நேரத்தில் அவர் அசோகமலரை நினைப்பதில்லை. தெருவில் காணும் பெண்கள், உறவினர்கள், நடிகைகள் என யாரையும் அவர் அப்போது நினைக்கமாட்டார். குறிப்பிட்ட சில உலக நாட்டு பிரதம மந்திரிகளையும் ஜனாதிபதிகளையுமே நினைத்துக்கொள்வார். சிறுவயதிலிருந்தே அதுதான் அவரது வழக்கம். இந்த விசயத்தை அவர் ஒருநாள் பகடியோடு பகடியாக வாய்தவறி இந்தக் கதைசொல்லியிடம் சொல்லியிருக்கிறார்.

ஒரு தொழிலாளியை காவலதிகாரி தொடர்ந்தும் உடல் பரிசோதனை செய்யாமல் தொழிற்சாலையின் உள்ளே அனுமதிப்பதையும் வெளியேற அனுமதிப்பதையும் கண்காணிப்புக் கமெராவில் கவனித்த பாதுகாப்பு உயர் அதிகாரிகள் அந்தக் காவலதிகாரிமீது ஒரு விசாரணையை ஏற்படுத்தினார்கள். அந்த இளம் அதிகாரி கைகளைப் பிசைந்தவாறே, தருமலிங்கம் ஜட்டி போடாமல் தொழிற்சாலைக்கு வருவதாலும் எப்போதுமே அவரது ஆண்குறி விறைத்துக்கொண்டு நீண்டிருப்பதாலும் தன்னால் அவரைத் தொட்டுப் பரிசோதனை செய்ய முடியவில்லை என்று தயக்கத்துடன் சொன்னான்.

தருமலிங்கத்தை முகாமையாளர் கூப்பிட்டு விசாரித்தபோது தருமலிங்கம் "ஜட்டி போடாமலிருப்பது தனிமனித உரிமை சார்ந்த விசயம், இதில் தொழிற்சாலை நிர்வாகம் தலையிட முடியாது" என்றார். இந்த விசயத்தில் தொழிற்சங்கம் தருமலிங்கத்தின் பிறப்புரிமையைக் காப்பாற்ற முன்வந்தது. முகாமையாளரால் பதில் பேசமுடியவில்லை. ஏனெனில் பணியிடத்தில் சீருடைகள், சப்பாத்துகள், தலைக்கவசங்கள் அணிய வேண்டும் என விதிகளிருந்தனவே தவிர ஜட்டி அணிந்திருக்க வேண்டும் என்று எந்த விதிகளும் இருக்கவில்லை. எனவே முகாமையாளர் காவலதிகாரியை

மாற்றுவது என முடிவு செய்தார். பிரஞ்சு இளைஞனின் இடத்திற்கு ஒரு போலந்து நாட்டு முதியவர் நியமிக்கப்பட்டார். அடுத்த வருடம் ஓய்வூதியம் பெறவேண்டியவர் அந்தக் கிழவர். அந்தக் கிழவருக்குப் பல மொழிகள் தெரியும்.

கிழவர் ஒரு முடிவோடு இருந்தார். தருமலிங்கம் ஜட்டியென்ன காற்சட்டையே இல்லாமல் வந்தாலும் தடவிப் பரிசோதனை செய்வதென்ற முடிவோடுதான் அவர் இருந்தார். ஆனால் அடுத்தநாள் தருமலிங்கம் வேலைக்கு வரும்போது அவருக்கு முன்பே முப்பது வரையான தொழிலாளர்கள் உடல் பரிசோதனைக்காக வரிசையில் நின்றிருந்தார்கள். அவ்வளவு பேரும் வாட்டசாட்டமான அரபுத் தொழிலாளர்கள். இந்த உடல் பரிசோதனைகளால் பிரான்ஸில் அதிகம் பாதிக்கப்பட்டதும் அவமதிக்கப்பட்டதும் அவர்கள்தான். நேற்று தொழிற்சாலையில் நடந்த தருமலிங்கம் மீதான விசாரணை அவர்களிடம் ஒரு புதிய எழுச்சியை உருவாக்கியிருந்தது. அவர்கள் அவ்வளவு பேரும் ஜட்டி அணியாமல் வந்திருந்தார்கள். போலந்துக் கிழவர் அயர்ந்துபோனார். எத்தனை ஆண்குறிகளைத்தான் அவரால் தடவமுடியும். அவர் கைகளைக் கட்டிக்கொண்டு சும்மா நிற்க தருமலிங்கம் ஓர் இதழோரப் புன்னகையுடன் அந்தக் கிழவரைக் கடந்து தொழிற்சாலைக்குள் நுழைந்தார்.

அந்தத் தொழிற்சாலையில் வேலை செய்தவர்களில் அரைவாசிப் பேர் ஆபிரிக்கர்கள். அரபுக்களும் தருமலிங்கமும் சோதனையிடப்படாமல் உள்ளே போவதையும் தங்களை மட்டும் காவலதிகாரி சோதனையிடுவதையும் அவர்கள் இன அவமானமாகவே கருதினார்கள். அடுத்த நாளிலிருந்து அவர்களும் ஜட்டி அணியாமல் வரத் தொடங்கினார்கள். காவலதிகாரியாக இருந்த போலந்துக் கிழவர் எல்லா மொழிகளிலும் கடவுளைத் திட்டியவாறு மருத்துவ விடுப்பில் போய்விட்டார். அந்தத் தொழிற்சாலையில் உடற் பரிசோதனை செய்யும் வேலைக்கு வந்தவர்கள் ஒரே நாளில் அலறியடித்துக்கொண்டு சொல்லாமல் கொள்ளாமல் வேலையை விட்டு ஓடினார்கள். கடைசியாக ஒரு நோஞ்சான் கிழவர்தான் அரைகுறையாக அந்த வேலையில் நின்றுபிடித்தார். அவருக்குப் பார்வைக் குறைபாடிருந்தது. காதும் சரிவரக் கேட்காது.

தொழிற்சாலை நிர்வாகம் திகைத்து நின்றது. இது நிர்வாகத்தின் கௌரவப் பிரச்சினை. முன்னூறு பேர்கள் வேலை செய்யும் அந்தத் தொழிற்சாலையில் நிர்வாகிகளான பத்துப் பேர்கள் மட்டுமே

ஜட்டி அணிந்து வந்தார்கள். காலையில் அவர்களை மட்டுமே அந்த நோஞ்சான் காவலதிகாரி சம்பிரதாயமாக உடற்பரிசோதனை செய்வார். மற்ற நேரங்களில் அவர் கைகளைக் கட்டிக்கொண்டு ஓர் ஓரமாக நாற்காலியில் அமர்ந்துகொள்வார்.

தொழிலாளர்களின் இந்த எழுச்சிச் செய்தி மெல்ல மெல்ல மற்றத் தொழிற்சாலைகளிற்கும் பரவியபோது மற்றைய தொழிற்சாலைகளின் தொழிலாளிகளும் ஜட்டி அணியாமல் வேலைக்குச் செல்ல ஆரம்பித்தார்கள். இந்த எழுச்சிச் செய்தியை *1960*-களில் அமெரிக்காவில் பெண்கள் முன்னெடுத்த பிரேசியர் அணியாத இயக்கத்தோடு ஒப்பிட்டு பத்திரிகைகள் எழுதின. நிர்வாண சங்கத்தினர் பாரிஸ் தொழிலாளர்களிற்குத் தங்களது வாழ்த்துச் செய்தியை அனுப்பி வைத்தனர். பாரிஸ் விமான நிலையத்தில் எடுக்கப்பட்ட கணக்கெடுப்பு ஒன்றின்படி அந்த விமான நிலையத்தால் பயணிக்கும் ஆண்களில் முப்பத்தியிரண்டு சதவீதத்தினரும் பெண்களில் முப்பத்துநான்கு சதவீதத்தினரும் உள்ளாடைகள் அணியாமல் பயணிப்பதாகத் தெரியவந்தது. நாடாளுமன்றத்தில் உரையாற்றிய உள்துறை அமைச்சர் "தீவிரவாதத்திலிருந்து எமது மக்களைக் காப்பாற்றுவதா அல்லது உள்ளாடைகள் அணியாமல் இருக்கும் அவர்களது தனிமனித சுதந்திரத்தைக் காப்பாற்றுவதா" என்று சினத்துடன் கேட்டார். கத்தோலிக்க திருச்சபை "தொழிலாளர்களின் செயல் காட்டுமிராண்டித்தனம்" என அறிக்கை வெளியிட்டது. அதற்கு எதிர்வினையாக அனார்க்கிஸ சங்கத்தார் "போர் சேவகர்கள் இயேசுக் கிறீஸ்துவின் வஸ்திரங்களை அவர்களிற்குள் சீட்டுப்போட்டுப் பகிர்ந்துகொண்டபோது இயேசுவின் வஸ்திரங்களிடையே ஜட்டி இருந்ததில்லை" என்றொரு அறிக்கையை வெளியிட்டனர்.

முதலாளிகள் சங்கத்தினர் பல ஆலோசனைக் கூட்டங்களை நடத்திக் கலந்தாலோசித்தனர். தொழிலாளர்களின் இத்தகைய ஒன்றிணைவு உடனடியாகப் பொருளுற்பத்தியில் - அதாவது உள்ளாடைகள் உற்பத்தி செய்யும் தொழிலைத் தவிர - பெரிய பாதிப்புகளை ஏற்படுத்தாது என்றும் ஆனால் தொழிலாளர்களின் இத்தகைய ஒன்றிணைவு மேலும் பல உரிமைக் கோரிக்கைகளைக் காலப் போக்கில் அவர்கள் கிளப்ப அடிப்படையாயிருக்கும் என்றும் அவர்கள் அபிப்பிராயப்பட்டனர். எனவே இந்த உடற் பரிசோதனை முறைக்கு வேறொரு சிறப்பான நுட்பமான வழியைக் கண்டுபிடிக்கும்வரை தொழிற்சாலைகளில் நிறுவப்பட்டிருக்கும் உடற் பரிசோதனை இயந்திர வளைவுகளையும் காவலதிகாரிகளையும்

தற்காலிகமாக நீக்கிக்கொள்வதென்று அவர்கள் தீர்மானித்தனர். திங்கள்கிழமை முதல் அவற்றை நீக்குவதாக தொழிற்சங்கங்களிற்கு முதலாளிகள் சங்கத்தால் கடிதம் எழுதப்பட்டது.

திங்கள் அதிகாலையில் முதல் ஆளாகத் தருமலிங்கம் தொழிற்சாலைக்கு வந்தார். வாசலில் பரிசோதனை இயந்திர வளைவு இருந்த தடம் கூட இல்லை. காவலதிகாரியுமில்லை. தொழிற்சாலையின் கதவு அகலத் திறந்து கிடந்தது. வாசற்படிகளில் சில புறாக்கள் நின்றிருந்தன. தருமலிங்கம் புறாக்களிடம் சொன்னார்:

"எல்லாம் வெளிச்சிருக்கு.. எல்லாம் சரியாயிருக்கு"

தருமலிங்கம் தொழிற்சாலையின் வாசற்படியில் ஏறிக் கொண்டிருந்தபோது அவரது கைபேசி ஒலித்தது. அவர் உற்சாகத்துடன் கைபேசியை எடுத்துப் பேசினார். மறுமுனையில் அசோகமலரின் குரல் துயரத்துடன் ஒலித்தது. அசோகமலர் மகப்பேறு மருத்துவரிடம் உடற்பரிசோதனைக்காகப் போயிருந்தாராம். கரு எதுவும் வயிற்றில் இல்லையாம். பேசி முடித்துவிட்டு அசோகமலர் "என்ர ராசா" என்றொரு ஆழமான பெருமூச்சைத் துயரத்துடன் வெளியிட்டார்.

தருமலிங்கம் சத்தமில்லாமல் வாசற்படிகளிலிருந்து இறங்கினார். அப்படியே தொழிற்சாலை வளவிலிருந்து வெளியேறினார். அதற்குப் பின்பு அவர் அந்தத் தொழிற்சாலைப் பக்கம் காணப்படவேயில்லை.

(ஓகஸ்ட் 2014)

கப்டன்

மனுவேல் பொன்ராசாசாவிற்கு ஆயிரத்துத் தொளாயிரத்து தொண்ணூற்றோராம் வருடம் ஜனவரி மாதம் 'கப்டன்' பட்டம் தமிழீழ விடுதலைப் புலிகளால் வழங்கப்பட்டது. அந்தச் சம்பவம் பின்வருமாறு நிகழலாயிற்று:

ஆயிரத்துத் தொளாயிரத்து தொண்ணூறாம் வருடம் ஜுன் மாதம் யாழ்ப்பாணக் கோட்டை விடுதலைப் புலிகளால் முற்றுகையிடப்பட்டது. கோட்டைக்குள் நூற்றுக்கணக்கான இராணுவத்தினர்கள் சிக்கியிருந்தார்கள். கோட்டைக்கான அனைத்து வழங்கல்களும் புலிகளால் துண்டிக்கப்பட்டன. சிறியரகக் 'கிரேன்'களின் உதவியுடன் புலிகள் கோட்டை மதில்களில் ஏற முயன்றுகொண்டேயிருந்தார்கள். கடலிலிருந்து கோட்டைக்குள் படகில் செல்வதற்கான இரகசிய வழியொன்றுமிருந்தது. புலிகள் அந்த வழியால் சிறிய வள்ளங்களில் சென்று கோட்டைக்குள் புக முயன்றார்கள். புலிகளின் ஆட்லரிகள் கோட்டை மதில்களில் ஓட்டைகளைப் போட்டுக்கொண்டேயிருந்தன. இராணுவத்தினருக்கு அது சீவமரணப் போராட்டம். அவர்கள் கோட்டையைப் பாதுகாக்க இரவுபகலாகப் போராடிக்கொண்டிருந்தார்கள். ஜுலை மாதத்தில் கோட்டைக்குள் உணவுப்பொருட்களையும் மருந்துகளையும் வீச முயன்ற இராணுவ உலங்குவானூர்திகள் இரண்டு, புலிகளால் சுட்டு வீழ்த்தப்பட்டன. ஓகஸ்ட் மாதத்தின் நடுப்பகுதியில் வெடிபொருட்களும் உணவுப் பொருட்களும் முற்றாகத் தீர்ந்திருந்த நிலையில் இராணுத்தினர் புலிகளிடம் சரணடைவதைத் தவிர வேறு வழியில்லை என்ற நிலை உருவாயிற்று. இராணுவத்தினர் சரணடைவதற்கான ஏற்பாடுகளைத் தாங்கள் முன்னின்று செய்வதாகச் செஞ்சிலுவைச் சங்கம் அரசுக்குத் தெரிவித்த மறுநாள் காலையில் யாழ்ப்பாணக் கோட்டையிலிருந்து 14 கிலோமீற்றர்கள் தென்மேற்குத் திசையில் ஊறாத்துறையில் இராணுவத்தின் மீட்புப் படைகள் கடல்மார்க்கமாகவும் ஆகாயமார்க்கமாகவும் தரையிறக்கப்பட்டன.

அந்த அணிகள் மெதுவாக யாழ்ப்பாணக் கோட்டையை நோக்கி நகரத் தொடங்கின. எறிகணைகளை வீசிக்கொண்டும் வானிலிருந்து குண்டுகளை வீசிக்கொண்டும் ஊறாத்துறையிலிருந்து இராணுவம் ஊர்ந்தவாறே முன்னேறியது.

ஊறாத்துறையில் இராணுவத்தினர் தரையிறங்குவார்கள் என்பதைப் புலிகள் எதிர்பார்த்திருக்கவில்லை. ஊறாத்துறைக்கு யாழ்ப்பாணத்திலிருந்தோ வன்னியிலிருந்தோ தமது அணிகளை நகர்த்துவதானால் கடல்மார்க்கத்தைத் தவிரப் புலிகளுக்கு வேறு வழியில்லை. கடற்பகுதி ஏற்கனவே இலங்கைக் கடற்படையினரின் கட்டுப்பாட்டுக்குள் வந்துவிட்டது. கடலில் முழத்துக்கு முழம் தீப்பற்றி எரிந்துகொண்டிருந்தது. ஊறாத்துறையிலிருந்த சொற்ப புலிகள் "ஓடுங்கள்" என்று மக்களுக்கு அறிவுறுத்தியவாறே பின்வாங்கத் தொடங்கினார்கள்.

அன்றைய மதியப் பொழுதில் சுருவில் கிராமத்திற்குள் நுழைந்து "நாளைக் காலைக்குள் இராணுவம் இந்தக் கிராமத்திற்குள் நுழைந்துவிடும், ஓடுங்கள்" எனச் சொல்லியபடியே புலிகள் வாகனங்களில் விரைந்தார்கள். அந்த முனையில் இராணுவம், இந்த முனையில் கோட்டை, மற்றைய இரண்டு பக்கங்களும் கடல் என்றிருக்க அய்ந்தாவது திசையொன்றைத் தேடிச் சனங்கள் சிதறி ஓடலானார்கள். சுருவில் கிராமத்தின் இருபது மற்றும் பதினெட்டு வயதான இளைஞர்கள் கிறிஸ்டியும் பொஸ்கோவும் அவர்களது தகப்பனிடம் சென்று "ஐயா நாங்கள் இந்தியாவுக்குப் படகில் செல்லப்போகிறோம்" என்று சொன்னார்கள். அந்த இரண்டு இளைஞர்களது முகங்களிலும் உயிரச்சம் உறைந்திருந்தது.

பொன்ராசா தனது வலது கையால் இடது கன்னத்தைத் தேய்த்தவாறே அச்சத்தில் உறைந்திருந்த தனது மகன்களையே சற்றுநேரம் உற்றுப் பார்த்துக்கொண்டிருந்தார். பின்பு "வேண்டியதில்லை நீங்கள் இங்கேயே இருக்கலாம், இங்கே இராணுவத்தினர்கள் வரமாட்டார்கள்" என்றார்.

மகன்மாருக்கு ஏமாற்றமும் துயரமும் கலந்து பொங்கின. அவர்களுக்கும் இது சீவமரணப் போராட்டம். பொன்ராசாவோ வெகு அலட்சியமாகப் பேசிக்கொண்டிருப்பது அவர்களிற்கு எரிச்சலையும் ஊட்டலாயிற்று. இளையவன் பொஸ்கோ சற்றுத் துணிச்சலை வரவழைத்துக்கொண்டு "இயக்கப் பொடியன்கள்

எல்லோரையும் வெளியேறுமாறு சொல்லிக்கொண்டு போகிறார்கள், இராணுவத்தினர் எந்த நேரமும் இங்கே வந்துவிடலாம்" என்றான்.

குடிசையின் முற்றத்தில் நின்றிருந்த பொன்ராசா அப்படியே மணலில் குந்தினார். மகன்களையும் கீழே குந்தச் சொல்லிவிட்டு அவர் மணலை கைகளால் அளைந்து நிரல்படுத்திவிட்டு மணலில் கடகடவெனப் படம் வரையத் தொடங்கினார். அவரது தழும்பேறிய சுட்டுவிரல் மண்ணைக் கிழித்துக் கோடுகளை உருவாக்கின. "இது ஊறாத்துறை, இங்கேதான் இராணுவம் இப்போது இறங்கியிருக்கிறது", அவரது விரல் வரைபடத்தின் கோடிக்குச் சர்ரென ஓடிற்று. "இது கோட்டை", அவரது விரல் சடுதியில் மறுகோடிக்கு ஓடிற்று. "இராணுவம் இப்படியே வடக்கு வீதிவழியாக வடக்குக் கடற்கரையை ஒட்டி கரம்பன், நாரந்தனை, சரவணை, அராலிச் சந்தி, மண்கும்பான் அல்லைப்பிட்டி, மண்டைதீவுச்சந்தி வழியாகத்தான் கோட்டைக்குப் போவார்கள். அவர்களுடைய நோக்கம் கோட்டையைப் பிடிப்பதேயொழிய நோஞ்சான்களான உங்கள் இரண்டுபேரையும் பிடிப்பதல்ல. அவர்கள் தெற்கே திரும்பிச் சுருவிலுக்கு வர வாய்ப்பில்லை. அப்படியே அவர்கள் சுருவிலுக்குள் வந்தாலும் நான் உங்களைக் காப்பாற்றுவேன். எனக்குச் சிங்களம் தெரியும், நான் இராணுவத்துடன் பேசிக்கொள்கிறேன்" என்றார் பொன்ராசா.

மூத்தவன் கிறிஸ்டி சற்றுக் குரலை உயர்த்தி "இராணுவத்தினர் கொலைவெறியில் வருவார்கள் அவர்கள் உங்களோடு பேசப்போவதில்லை, வயதான உங்களை ஒருவேளை அவர்கள் விட்டுவிடலாம் ஆனால் எங்களைக் கொல்வார்கள்" என்று சொல்லிவிட்டு குடிசையின் வாசலில் உட்கார்ந்திருந்த தாயாரைத் திரும்பிப் பார்த்தான். அவனது கண்கள் தாயாரைக் கெஞ்சின.

நிலத்திலிருந்து தனது வலிய கால்களால் உந்தியெழுந்த பொன்ராசா ஒருமுறை நீளமாக ஓங்காளித்துக் காறித்துப்பினார். பின்பு, "இந்தியாவுக்கு எப்படிப் போவீர்கள் கடலுக்குள்ளால் நீச்சலடித்தே போய்விடுவீர்களா?" என ஆங்காரமாகக் கேட்டார்.

மூத்தவன் தலையைக் குனிந்தவாறே "வேலணை முக்குவ துறையிலிருந்து படகுகள் இந்தியாவுக்குப் போகின்றன. ஒருவருக்கு மூவாயிரம் ரூபாய்கள் வாங்குகிறார்கள்" என்றான். இளையவன் "துறையில் இயக்கம் இந்தியாவுக்குச் செல்கிறவர்களிடம் தலைக்கு இரண்டாயிரம் ரூபாய்கள் வரி வசூலிக்கிறார்களாம்,

பத்தாயிரம் ரூபாய்கள் இருந்தால் நாங்களிருவரும் இந்தியாவுக்குப் போய்விடுவோம்" என்று அழுவாரைப் போல சொன்னான்.

"பத்தாயிரமோ! வைத்திருக்கிறீர்களா?" என அலட்சியமாகக் கேட்டார் பொன்ராசா. "அக்கா காசு அனுப்பவில்லையா" என்று முணுமுணுத்தான் மூத்தவன்.

"ஓ அப்படியா! அதை உங்களிடம் தந்துவிட்டு நானும் அம்மாவும் பட்டினியா கிடப்பது" எனக் கேட்டுவிட்டுக் கொடியில் கிடந்த சட்டையை உருவி எடுத்துத் தோளின்மீது போட்டு வேட்டியை மடித்துக் கட்டிக்கொண்டு பொன்ராசா வெளியே கிளம்பினார். படலைக்குள் நின்று உரத்த குரலில் "டேய் கிறிஸ்டி, டேய் பொஸ்கோ நல்லாகக் கேட்டுக்கொள்ளுங்கள்... இருபது வருடங்களாக உங்களைக் காப்பாற்றி வளர்த்த எனக்கு இனியும் உங்களை எப்படிக் காப்பாற்றுவது எனத் தெரியும்" என்று சொல்லிவிட்டு தெருவில் நின்று சட்டையை மாட்டிகொண்டார்.

சுருவில் தெருக்களில் மக்கள் பெட்டிகளும் சட்டிபானைகளுமாகக் கூட்டம் கூட்டமாக நின்றார்கள். எங்கே ஓடுவது என்பதுதான் அவர்களது கேள்வியாயிருந்தது. அய்ந்தாவது திசையொன்றை அவர்களால் கண்டுபிடிக்க முடியவில்லை. எல்லோருமாகக் கிழக்கு நோக்கி 4 கிலோமீற்றர்கள் நடந்துபோய் சாட்டி சிந்தாத்திரை மாதா கோவிலில் கூட்டமாகத் தங்கியிருப்பதே நல்லது என அவர்கள் பேசிக்கொண்டார்கள். பொன்ராசா "உயிருக்குப் பயந்த கோழைகள்" என அவர்களைத் திட்டினார். அந்தக் கிராமத்து மக்கள் பொதுவாகப் பொன்ராசாவுடன் பிரச்சினைக்குப் போக விரும்புவதில்லை. ஏதாவது ஒரு சிறிய வாக்குவாதமோ, உரசலோ ஏற்பட்டால்கூட பொன்ராசா தொடர்ந்து இரண்டு வருடங்களிற்கு ஒருநாள் விடாமல் ஒவ்வொரு இரவும் எதிராளியின் வீட்டின் முன்நின்று கத்திக் கூச்சல் போடுவார். ஒரே நேரத்தில் இருவருடன் சண்டை என்றால் ஒருவர் வீட்டின்முன்பு காலைநேரக் கள்ளுக்குப் பின்னாகவும் மற்றைய எதிராளி வீட்டின்முன்பு மாலைநேரக் கள்ளுக்குப் பின்னாகவும் நேர அட்டவணை வகுத்துக்கொண்டு அதன் பிரகாரம் தவறாமல் சென்று சண்டையிடுபவர் பொன்ராசா. ஊருக்குள் அவரை 'அலுப்பன்' பொன்ராசா என்றும் சொல்வார்கள்.

இராணுவத்தினர் எதுவரை முன்னேறியிருக்கிறார்கள் எனப் பொன்ராசா கேட்டபோது அங்கிருந்த யாருக்கும் பதில் தெரியவில்லை. இராணுவம் எதுவரை முன்னேறியிருக்கிறது

எனப் பார்த்துவருவதாக அங்கிருந்தவர்களிடம் சொல்லிவிட்டுப் பொன்ராசா மேற்கு நோக்கி நடக்கத் தொடங்கினார். அவரின் தலை மறைந்ததும் அங்கிருந்தவர்கள் "சனங்கள் வீடுகளை விட்டு ஓடியிருக்கும் தருணம் பார்த்து 'அலுப்பன்' பொன்ராசா ஆளில்லாத வீடுகளில் கோழியோ தேங்காயோ திருடப் போகிறான்" எனத் தங்களுக்குள் பேசிக்கொண்டார்கள்.

சரவணைக் கிராமத்துக்குள் நுழைந்து வடக்கு வீதியின் எட்டாம் கட்டைச் சந்தியில் பொன்ராசா மிதந்தார். சரவணை வரை சனங்களின் நடமாட்டமிருந்தது. எட்டாம் கட்டைச் சந்தியோ வெறிச்சோடிக் கிடந்தது. குறிப்பாக அந்தச் சந்தியிலிருந்த கள்ளுத் தவறணை மூடப்பட்டிருந்தது அவரை ஆத்திரமுட்டியது. தனது வலிய காலால் தவறணையின் முன்பு நிறுத்தி வைக்கப்பட்டிருந்த வெற்றுப் பீப்பாவை எத்தினார். பீப்பா மூன்று கரணம் போட்டு நிலத்தில் வீழ்ந்தது.

வடக்கு வீதியை ஒட்டியிருந்த வயல்வெளிகளுக்குள்ளால் கிழக்கு நோக்கி நடந்துகொண்டிருந்த பொன்ராசா செக்கல் பொழுதாகி நிலம் மறையத் தொடங்கியபோது சடுதியில் வானத்தில் முளைத்த குண்டுவீச்சு விமானத்தைக் கண்டு அருகிலிருந்த ஒற்றைப் பனையொன்றின் பின்னால் மறைந்துகொண்டார். குண்டுவீச்சு விமானம் வட்டமடித்தபோது பனையைச் சுற்றிச்சுற்றி வந்தார். சுற்றிக்கொண்டிருந்த விமானம் திடீரெனக் காணமற்போனது. இப்போது வடக்குக் கடல் பக்கமாக குண்டுகள் வெடிக்கும் சத்தங்கள் கேட்டன.

நாரந்தனைச் சந்திவரை பொன்ராசா வந்துவிட்டார். சனங்கள் ஏற்கனவே வீடுகளை விட்டு வெளியேறியிருந்தார்கள். தூரத்தே வெடிச்சத்தங்கள் இடைவிடாமல் கேட்டுக்கொண்டிருந்தாலும் இராணுவம் முன்னேறிவருவதற்கான எந்த அறிகுறியுமில்லை. "பயத்தில் மோட்டுச் சிங்களவன் பண்டார வெடி வைக்கிறான்" என்று பொன்ராசா உதடுகளுக்குள் முணுமுணுத்தார். இனி இரவில் இராணுவம் முன்னேறப் போவதுமில்லை, அதிகாலையில்தான் அவர்கள் திரும்பவும் முன்னேறத் தொடங்குவார்கள் என நினைத்துக்கொண்டே பொன்ராசா சுருவில் கிராமத்தை நோக்கி நடந்தார். இரவு அவரவர் வீடுகளில் தூங்கிவிட்டு காலையில் நிலமையைப் பார்த்து முடிவெடுக்கலாம் எனச் சனங்களுக்குச் சொல்ல வேண்டும் என நினைத்துக்கொண்டே அவர் தனது நீண்ட கால்களை எட்டிப்போட்டு வேகமாக நடந்தார்.

இரவு எட்டுமணியளவில் அவர் சுருவில் கிராமத்திற்கு வந்தபோது கிராமம் இருளடைந்து கிடந்தது. வீதிகளில் ஒரு குஞ்சு குருமானும் இல்லை. ஒருமுறை காறித் துப்பிவிட்டுத் தனது குடிசையை நோக்கி நடந்தார். குடிசைக்குள் வெளிச்சத்தைக் காணாததால் வெளியே நின்று "ஞானம்மா... ஞானம்மா" என்று மனைவியைக் கூப்பிட்டார். ஒரு பதிலுமில்லை. ஆத்திரத்துடன் குடிசைக்குள் நுழைந்து விளக்கைப் பற்றவைத்தார். குடிசை வெறுமையாக இருந்தது. பெட்டி படுக்கைகள், சட்டி பானைகள் எல்லாம் எடுத்துச் செல்லப்பட்டிருப்பது தெரிந்தது. தாயும் பிள்ளைகள் இருவரும் சனங்களுடன் சேர்ந்து சாட்டி மாதா கோயிலுக்குப் போயிருக்க வேண்டும் என்று நினைத்தார். அவரின் சொல்லை மதியாமல் அவர்கள் புறப்பட்டுப்போனதை நினைக்கும்போது அவருக்கு அண்டபுண்டமெல்லாம் பற்றியெரிந்தது. குடிசையின் தெற்கு மூலையில் கைகளால் தரையைக் கிளறி அங்கே புதைத்து வைக்கப்பட்டிருந்த டப்பாவை எடுத்துத் திறந்து பார்த்தார். வைத்த காசு வைத்தபடியே இருந்தது. டப்பாவை மறுபடியும் இறுக மூடிப் புதைத்து வைத்தார். செத்தைக்குள் கைவைத்துச் சாராயப் போத்தலை எடுத்தார். அரைப் போத்தல் மிச்சமிருந்தது. அதில் பாதியை ஒரே மடக்கில் குடித்துவிட்டுக் குறைப் போத்தலைக் கடதாசியில் சுற்றிக் கையில் எடுத்துக்கொண்டு ஓட்டமும் நடையுமாக மனைவியையும் பிள்ளைகளையும் தேடிக் கிழக்கு முன்னாகச் சென்றார். எப்படியும் வழியில் வைத்தே அவர்களைப் பிடித்து, பிடித்த கையோடு தாயையும் பிள்ளைகளையும் அடித்து நொருக்கிவிடுவதாகத் தனக்குத்தானே சொல்லிக்கொண்டார். வழி முழுவதும் வெறுமையாகயிருந்தது. அருகிலிருந்த வீடுகளிற்குள் நுழைந்து பார்த்தார். எவருமில்லை. அவர் சாட்டி மாதா கோயிலுக்கு வந்து சேர்ந்தபோது இரவு பதினொரு மணியாகியிருந்தது.

மாதா கோயிலில் சூழவரவுள்ள ஏழெட்டுக் கிராமங்களின் மக்கள் நிறைந்திருந்தார்கள். கோயில் மண்டபத்திலும் கோயிலுக்கு வெளியே மணலிலும் மக்கள் படுத்திருந்தார்கள். கோயிலுக்குப் பின்புறம் கிணற்றையொட்டி சமையல் வேலைகளும் நடந்துகொண்டிருந்தன. அந்தக் கூட்டத்திடையே தனது மனைவியையும் பிள்ளைகளையும் தேடி ஆத்திரத்துடன் வேகமாக நடந்தார் பொன்ராசா. "வீடு வாசலை விட்டுவிட்டு வேசைக் கூட்டம் எடுபட்டுத்திரிகிறது" என அடிக்கடி பற்களுக்குள் முணுமுணுத்துக்கொண்டார். கோயிலின் தூணோடு சாய்ந்திருந்த ஞானம்மாவைக் கண்டதும் ஞானம்மாவை நெருங்கிக் கையைப் பிடித்து வெளியே கொறகொறவென இழுத்து

வந்தார். இருள்மறைவுக்கு வந்ததும் ஞானம்மாவின் கன்னத்தைப் பொத்தி ஓங்கி அறைந்தார். கிறிஸ்டியும், பொஸ்கோவும் எங்கே எனப் பொன்ராசா கேட்டபோது ஞானம்மா மவுனமாயிருந்தார். ஞானம்மாவின் கழுத்தை நெரிப்பதற்காகப் பொன்ராசா கையை வைத்தபோது ஞானம்மா வடித்திருந்த கண்ணீரால் கழுத்து பிசுபிசுத்தது. கையை உதறிக்கொண்டே மறுபடியும் "கிறிஸ்டியும், பொஸ்கோவும் எங்கே" எனப் பொன்ராசா உறுமினார். ஞானம்மா மெதுவாக "அவர்கள் இந்தியாவுக்குப் போய்விட்டார்கள்" என்றார். பொன்ராசா அப்படியே மணலில் மெதுவாக உட்கார்ந்தார். கடதாசியைப் பிரித்துப் போத்தலை எடுத்து மிச்சமிருந்த சாராயத்தையும் குடித்தார். எழுந்து மனைவியின் கையைப் பிடித்துக்கொண்டு விறுவிறுவெனக் கோயிலை நோக்கி நடந்தார்.

கட்டி எடுத்துவந்திருந்த சோறை, கோயில் மண்டபத்தில் வைத்து ஞானம்மா கணவனுக்குக் கொடுத்தார். பொன்ராசா நெற்றியைச் சுருக்கி யோசித்தவாறே சோற்றை அளைந்துகொண்டிருந்தார். அவரது கண்கள் போதையாலும் ஆத்திரத்தாலும் சிவந்திருந்தன. "அவர்கள் போவதற்குக் காசு?" எனக் கேட்டார். "என்னுடைய நான்கு பவுண் சங்கிலியை அவர்களிடம் கொடுத்துவிட்டேன்" என்றார் ஞானம்மா. பொன்ராசாவின் வலிய கை ஞானம்மாவை அறைந்தபோது ஞானம்மாவின் முகம் முழுவதும் சோறும் குழம்புமானது. "காதுத் தோடுகளைக் கழற்றிக்கொடு" என்று பொன்ராசா கைகளை நீட்டினார். ஞானம்மா மறுபேச்சில்லாமல் நீலக் கற்கள் பதித்த அந்தத் தோடுகளைக் கழற்றிக்கொடுத்தார். அந்தத் தோடுகள் பொன்ராசா, ஞானம்மாவைக் கல்யாணம் செய்தபோது வரப்பிரகாசம் பாதிரியார் ஞானம்மாவுக்குப் பரிசளித்த தோடுகள். அவற்றை வாங்கி உள்ளங்கையில் வைத்துப் பரிசோதித்துவிட்டு அவற்றை மடியில் சொருகிக்கொண்டு பொன்ராசா எழுந்து வெளியே வந்து நின்றார். கால்கள் சற்றுத் தளும்புவதை உணர்ந்தார். தலையை ஒரு உலுக்கு உலுக்கிவிட்டுத் தெற்கு நோக்கி நடக்கத் தொடங்கினார்.

பொன்ராசா வேலணை முக்குவதுறையை வந்தடைந்தபோது நேரம் அதிகாலை ஒன்றைத் தாண்டிவிட்டது. அங்கிருந்துதான் படகுகள் இந்தியாவிற்குக் கிளம்புவதாக மகன்மார்கள் சொல்லியிருந்தார்கள். பின்நிலவு வெளிச்சத்தில் கடற்கரை ஆளரவமற்றுக் கிடந்தது. 'தாயோளிகள் போய்விட்டார்கள்' என்று சொல்லியவாறே தனது வலதுகாலால் மணலில் சிலதடவைகள் ஓங்கிக் குத்தினார். பின்பு கடற்கரையில் இரண்டு தடவைகள்

குறுக்கும் நெடுக்குமாக நடந்தார். கரையில் முழங்காலளவு தண்ணீரில் வரிசையாகப் படகுகள் கட்டப்பட்டிருந்தன. அந்தப் படகுகளுக்குள் யாருமிருக்கிறார்களா என நோட்டமிட்டார். ஒரு படகில் தாவி ஏறி அந்தப் படகைப் பரிசோதித்தார். அந்த நீல நிற பிளாஸ்டிக் படகில் வலைகளும் தாங்கு கம்புகளுமிருந்தன. மோட்டர் இணைக்கப்பட்டிருக்கும் பகுதி வெறுமையாயிருந்தது. படகுக்காரன் படகைக் கரையில் நங்கூரம் போட்டுவிட்டு மோட்டரைக் கையோடு எடுத்துச் சென்றிருக்கவேண்டும்.

படகில் நின்று வானத்தை உற்றுப் பார்த்தார். நட்சத்திரங்களை வைத்துத் திசையைக் கணக்கிட்டார். வடக்குத் திசையில் ஒன்றன்பின் ஒன்றாக நட்சத்திரங்கள் கோடிழுத்தது போல அணிவகுத்திருக்கக் கண்டார். இந்தியாவுக்குச் செல்வதற்கான திசைவழி அவருக்குத் தெளிவாகத் தெரிந்தது. சட்டையைக் கழற்றிக் கையில் பிடித்து மேலே பறக்கவிட்டு காற்றின் திசையை மதிப்பிட்டார். சட்டை, வடக்கு நோக்கிப் படபடத்துப் பறந்தது. படகிலிருந்த வலைகளைத் தூக்கிக் கடலுக்குள் போட்டார். நங்கூரத்தை இழுத்துப் படகிற்குள் போட்டார். இந்தியாவை நோக்கி வடதிசையில் கம்பு ஊன்றி படகைச் செலுத்தத் தொடங்கினார். படகு நகர்வதுபோலத்தான் தெரிந்தது. சற்று நேரத்திலேயே பொன்ராசா களைத்துப்போனார். 'தாயோளி எப்படித்தான் இந்தப் படகைச் செலுத்துகிறார்களோ தெரியவில்லையே' என அலுத்தவாறு படகின் அணியத்தில் அமர்ந்தார். அவர் கம்பு ஊன்றாத போதும் படகு மிதமான வேகத்தில் போய்க்கொண்டிருப்பதை அவதானித்தார். எழுந்து இரண்டு தாங்கு கம்புகளை அணியத்தில் நிறுத்தி படகில் கிடந்த கயிற்றால் அவற்றைப் படாதபாடுபட்டுச் சமாந்தரமாகப் பிணைத்தார். தனது வேட்டியை உரிந்தெடுத்து அந்தக் கம்புகளின் நடுவில் பாயாகக் கட்டினார். இப்போது படகு காற்றின் திசையில் வேகமெடுத்துச் சென்றது. அணியத்தில் ஏறியிருந்து ஒரு சுருட்டைப் பற்ற வைத்துக்கொண்டே வடக்கு நோக்கி இருளில் பார்த்துக்கொண்டிருந்தார். தனது மகன்கள் கிறிஸ்டியையும், பொஸ்கோவையும் கண்டுபிடிக்காமல் இந்தியாவிலிருந்து இலங்கைக்குத் திரும்புவதில்லை எனத் தனக்குத்தானே சொல்லிக்கொண்டார். தண்ணீர்த் தாகம் எடுத்தபோது தண்ணீர் எடுத்துவர மறந்துவிட்டோமே என்றெல்லாம் அவர் கலங்கினாரில்லை. அப்படியே கைகளால் கடல்நீரை வாரியெடுத்துக் கொப்பளித்து உமிழ்ந்தார். இந்தியாவில் தரையிறங்கியதும் யாராவது நீலக் கற்கள் பதித்த தோடுகளைப் பறித்துவிடக் கூடும்

என நினைத்து எச்சரிக்கையாக அவற்றை எடுத்து உள்புறமாக ஜட்டிக்குள் வைத்துச் சிறிய முடிச்சிட்டார். கச்சதீவு தாண்டினால் இராமேஸ்வரம் கோயிலின் கோபுர வெளிச்சம் தெரியுமெனக் கேள்விப்பட்டிருந்ததால் அந்த வெளிச்சத்திற்காகக் காத்திருந்தார். குடித்த சாராயம் குமட்டிக்கொண்டு வந்தது. அவருக்கு இதுதான் முதலாவது தொலைதூரக் கடற்பயணம். முதற் கடற்பயணத்தின் போது குமட்டல் வரும் எனக் கேள்விப்பட்டிருந்ததால் அது குறித்து அவருக்குப் பெரிய கவலையில்லை. ஆனால் தலையைச் சுற்றிக்கொண்டு வந்தது. வாயிலிருந்து புறப்பட்ட ஏப்பத்தில் சாராயம் மணத்தது. அப்படியே அணியத்தில் சரிந்தவர், தன்னையறியாது அயர்ந்து தூங்கிப்போனார்.

வெயில் சுள்ளிட்டபோது பொன்ராசா பதறிக்கொண்டி துள்ளி எழுந்தார். தூரத்தே கோயிற் கோபுரம் தெரிந்தது. தட்டத் தனியனாக வேட்டியைப் பாயாகக் கட்டியே இந்தியாவிற்கு வந்ததற்காகத் தன்னைத்தானே மெச்சிக்கொண்டார். இப்போது அவர் படகைக் கவனித்தபோது அது முன்னேயும் செல்லாமல் பின்னேயும் செல்லாமல் ஒரேயிடத்தில் சுற்றிக்கொண்டிருந்தது. கையை உயரே தூக்கிப் பார்த்தார். காற்று என்ற ஒன்றே கடலில் இல்லாமலிருந்தது. தாங்கு கம்பையெடுத்து அவர் ஊன்ற முயற்சித்தபோது கம்பு நிலத்தைத் தொட்டது அவருக்கு உற்சாகத்தைக் கொடுத்தது. ஆனால் படகு அசைய மறுத்தது. ஆவது ஆகட்டும் எனப் படகை விட்டுக் குதித்து நீச்சலடித்தே கரைக்குச் சென்றுவிடலாம் என அவர் முடிவெடுத்தபோது, இரண்டு படகுகள் அதிவேகத்தில் அவரின் படகை நோக்கி வருவதைக் கண்டார். படகுகள் கிட்ட நெருங்கும் போதே; ‘இந்தியன் நேவி’ எனப் பொன்ராசா உற்சாகமாகச் சீட்டியடித்தார் கடற்படையினரே அழைத்துச் சென்று இராமேஸ்வரத்தில் இறக்கிவிடுவார்கள் என நிம்மதியடைந்தார்.

பொன்ராசாவின் படகைக் கடற்படையினரின் படகுகள் அணைத்தபோது பொன்ராசா வேட்டியை ஒழுங்காகக் கட்டி, சட்டையின் பொத்தான்களை எல்லாம் கழுத்துவரை போட்டு, சட்டையை முழுக்கையாக விட்டு ஒரு பண்பான கோலத்தில் அகதிக்குரிய முகபாவத்தை வரவழைத்துக்கொண்டு “வணக்கம் சேர்” எனக் கைகளைக் குவித்துத் தலைக்குமேல் உயர்த்தி ஒரு கும்பிடு போட்டார். பொன்ராசாவின் படகுக்குள் தாவியேறிய நான்கு படையினர் கேட்டுக் கேள்வியில்லாமல் பொன்ராசாவை அடித்துத் துவைத்தனர். “சேர் நான் தமிழன்” எனப் பொன்ராசா குழறினார். அடி நின்றபாடில்லை. உதடு வெடித்து வெள்ளைச்

சட்டையில் இரத்தம் கோடாய் வழிந்தது. பொன்ராசவைத் தங்களது படகுக்குள் தூக்கிப்போட்டு பொன்ராசா வந்த படகைத் தங்களது படகில் கட்டியிழுத்துக்கொண்டு கரையை நோக்கிக் கடற்படையினரின் படகுகள் விரைந்தபோதுதான் தூரத்தே தெரிவது இராமேஸ்வரக் கோயில் கோபுரமல்ல, அது நயினாதீவு நாகபூசணியம்மன் கோயில் கோபுரமே என்பது பொன்ராசாவிற்குத் தெரிந்தது. வேலணையிலிருந்து புறப்பட்டு இரவிரவாகப் பயணம் செய்து வேலணைக்கு அடுத்த தீவான நயினாதீவிற்கே தான் வந்து சேர்ந்திருப்பதை நினைத்து அவருக்கு வெறுப்பாயிருந்தது.

நயினாதீவு இலங்கைக் கடற்படையின் வலுவான தளம். அங்கிருந்து படகுகள் புறப்படுவதோ அங்கே படகுகள் வருவதோ கடற்படையினரின் அனுமதி பெற்றே நடக்கும் காரியம். அப்போது நாலாயிரத்துச் சொச்ச மக்கள் நயினாதீவில் வசித்தார்கள். கடற்படையினருக்குத் தெரியாமல் அந்தத் தீவில் ஒரு துரும்பும் அசையாது. அந்த இரும்புக் கோட்டையைத் தகர்த்துக் கொண்டல்லவா பொன்ராசாவின் நீலப்படகு அங்கே அத்துமீறி நுழைந்திருக்கிறது.

அங்கேயிருந்த உபதளபதி ஒருவனின் அலுவலகத்தின் முன்பிருந்த கொடிக்கம்பத்தில் பொன்ராசா முழு நிர்வாணமாகக் கட்டப்பட்டிருந்தார். கொடிமரத்தின் அரைவாசி உயரத்தில் பொன்ராசா இருந்தார். அவரது திரணை திரணையான கைகால்களையும் அகன்ற மார்பையும் உறுதியான தோள்களையும் பார்த்தபோது கடற்படையினர் நிச்சயம் பொறாமைப்பட்டிருப்பார்கள். அவரது கரிய உடலில் இரத்தத் துளிகள் இரத்தின ஆபரணங்களைப் போல பூத்துக்கொண்டேயிருந்தன. பொன்ராசாவின் ஜட்டிக்குள்ளிருந்த நீலக் கற்கள் பதித்த தோடுகள் இப்போது உபதளபதியின் மேசை இழுப்பறைக்குள்ளிருந்தன. அகப்பட்டிருப்பது என்ன வகையான புலி எனக் கடற்படையினர் துப்புத் துலக்குவதில் மும்முரமாக ஈடுபட்டிருந்தார்கள். புலிக்கு அய்ம்பது வயதுக்கு மேலிருக்கும் என்பதுதான் அவர்களைக் கொஞ்சம் குழப்பத்தில் ஆழ்த்தியது. பிரபாகரனுக்கே அப்போது 36 வயதுதான்.

உச்சி வெயிலுக்குள் கட்டப்பட்டிருந்த பொன்ராசா வாய்விட்டுக் கதறிக்கொண்டிருந்தார். தமிழ், சிங்களம், ஆங்கிலம் என மூன்று மொழிகளிலும் இரந்து நின்றார். ‘எப்படியும் இந்தக் கண்டத்திலிருந்து நான் தப்பித்துவிடுவேன்’ என அவரது மனது சொல்லிக்கொண்டது. ஆனால் விறைப்பாயிருந்தால் நேவிக்காரன்

சுட்டுக் கடலில் போட்டாலும் போட்டுவிடுவான். அதனால் அவர் இடைவிடாமல் கதறிக் கண்ணீர் விட்டு மாய்மாலம் போட்டவாறேயிருந்தார். தண்ணீர் கேட்டு அவர் துடித்தபோது கடலின் உப்புநீர் அவருக்குப் புகட்டப்பட்டது. பொன்ராசாவும் ஒரு பிழையைச் செய்துவிட்டார். பிடிபட்டவுடனேயே, இந்தியாவிற்குப் போன பிள்ளைகளைத் தேடிக் குடிபோதையில் படகொன்றைத் திருடிக்கொண்டு தெரியாத்தனமாகப் புறப்பட்டதை அவர் ஒத்துக்கொண்டிருக்கலாம். இந்தியாவுக்குக் கிளம்பியதைச் சொன்னால் பெரிய பிரச்சினையாகலாம் என நினைத்து மீன்பிடிக்கக் கிளம்பித் திசைமாறி வந்துவிட்டதாக உளறிவிட்டார். கடற்படையினர் இரண்டு கேள்விகளிலேயே இவருக்குக் கடல் குறித்து எதுவும் தெரியாது என்பதையும் அது திருடப்பட்ட படகென்பதையும் கண்டுபிடித்துவிட்டனர்.

இரண்டு நாட்களாக அன்னம் தண்ணியில்லாமல் பொன்ராசா கொடிமரத்திலேயே கட்டப்பட்டு வாடிப்போய்க் கிடந்தார். மூன்றாவது நாள் அவர் ஓர் அறைக்குள் அடைக்கப்பட்டார். அந்த அறைக்குள் பாம்பு, பல்லி, பூரான் எல்லாம் தாராளமாக வந்து சென்றன. மாலை நேரமானால் பொன்ராசாவை நரகம் சூழ்ந்தது. நல்ல போதையில் வரும் கடற்படையினர் பொன்ராசாவை அறையிலிருந்து வெளியே இழுத்துவருவார்கள். விசாரணை என்ற பெயரில் அலட்டலான கேள்விகளைக் கேட்பார்கள். பொன்ராசா அதைவிட அலட்டலாகப் பதில் சொல்வார். மண்ணில் படம் வரைந்து யாழ்ப்பாணத்தில் எந்த எந்த இடத்தில் புலிகளின் முகாம் இருக்கிறது, எங்கே புலிகளின் தலைவர் இருக்கக் கூடும், குறிப்பாகக் கடற்புலித் தளபதி சூசை இப்போது எங்கேயிருக்கக் கூடும் என்று கடற்படையினருக்குப் பொன்ராசா விளக்கினார். அடுத்தநாள் அதே வரைபடத்தை வரைந்துகாட்டச் சொல்லிக் கடற்படையினர் கேட்பார்கள். முதல்நாள் வரைந்த படத்திற்கு எதிர்மாறாக வேறொன்றைப் பொன்ராசா வரைவார். முதல்நாள் பருத்தித்துறையிலிருந்த பிரபாகரனின் முகாம் இப்போது சாவகச்சேரியிலிருக்கும். தென்னைமட்டைகள், கயிறு, மொத்தமான தடிகள் எல்லாவற்றாலும் பொன்ராசவைக் கடற்படையினர் அடித்தார்கள். ஒருவாரத்திற்குள் பொன்ராசாவின் உடலின் பாதியிடத்தில் தோல் உரிந்துவிட்டது.

ஒருவாரத்திற்குப் பின்பு அடி ஆய்க்கினைகள் குறைந்தன. தாங்கள் பிடித்துவைத்திருப்பது ஒரு திருடனையே தவிர, புலியை அல்ல என்பது கடற்படையினருக்குத் தெளிவாக

விளங்கியது. பொன்ராசா கடற்படையினருக்கு ஏற்றவாறு தாளம் போடுவதிலும் இப்போது தேர்ச்சி பெற்றிருந்தார். பொன்ராசா ஒரு சமையல் மன்னனாயிருந்தார். அவர் தளபதிகளுக்கு சுவையாகச் சமைத்துப்போட்டு தளபதிகளின் இரக்கத்தைக் பெற்றார். கடற்படையினருக்கு ஒரு செல்லப்பிராணிபோல பொன்ராசா ஆகிவிட்டார். இப்போது கடற்படையினர் பொன்ராசாவை ஊருக்கள் சென்றுவரவும் அனுமதித்தார்கள். பகல் முழுவதும் ஊருக்குள் சுற்றித்திரியும் பொன்ராசா இரவில் முகாமுக்குத் திரும்பித் தனது அறையில் படுத்துக்கொள்வார். அவர் தனது அறையை சுத்தப்படுத்தி அதற்குள் மரப்பலகைகளால் ஒரு படுக்கையும் இணக்கிப் போட்டுக்கொண்டார்.

ஊருக்குள் சனங்கள் பொன்ராசாவை 'நேவி ஐயா' என அழைத்தார்கள். பொன்ராசா நேவியின் ஆள் என்ற அச்சம் சனங்களுக்கிருந்தது. நயினாதீவில் கள்ளும் மீனும் தாராளமாக் கிடைத்தன. அங்கிருந்து கடற்படையினருக்குத் தெரியாமல் தப்பித்துச் செல்வதும் நடவாத ஒன்று என்பதற்கப்பால் அங்கிருந்து தப்பிச் செல்வது குறித்துப் பொன்ராசா யோசிக்கவேயில்லை. இந்தியாவிற்குத் தப்பிச் சென்ற மகன்மாரைக் குறித்தும் இப்போது அவர் குறைபட்டுக்கொள்வதில்லை. இந்தக் கிழவனையே ஆடாகக் கட்டித் தோலாக உரித்தெடுத்தவர்களிடம் அந்த இளைஞர்கள் சிக்கியிருந்தால் என்ன நடந்திருக்கும் என்பதை இப்போது அவர் அறிந்திருக்கக்கூடும். அவ்வப்போதுதான் பொன்ராசா கடற்படை முகாமுக்குச் சென்று வந்தார். மற்றப்படிக்கு அவர் கோயில் மண்டபத்திலேயே தங்கிக்கொண்டார். அந்தத் தீவு மணிமேகலைக்கு அமுதசுரபியை வழங்கிய தீவல்லவா. பொன்ராசாவுக்கு மட்டும் சோற்றுக்குப் பஞ்சம் வந்துவிடுமா என்ன! கோயில் சோறும், அன்னதான மடமும், கடற்படை முகாமின் பட்டரும் ஜாமுமாக அவர் கொழுத்துத் திரித்தார்.

நயினாதீவிலிருந்து கடற்படையினரின் கடுமையான சோதனைக்குப் பிறகு காலையில் ஒரு பயணிகள் இயந்திரப் படகு புங்குடுதீவின் குறிகட்டுவான் துறைக்குச் செல்லும். மிக அவசியமான காரணங்களுக்காக மட்டுமே அந்தத் தீவிலிருந்து மக்களை வெளியேறக் கடற்படையினர் அனுமதித்தார்கள். அவ்வாறு சென்ற ஒரு பயணியிடம் தனது மனைவியிடம் சேர்ப்பிக்குமாறு ஒரு கடிதத்தைப் பொன்ராசா கொடுத்தனுப்பினார்.

மூன்று மாதங்களாகக் கணவன் இருக்குமிடம் தெரியாமல் செத்தவீடு கொண்டாடிக்கொண்டிருந்த ஞானம்மாவின் கையில் அந்தக் கடிதம் கிடைத்தபோது அவர் செய்வதறியாது விழித்தார். அந்தக் கடிதத்தில் 'நயினாதீவில் சிவில் நிர்வாகம் நன்றாகயிருக்கிறது, இக்கடிதம் கண்டதும் புறப்பட்டு நயினாதீவுக்கு வரவும், இங்கே நேவிக்காரர்கள் எனக்கு மிகவும் ஆதரவாகயிருக்கிறார்கள்' என எழுதப்பட்டிருந்தது. ஞானம்மா பக்கத்து வீட்டுப் பொடியனிடம் கடிதத்தைக் காட்டியபோது அவன் அந்தக் கடிதத்தை இயக்கத்திடம் கொண்டுபோய்க் கொடுப்பதே சரியாயிருக்கும் என்றும் அந்தக் கடிதத்தில் ஏதோ சதி ஒளிந்திருக்கிறது என்றும் சொன்னான். இவ்வாறாக அந்தக் கடிதம் புலிகளின் அலுவலகத்துக்குப் போய்ச் சேர்ந்தது.

புத்தாண்டுக் கொண்டாட்டம் கடற்படை முகாமில் அட்டகாசமாக நிகழ்ந்துகொண்டிருந்தது. அன்று பொன்ராசா விசேடமாகக் கணவாய், இறால், நண்டு என பொரித்துக் கரித்துச் சமைத்துத் தளபதிகளை மகிழ்ச்சிப்படுத்தினார். தளபதியிடமிருந்து ஒரு முழு 'மெண்டிஸ்' சாராயப் போத்தல் அவருக்கு அன்பளிப்பாகக் கிடைத்தது. கடற்கரையில் உட்கார்ந்திருந்து அதை இரசித்து இரசித்துக் குடித்துக்கொண்டிருந்தார். மார்கழியின் குளிர்காற்று வீசிக்கொண்டிருக்க உடல் சில்லிட்டது. தெற்கே புங்குடுதீவிலிருந்து ஓர் ஆகாயவாணம் மேலே கிளம்பி ஆகாயத்தில் வண்ணமயமாகப் பூத்ததைக் கவனித்தார். அரைப் போத்தல் சாராயம் முடிந்தபோது உடல் முறுக்கேறி நின்றது. போத்தலை கையிலெடுத்தவாறு முகாமை நோக்கி நடந்தார். முகாமில் சிங்கள பைலாப் பாடல்கள் முழங்கிக்கொண்டிருந்தன. இந்த நேரத்தில் புலிகள் தாக்கினால் வலுசுலபமாக இந்த முகாமை வீழ்த்திவிடலாம் என்று நினைத்துக்கொண்டார். அவரது கால்கள் அவரை ஊர்மனைக்குள் இழுத்துச் சென்றன. எல்லா வீடுகளும் இருளில் மூழ்கிக் கிடந்தன. இவ்வாறான கொண்டாட்ட நாட்களில் மதுபோதையுடன் கடற்படையினர் வீடுகளுக்குள் நுழைவது, பெண்களோடு சேட்டை செய்வது சர்வ சாதாரணமாக நிகழுமென்பதால் இத்தகைய நாட்களில் மக்கள் இன்னும் எச்சரிக்கையாக இருப்பதுண்டு என அவர் அறிந்திருந்தார். மனம் காமம் குறித்த நினைவுகளால் அலைக்கப்படலாயிற்று. கையிலிருந்து போத்தலைக் கடகடவென வாய்க்குள் சரித்தார். போத்தலில் இன்னும் கால்பகுதி மீந்திருந்தது. கடற்கரைக்குத் திரும்பியவர் போத்தலைக் கடற்கரையில் வைத்துவிட்டு உடைகளையும் களைந்துவிட்டு நிர்வாணமாகக்

கடலுக்குள் இறங்கி இடுப்புவரையான நீருக்குள் நடந்து சென்றார். கண்களை மூடியவாறு நீருக்குள் கரமைதுனம் செய்யத் தொடங்கினார். சில நிமிடங்களில் சலிப்புடனும் வெறுப்புடனும் கரையை நோக்கி நடந்துவந்து உடைகளை அணிந்துகொண்டார். சாராயப் போத்தலை எடுத்து அதைத் திறந்தபோது அவரது கழுத்தில் அந்த வலுவான அடி விழுந்தது. தாக்கப்பட்ட ஒரு வலிய மிருகம் போல சுழன்று திரும்பினார். அவரது மூளை நிதானிப்பதற்குள்ளாகவே அவரது கையிலிருந்த போத்தல் எதிராளியின் தலையில் மோதிச் சிதறிய ஓசையைக் கேட்டார்.

அடுத்தநாள் காலையில் அவரது கழுத்தில் கல்லைக் கட்டிப் படகில் ஏற்றிக் கடற்படையினர் கடலுக்குள் அழைத்துச் சென்றனர். இவரால் இரவு தாக்கப்பட்ட கடற்படை வீரன் தலையில் காயத்திற்குப் போடப்பட்ட துணிக்கட்டோடு இவரையே உற்றுப் பார்த்தவாறிருந்தான். பொன்ராசா மவுனமாயிருந்தார். அவரைக் கல்லோடு அவர்கள் கடலுக்குள் ஒரு நீள் கயிற்றில் இறக்கினார்கள். கடலம்மாவின் கருவறையில் பொன்ராசா போய் விழுந்தார். கைகளையும காலகளையும் ஒரு குழந்தைபோல அவர் அடித்தார். அவரது அடிவயிற்றில் சரளைக் கற்கள் குத்துவதை உணர்ந்தார், தனது தலை வெடித்துக்கொண்டிருப்பதை உணர்ந்தார். மூளைக்குள் கருமை மட்டுமே படரத் தொடங்கியது. அப்போது மறுபடியும் கயிற்றினால் மேலே இழுக்கப்பட்டார். முக்கால் பிணமாகப் பொன்ராசா மேலே வந்தார். சில தடவைகள் இந்த விளையாட்டு நடந்ததன் பின்பாக அவரை மறுபடியும் படகில் ஏற்றினார்கள். நயினாதீவுத் துறையிலிருந்து குறிகட்டுவானுக்குப் புறப்பட்ட பயணிகள் படகு தூரத்தே வந்துகொண்டிருந்தது. அந்தப் படகைக் கடற்படையின் படகு நெருங்கி அணைத்தது. பொன்ராசா அந்தப் பயணிகள் படகில் ஏற்றப்பட்டார். அவரது கையில் உபதளபதியால் ஒரு சிறிய பொட்டலம் கொடுக்கப்பட்டது. அந்தப் பொட்டலத்தில் நீலக் கற்கள் பதித்த இரண்டு தோடுகளிருந்தன. தளபதி சிங்களத்தில் பொன்ராசாவிடம் சொன்னான்: "மரணம் என்றால் என்னவென்று இப்போது பொன்ராசாவுக்குத் தெரியும்".

பொன்ராசா நீலக் கற்கள் பதித்த தோடுகளைச் சட்டைப் பைக்குள் போட்டுக்கொண்டார். குறிகட்டுவான் துறையில் இறங்கியதும் விறுவிறுவென நடந்துபோய் அங்கு நின்றிருந்த மினிபஸ்ஸில் ஏறி உட்கார்ந்தார். இரண்டு நிமிடங்கள் ஆகியிருக்காது "ஐயா கொஞ்சம் வெளியே இறங்கி வாங்க" என்ற குரல் கேட்டது. அங்கே விடுதலைப்

புலிகள் நின்றிருந்தார்கள். பொன்ராசா இறங்கி வெளியே வந்ததும் அவரது கண்கள் கறுப்புத் துணியால் கட்டப்பட்டன.

புலிகளின் சிறைச்சாலையில் இருநூறுவரையான கைதிகள் அடைபட்டிருந்தார்கள். அந்தச் சிறைச்சாலை எங்கேயிருக்கிறது என்பது அங்கிருந்த யாருக்குமே தெரியவில்லை. பொன்ராசாவிடம் குறுக்கு விசாரணைகள் ஏதும் நடத்தப்படவில்லை. அவரிடமிருந்த நீலக் கற்கள் பதித்த தோடுகளைக் கைது செய்தவுடனேயே புலிகள் எடுத்துக்கொண்டார்கள். அவருக்குச் சிறைச் சீருடை வழங்கப்பட்டது. ஒரு சாரத்தைப் பாதியாக்கிய பாதித்துண்டு மட்டுமே சிறைச் சீருடை. வேறெந்த உடைகளும் கிடையாது. உள்ளாடை அணியவும் தடையிருந்தது. அவரது கால்கள் மூன்று குண்டுகள் வைத்த சங்கிலியால் பிணைக்கப்பட்டன. பொன்ராசா குறித்த விபரங்கள் எல்லாமே புலிகளிடமிருந்தன. அவர் திருடிச் சென்ற படகின் உரிமையாளரும் புலிகளிடம் முறையீடு செய்திருந்தார். பொன்ராசா நயினாதீவிலிருந்து தனது மனைவிக்கு அனுப்பிய கடிதமும் அவர்களிடமிருந்தது. அவர் தனியனாகப் படகில் சென்றதால் அவர் 'கப்டன்' என்றே அங்கிருந்த புலிகளால் அழைக்கப்பட்டார். அவர்கள் கேட்டதெல்லாம் ஒன்றே ஒன்றுதான்: "கப்டன் உள்ளதைச் சொல்லிப்போடுங்க!"

பொன்ராசா உள்ளது, இல்லாதது, பொல்லாதது எல்லாவற்றையும் சொன்னார். அதைப் பொறுமையாகக் கேட்டு ஒரு பேரேட்டில் பதிவுசெய்துவிட்டு அவர்கள் மறுபடியும் கேட்டார்கள்: "கப்டன் உள்ளதைச் சொல்லிப்போடுங்க". கடற்படையினர் அடிக்கும்போது பொன்ராசாவிற்கு கோபம் வரவில்லை. ஆனால் புலிகள் அடித்தபோது அவருக்கு அளவிட முடியாத கோபம் வந்தது. அவர்கள் அடிக்கும் போது அவர் கண்களை இறுக மூடிக்கொள்வார். 'ஆள்களைப் பார்... மூன்றாம் நம்பர் ரீல்கட்டைகள் மாதிரி இருந்துகொண்டு மல்லா மலையான என்னில் கைவைக்கிறார்களே' என அவரது மனம் அடங்காத ஆத்திரத்துடன் கொந்தளிக்கும். நயினாதீவு கடற்படைத் தளத்தின் அமைப்பைப் பொன்ராசா படம் வரைந்துகாட்டியபோது உண்மையிலேயே புலிகள் ஆச்சரியப்பட்டுத்தான் போனார்கள்.

பொன்ராசா வரைந்துகொடுத்த படத்தையே பார்த்துக் கொண்டிருந்த பொறுப்பாளன் "அந்த சிவில் என்ஜினியரைக் கூட்டிக்கொண்டு வா" என அருகில் நின்ற ஒருவனுக்கு உத்திரவிட்டான். சற்று நேரத்தில் கைகளும் கால்களும் சங்கிலிகளால்

பிணைக்கப்பட்டிருந்த இளைஞன் ஒருவன் முழந்தாள்களில் நடக்க வைக்கப்பட்டு நாய்போலே அங்கே இழுத்துவரப்பட்டான். அந்த இளைஞனின் முன்பு பொன்ராசா வரைந்த படத்தைக் காட்டிய பொறுப்பாளன் "நீ என்னடா சிவில் என்ஜினியர், இங்கே கப்டன் வரைந்திருக்கும் படத்தைப் பார்த்தாயா! உன்னால் ஆறுமாதமாகக் கேவலம் பூந்தோட்ட முகாமின் படத்தைச் சரியாக வரைந்துகாட்ட முடியவில்லையே" என்று சொல்லிவிட்டுப் பொன்ராசாவைத் திரும்பிப் பார்த்தவாறே ஒரு மண்வெட்டிப் பிடியை எடுத்து அதை அவரிடம் கொடுத்து "கப்டன் அடியுங்கள் இவனை, அப்படியாவது இவனுக்குப் படித்ததெல்லாம் ஞாபகத்திற்கு வருகிறதா பார்க்கலாம்" என்றான். பொன்ராசா கொஞ்சமும் தயங்காமல் கையை நீட்டி அந்த மண்வெட்டிப் பிடியை வாங்கி இரண்டு கைகளாலும் இறுகப் பிடித்துக்கொண்டார். முதலாவது அடி அந்த இளைஞனின் முதுகில் விழுந்தது. பொன்ராசா உரத்த குரலில் "டேய் துரோகி உன்னைப் போன்றவர்களால்தான் எங்களுக்குத் தமிழீழம் கிடைக்காமலிருக்கிறது... இந்தப் பிள்ளைகள் உயிரைக் கொடுத்துப் போராடிக்கொண்டிருக்க நீங்கள் துரோகமா செய்கிறீர்கள், தமிழர்கள் படும் கஸ்டத்தைக் கொஞ்சமாவது நினைத்துப் பார்த்தாயா?" என உறுமியவாறே அந்த இளைஞனை அடித்தார். இளைஞனின் உடல் துடித்ததே தவிர அவனிடமிருந்து ஒரு முனகல் கூட வரவில்லை. பொன்ராசா பாய்ந்து அடிக்க முயற்சித்தபோது அவரது கால்களில் பிணைக்கப்பட்டிருந்த சங்கிலி தடுக்கி அவர் அந்த இளைஞன் மேலேயே குப்புற விழுந்து போனார். அந்த இளைஞன் யார் எவர் என்பதெல்லாம் பொன்ராசாவுக்குத் தெரியாது.

புலிகளின் சிறையில் இரண்டு வேளைகள் மட்டுமே உணவு வழங்கப்பட்டது. வெள்ளையரிசிக் கஞ்சிக்குள் சீனி போட்டுக் கொடுப்பார்கள். அது கால்வயிற்றுக்குக் கூடப் போதாது. ஏதோ கண்களைக் கட்டினார்கள், கூட்டி வந்தார்கள், இரண்டு அடியைப் போட்டு விசாரித்துவிட்டுப் பின்பு துரத்திவிடுவார்கள் என்றுதான் இங்கே வரும்போது பொன்ராசா நினைத்திருந்தார். ஆனால் மாதக்கணக்கில் பட்டினியும் சிறையும் சித்திரவதையும் கிடைக்கும் என அவர் நினைத்திருக்கவேயில்லை. ஒருநாள் விசாரணையின் போது அவர்கள் "கப்டன் உள்ளதைச் சொல்லிப்போடுங்க" என்றபோது பொன்ராசா பொறுக்கமுடியாமல் உள்ளதைச் சொல்லியும் விட்டார்: "தம்பிமார் நான் உங்களுடைய தகப்பனுக்குச் சமம், ஒரு மிருகத்தைப் போல என்னைச் சங்கிலியால் கட்டி அரை நிர்வாணமாக நீங்கள் வைத்திருப்பதெல்லாம் சரியான

தவறு. நான் உங்களுக்கு நயினாதீவு முகாமின் வரைபடத்தைக் கொடுத்திருக்கிறேன். அந்த முகாமைத் தாக்கும் வேலையை விட்டுவிட்டு நீங்கள் இந்தக் கிழவனைப் போட்டுச் சிறுகச் சிறுக வதைப்பது நியாயமற்றது. நான் ஏற்கனவே நேவியிடம் போதுமான அடி வாங்கியிருக்கிறேன். தமிழனுக்குத் தமிழனே இப்படிச் செய்யக்கூடாது" என்று கொஞ்சம் கடுப்பாகத்தான் பொன்ராசா பேசிவிட்டார். அவர் பேசியதைப் பொறுப்பாளன் அமைதியாகக் கேட்டுக்கொண்டிருந்தான். ஆழ்ந்த யோசனைக்குப் பிறகு அவரை அவன் 'கரப்பு'க்கு அனுப்பிவைத்தான்.

கோழிகளை அடைத்து வைக்கும் பிரம்புகளால் இழைக்கப் பட்டிருக்கும் கரப்புவைப் பார்த்திருப்பீர்கள்தானே. இது முட்கம்பிகளால் இழைக்கப்பட்ட கரப்பு. முக்கோண வடிவில் ஒரு ஆள் உட்கார்ந்திருக்கும் உயரத்திற்கு முட்கம்பிகளால் அந்தக் கூண்டு பின்னப்பட்டிருக்கும். அதற்குள் மூன்று நாட்களுக்குப் பொன்ராசாவைப் போட்டுவிட்டார்கள். "கப்டன் அரசியல் பேசுகிறார்" என்று பொறுப்பாளன் குறைபட்டுக்கொண்டானாம். அந்தக் கூண்டுக்குள் அந்தப் பக்கம் இந்தப் பக்கம் திரும்ப முடியாது. அசைந்தால் முட்கம்பி உடலைக் கிழித்துவிடும்.

உணவோ தூக்கமோ இல்லாமல் மூன்று நாட்கள் அந்தக் கூண்டுக்குள் பைத்தியம் பிடித்ததுபோல பொன்ராசா உட்கார்ந்திருந்தார். தூங்கி விழுந்தபோது முட்கம்பிகள் அவரை இரத்தம் வரக் குத்தி எழுப்பிவிட்டன. முள்ளுச் சட்டையை அணிந்திருந்தது போல அவர் அவதிப்பட்டார். மூன்று நாட்களில் அவரது உடல் முழுவதும் தோலும் தசையுமாகக் கிழிந்திருந்தன. தலையில் மட்டும்தான் காயம் ஏதுமில்லை. தலையில் ஒரு முட்கிரீடமும் வைத்திருந்தால் அந்தக் குறையும் தீர்ந்திருக்கும் என்று அந்த நரகவேதனையிலும் பொன்ராசா நினைத்துக்கொண்டார்.

1958ம் ஆண்டு இன வன்முறை நடக்கும்போது பொன்ராசாவுக்குச் சரியாக இருபது வயது. அப்போது அவர் சிங்கள நாட்டுப்பக்கத்திலுள்ள 'நிற்றம்புவ' என்ற சிறுநகரத்தில் 'மரியாம்பிள்ளை அன்ட் சன்ஸ்' துணிக்கடையில் சமையற்காரனாயிருந்தார். தனது பதின்மூன்று வயதில் சமையல் எடுபிடியாக இங்கே வேலைக்குச் சேர்ந்தவர் இப்போது சமையற்காரனாகிவிட்டார். முதலாளி கரம்பனைச் சேர்ந்தவர். அவருக்குப் பொன்ராசாவின் சமையல் வெகுவாகப் பிடித்துக்கொண்டது. பொன்ராசா கொஞ்சம் குழப்படிகாரர் என்பதனால் அவரது கையில் சம்பளம் எதுவும்

முதலாளி கொடுப்பதில்லை. முதலாளி ஊருக்குப் போகும்போது பொன்ராசாவின் அப்புவை வீட்டுக்குக் கூப்பிட்டு மொத்தமாகச் சம்பளப் பணத்தைக் கொடுத்துவிடுவார்.

அந்த வன்முறையின்போது 'மரியாம்பிள்ளை அன்ட் சன்ஸ்' கொள்ளையிடப்பட்டு எரிக்கப்பட்டது. முதலாளி மரியாம்பிள்ளை உயிருடன் எரியும் நெருப்பில் தூக்கிப் போடப்பட்டார். பொன்ராசாவைப் பிடிக்கவந்த காடையர்கள் இருவரை நின்ற நிலையில் பொம்மைகள் போலத் தூக்கி எறிந்துவிட்டுப் பொன்ராசா ரம்புட்டான் தோட்டங்களிற்குள் ஓடி ஒளிந்துகொண்டார். அடுத்தநாள் காலையில் வீதியால் இராணுவ வாகனங்கள் போவதைக் கவனித்துவிட்டு அவற்றை நோக்கி ஓடிப்போனார். இராணுவத்தினர் அவரை அகதிமுகாமில் கொண்டுபோய்ச் சேர்த்தார்கள்.

வன்செயல்கள் தணிந்தவுடன் உடுத்த உடுப்புடனும் அகதிமுகாமில் கொடுக்கப்பட்ட துவாயுடனும் பொன்ராசா ஊருக்கு வந்தார். அவரது ஊரிலிருந்து இன்னொரு இளைஞர்கள் கூட்டம் அப்போது சிங்கள நாட்டுப்பக்கக் கடைகளில் வேலைக்காகப் புறப்பட்டுக்கொண்டிருந்தது. பொன்ராசாவும் திரும்பவும் கொழும்புக்குப் போய் வேலை தேடலாம் எனப் புறப்படத் தயாரானபோதுதான் அவருக்கு அவரது ஊர்ப் பாதிரியார் மூலம் பெரிய கோயில் பாதிரியார் வரப்பிரகாசத்திடம் 'கோக்கி' வேலை கிடைத்தது.

யாழ்ப்பாணப் பெரிய கோயிலை ஆசனக்கோயில் என்றும் சொல்வார்கள். அப்போது அந்தக் கோயிலில் மட்டும்தான் வழிபடுபவர்கள் உட்காருவதற்கான இருக்கைகள் போடப்பட்டிருந்ததால் அந்தப் பெயர். வரப்பிரகாசம் பாதிரியாருக்கும் பொன்ராசாவின் சமையல் பிடித்துக்கொண்டது. பாதிரியாரின் அறைவீட்டிலேயே தங்கிக்கொள்வதற்கு பொன்ராசாவுக்கு இடம் கிடைத்தது. பாதிரியார் மலேசியாவில் பிறந்து இத்தாலியில் படித்தவர். அவருக்குத் தமிழ் பேசுவதற்கு அவ்வளவாக வராது. அவர் பெரிய கோயிலில் லத்தீன் மொழிப் பூசைக்குப் பொறுப்பாயிருந்தார். அவர் பொன்ராசாவிடம் ஆங்கிலத்திலேயே பேசுவார். பொன்ராசா தனது சமையல் திறமையால் பாதிரியாருக்குப் பதில் சொன்னார். அங்கே வேலைக்கு வந்து இரண்டு வருடங்கள் ஆனபோது பெரிய கோயில் மரியாயின் சேனையின் பாடகிகள் குழுவிலிருந்த ஞானம்மாவுக்கும் பொன்ராசாவுக்கும் காதல் உருவானது. ஞானம்மாவின் வீட்டில்

கண்டி வீரன் | 85

பெரிய எதிர்ப்புக் கிளம்பியபோது பொன்ராசா இரவோடு இரவாக ஞானம்மாவை அழைத்துக்கொண்டு படகேறிச் சுருவிலுக்கு வந்துவிட்டார்.

பொன்ராசா ஞானம்மாவுடன் ஓடிவந்த மூன்றாவது நாளில் வரப்பிரகாசம் பாதிரியாரும் ஞானம்மாவின் தகப்பனும் சுருவிலுக்குத் தேடிவந்தார்கள். பொன்ராசாவின் வீட்டின் முன்னால் நின்று உரத்த குரலில் பாதிரியார் "கோக்கி... கோக்கி" எனக் கூப்பிட்டார். யாழ்ப்பாணம் பெரிய கோயிலில் வைத்துக் காலைப் பூசையில் பொன்ராசாவுக்கும் ஞானம்மாவுக்கும் தலையில் முட்கிரீடங்கள் வைக்கப்பட்டன. அந்தத் தண்டனைக்குப் பிறகு வரப்பிரகாசம் பாதிரியாரே இருவருக்கும் கைபிடித்து வைத்தார். திருமணப் பரிசாக ஞானம்மாவுக்கு நீலக் கற்கள் பதித்த தோடுகளைப் பாதிரியார் வழங்கினார்.

புலிப்படையின் மூன்றுநாட்கள் முட்கம்பிக் கூண்டுத் தண்டனையுடன் பொன்ராசா ஒடுங்கிப்போனார். அவரது உடல் எப்போதும் நடுங்கியவாறேயிருந்தது. அவரது உடல் வேகமாக உருக்குலையலாயிற்று. ஒரு பட்டுப்போன பனைமரம்போல உள்ளுக்குள்ளால் அவர் உளுத்துப்போனார். எப்போதும் அவர் படுத்தே கிடந்தார். விசாரணைக்கு அழைக்கப்பட்ட ஒவ்வொரு முறையும் கால்கள் பின்னச் சங்கிலியை இழுத்து இழுத்துத் தள்ளாடி நடந்துசென்றார். இப்போதெல்லாம் அடிவிழும்போது அவர் ஓலமிட்டு அழத்தொடங்கினார். தனது மனைவியை ஒருதடவையாவது பார்த்துவிட வேண்டுமென்ற எண்ணம் அவரை அலைக்கழித்தது. ஆனால் அதை அவர் புலிகளிடம் சொல்லவில்லை. முட்கம்பிக் கூண்டுத் தண்டனையாவது பரவாயில்லை. பங்கர் சிறைக்குள் போட்டார்கள் என்றால் இருபத்திநான்கு மணித்தியாலங்களில் தனக்குப் பைத்தியம் பிடித்துவிடும் என அவர் நினைத்துக்கொண்டார்.

ஒருநாள் மாலையில் பொன்ராசாவினதும் இன்னும் ஆறு கைதிகளினதும் கால் விலங்குகள் நீக்கப்பட்டன. அவர்கள் எல்லோரும் ஐம்பது வயதைக் கடந்த கைதிகளாகவேயிருந்தார்கள். எல்லோருக்கும் புதிய சாரமும் சட்டையும் வழங்கப்பட்டது. விடுதலை செய்யப் போகிறார்கள் என்றுதான் பொன்ராசா நினைத்தார். அவர்களது கண்கள் கறுப்புத்துணிகளால் கட்டப்பட்டன. இரவோடு இரவாக அந்த ஏழு கைதிகளும் யாழ்ப்பாண நகரத்து முகாமொன்றுக்கு மாற்றப்பட்டார்கள்.

யாழ்ப்பாணக் கோட்டைக்குள் முற்றுகைக்குள் சிக்கியிருந்த இராணுவத்தினரை மீட்புப் படைகள் மீட்டுச் சென்றதன் பின்னாக அந்தக் கோட்டை புலிகளின் கைகளில் வீழ்ந்தது. நானூறு வருடங்கள் பழமைவாய்ந்த அந்த வலிய கோட்டையை இடித்துத் தரைமட்டமாக்கப் புலிகள் முடிவெடுத்தார்கள். அதிகாலை ஆறுமணிக்கே பொன்ராசா வைக்கப்பட்டிருந்த முகாமிலிருந்து ஒரு கைதிகள் அணி வேலைக்காகக் கோட்டைக்கு அழைத்துச் செல்லப்பட்டது. மாலை ஆறுமணிவரை அங்கே ஓயாத வேலைகள் அவர்களுக்குக் கொடுக்கப்பட்டன. இவர்கள் வேலை செய்தபோது பத்தடி தூரத்திற்கு ஒரு புலி கையில் கொட்டானோடு நின்று இவர்களைக் கண்காணித்தது. கைதிகள் ஒருவரோடு ஒருவர் பேசக் கூடாது எனக் கண்டிப்பான உத்தரவிருந்தது. வேலையில் சுணங்கினாலோ சற்றே தடுமாறினாலோ கொட்டானால் முதுகுத்தோல் பிய்ய அடி விழுந்தது. மூன்று மாதங்கள் ஒரு ஊமைபோல பொன்ராசா அங்கே மதிற் கற்களை உடைத்தும் மண் அள்ளிக் கொட்டியும் கடுழியம் செய்தார்.

கோட்டையை உடைக்கும் வேலைகள் அனைத்தும் முடிந்த மாலைப்பொழுதில் பொன்ராசா புலிகளால் விடுவிக்கப்பட்டார். "கப்டன் இனியாவது தமிழீழத்துக்கு விசுவாசமாகயிருங்கள்" என்றொரு அறிவுரையும் அவருக்கு வழங்கப்பட்டது. தன்னுடைய நீலக் கற்கள் பதித்த தோடுகளை அவர்கள் திருப்பித் தருவார்கள் எனப் பொன்ராசா எதிர்பார்த்தார். அது திரும்பி வருவதாகத் தெரியவில்லை. விடுதலை என்ற செய்தியைக் கேட்டவுடனேயே பொன்ராசா பழைய பொன்ராசாவாகியிருந்தார். அவர் தனக்கு அறிவுரை சொன்னவனிடம் போய் மிதப்பான குரலில் "என்னுடைய நீலக் கற்கள் பதித்த தோடுகள் இரண்டு உங்களிடமுள்ளன, அவற்றைப் போராட்டத்திற்கான எனது பங்களிப்பாக வைத்துக்கொள்ளுங்கள்" எனச் சொல்லிவிட்டு அங்கிருந்து புறப்பட்டார்.

அந்த இரவு நேரத்தில் திடுக்கடிமடக்காக பொன்ராசாவைக் கண்ட ஞானம்மா திகைத்துப்போனார். பொன்ராசா, ஞானம்மாவைக் கேட்ட முதலாவது கேள்வி "கோட்டையைப் பிடிக்கப் போன இராணுவம் சுருவில் கிராமத்திற்குள் வந்ததா?" என்பதாயிருந்தது. 'இல்லை' என்று ஞானம்மா தலையசைக்கவும் பொன்ராசா "அதைத்தானேயடி வேசை நானும் சொன்னேன். அதைக் கேட்காமல்தானே உனது பிள்ளைகள் இந்தியாவுக்கு ஓடினார்கள்" எனச் சொன்னபடியே ஞானம்மாவின் காதைப் பொத்தி ஓங்கி அறைந்தார். அந்த அடியில் ஞானம்மாவின் காதிலிருந்த நீலக் கற்கள் பதித்த தோடு பறந்துபோய்

தரையில் விழுந்து விளக்கொளியில் மினுங்கிக்கொண்டிருந்தது. அதைக் குனிந்து எடுத்த பொன்ராசா "இது இங்கே எப்படி வந்தது?" எனக் கேட்டார். "நான்கு மாதங்களிற்கு முன்பு இயக்கப் பொடியன்கள் கொண்டுவந்து தந்தார்கள்" என்றார் ஞானம்மா. பொன்ராசா படுத்திருந்தபோது அவரருகில் வந்த ஞானம்மா அவரது மார்பை வருடிக்கொடுத்துவிட்டு அவரது மார்பில் தலைவைத்துப் படுத்துக்கொண்டே "கிறிஸ்டியும், பொஸ்கோவும் இந்தியாவிலிருந்து பிரான்ஸுக்குப் போய்விட்டார்கள், தம்பிமார் இந்தியாவில் கஸ்டப்படக்கூடாதென்று கில்டா புருசனிடம் சொல்லி ஒரே மாதத்தில் இருவரையும் பிரான்ஸுக்கு கூப்பிட்டுவிட்டாள்" என்றார்.

2

மே மாதம், எட்டாம் தேதி கரையாம் முள்ளிவாய்க்காலில் வைத்துப் பொன்ராசா "இனியும் இங்கே இருக்க முடியாது, எந்த நேரமும் இங்கே இராணுவம் வந்துவிடும் நாங்கள் கடலுக்குள் இறங்கி அடுத்த பக்கம் போய்விடலாம்" என்று ஞானம்மாவிடம் நச்சரித்துக்கொண்டேயிருந்தார். "இல்லை இங்கே இராணுவம் வரப் பொடியன்கள் விடமாட்டார்கள், நாங்கள் இங்கேயே இருப்பதுதான் புத்தியான காரியம்" என்றார் ஞானம்மா. "இராணுவம் வந்தால் நீ பெண்ணென்று உன்னை ஒன்றும் செய்யமாட்டார்கள், என்னைத்தான் கொல்வார்கள்" என்று வெறுப்பான குரலில் சொன்னார் பொன்ராசா. அவர் அப்படியே கடற்கரை மணிலில் குந்தியிருந்து ஞானம்மாவின் கையைப் பிடித்துத் தன்னருகே உட்காரவைத்து நடுங்கும் விரலால் மணலில் வரைபடமொன்றை உருவாக்கினார். "இங்கே மண் அணைகள் உள்ளன, இங்கே கண்ணிவெடிகள் இருக்கின்றன, இங்கே புலிகள் நிற்கிறார்கள், இந்த வழியால் உடைத்துக்கொண்டு இராணுவம் உள்ளே வரும்" என அவர் ஞானம்மாவுக்கு விளக்கினார். அன்று நடுநிசியில் குண்டுச் சத்தம் கேட்டு ஞானம்மா திடுக்குற்று விழித்தபோது அருகில் படுத்திருந்த பொன்ராசா காணாமற் போயிருந்தார். தொடர்ந்து வெடிச்சத்தம் கேட்டுக்கொண்டேயிருந்தது. ஞானம்மா கலங்கிப்போய் உட்கார்ந்திருந்தார். அதிகாலை மூன்று மணியளவில் பொன்ராசா பூனைபோல வந்து ஞானம்மாவுக்கு அருகே அமர்ந்துகொண்டார். இரகசியக் குரலில் "கடற்கரையில் வள்ளங்கள் நிற்கின்றன, ஒன்றை அவிழ்த்துக்கொண்டு அந்தப் பக்கம் போய்விடலாம் வருகிறாயா" எனக் கெஞ்சினார். "சும்மாயிருந்தால் ஒரு பக்கத்தால்தான் வெடி வாங்க வேண்டிவரும், ஏதாவது குழப்படி செய்தீர்களென்றால்

இரண்டு பக்கத்தாலும் வெடி வாங்கவேண்டியிருக்கும்” என்றார் ஞானம்மா. “நான் செத்துப்போனால் நீதானடி பொறுப்பு தாசி அபராஞ்சி!” எனச் சொல்லிப் பொன்ராசா பற்களைக் கடித்தார்.

தாயையும் தகப்பனையும் குறித்துச் செய்திகள் ஏதும் கிடைக்காமல் கில்டாவும், கிறிஸ்டியும், பொஸ்கோவும் தவித்துக் கொண்டிருந்தார்கள். ஒருநாள் வவுனியாவிலிருந்து தொலைபேசிச் செய்தி வந்தது. பொன்ராசாவும் ஞானம்மாவும் வவுனியா தடுப்பு முகாமொன்றில் இருப்பதாக அந்தச் செய்தி அறிவித்தது. அடுத்த வாரமே கில்டா பாரிஸிலிருந்து புறப்பட்டு வவுனியா வந்துவிட்டாள். காசை வவுனியா முழுவதும் விசிறியடித்தாள். தகப்பனையும் தாயையும் அழைத்துக்கொண்டு கொழும்புக்கு வந்தாள். அடுத்த ஒருமாதத்திற்குள் ‘ஸ்பொன்ஸர்’ அலுவல் சரிவந்தது. இருவரையும் அழைத்துக்கொண்டு கில்டா பிரான்ஸுக்கு விமானம் ஏறினாள்.

கில்டாவின் குடும்பம் பாரிஸில் இருந்தது. கிறிஸ்டியும், பொஸ்கோவும் தெற்குப் பிரான்ஸில் சென்திபோ என்ற ஊரில் ஆளுக்கொரு சிறிய கடை வைத்திருந்தார்கள். கிறிஸ்டி பாரிஸ் வந்து பொன்ராசாவையும் ஞானம்மாவையும் சென்திபோவுக்கு அழைத்துப்போனான்.

சென்திபோ ஆறுகளின் ஊர். திபோ ஆற்றங்கரையோரம் அமைதியான சூழலில் சிறுகாடுகளுக்கு நடுவில் கிறிஸ்டியின் வீடு இருந்தது. அங்கிருந்து அய்ந்து நிமிட நடை தூரத்தில் இளையவன் பொஸ்கோவின் அழகிய வீடிருந்தது. அவர்களது கடைகள் நெடுஞ்சாலையை ஒட்டி அருகருகாக இருந்தன.

அந்தச் சூழல் பொன்ராசாவுக்கு மிகவும் பிடித்துப்போனது. அடுத்த கோடை காலத்திற்குள் பொன்ராசா முழுவதுமாக மாறிவிட்டார். சிங்கள நாட்டில் இரண்டு காடையர்களைப் பொம்மைகள் போல தூக்கியெறிந்த பொன்ராசாவாக அவர் இருந்தார். காலையில் பத்துமணிக்கு ஒரு பெக் விஸ்கி அருந்திவிட்டு கிறிஸ்டியின் வீட்டிலிருந்து பொஸ்கோ வீட்டிற்கு நடந்துபோய் அங்கே மருமகளை நாட்டாமை செய்வார். அங்கே இன்னொரு பெக் அருந்திவிட்டு மதியச் சாப்பாட்டிற்கு கிறிஸ்டியின் விட்டுக்கு வந்து இந்த மருமகளை நாட்டாமை செய்வார். தாத்தாவின் சிவந்த கண்களைக் கண்டதுமே பேரப்பிள்ளைகள் கப் சிப்பாக இருந்து விடுவார்கள். கிறிஸ்டிக்கும் பொஸ்கோவுக்கும்

தகப்பனிடம் இன்னும் பயமிருக்கவே செய்தது. 'அய்யா எவ்வளவு வேண்டுமென்றாலும் குடியுங்கள், ஆனால் சத்தம் மட்டும் போடாதீர்கள்' என அவர்கள் அவரைக் கெஞ்சிக் கேட்டுக்கொண்டார்கள். ஞானம்மாவுக்கு பேரக் குழந்தைகளுடன் பொழுது கழிந்தது. பிள்ளைகள் போட்டி போட்டுக்கொண்டு அம்மாவுக்கு நகைகளும் உடைகளும் வாங்கிப் பூட்டி அழகு பார்த்தார்கள். வரப்பிரகாசம் பாதிரியார் பரிசளித்த நீலக் கற்கள் பதித்த அந்தத் தோடுகள் இப்போது தேடுவரற்று ஞானம்மாவின் பெட்டிக்குள் கிடந்தன.

ஒரு மதியநேரம் திபோ ஆற்றங்கரையில் பொன்ராசா தனித்திருந்தபோது அந்த வெண்ணிறப் படகைப் பார்த்தார். துடுப்புகளை வலித்தவாறே ஐம்பது வயதுகள் மதிக்கத்தக்க ஒரு பிரஞ்சுப் பெண்மணி கரையை ஒட்டியே அந்தச் சிறிய படகில் வந்துகொண்டிருந்தார். பொன்ராசா கைகளை உயர்த்திக்காட்டினார். அந்தப் பெண்மணியும் கைகளை உயர்த்தி வணக்கம் தெரிவித்துப் புன்னகைத்தார்.

மறுநாளும் அதேநேரத்திற்கு அந்தப் பெண்மணி படகில் கரையோரமாகவே வந்தபோது பொன்ராசா எழுந்து நடந்து சென்று படகை நிறுத்துமாறு சைகை செய்தார். அந்தப் பெண்மணி படகை நிறுத்தியதும் பொன்ராசா குதித்து ஆற்றுக்குள் இறங்கினார். அந்தப் பெண்மணி பதற்றத்துடன் ஆற்றுக்குள் இறங்க வேண்டாம் எனச் சைகை செய்தார். பொன்ராசா ஒரு புன்னகையுடன் நடந்துபோய் அந்தப் படகைப் பிடித்துக்கொண்டார். அவர் படகுள்ளே ஏறுவதற்கு அந்தப் பெண்மணி கைகொடுத்தபோது பொன்ராசா சர்வ அலட்சியமாகப் பெண்மணியின் கையை விலக்கிவிட்டு தனது நீண்ட கால்களைத் தூக்கிப் போட்டுப் படகில் தொற்றி உள்ளே விழுந்தார். படகு ஓர் உலாஞ்சு உலாஞ்சிய போது அந்தப் பெண்மணி மார்பில் சிலுவைக் குறியிட்டுக் கூக்குரலிட்டாள். பொன்ராசா அவளை அமைதியாக இருக்குமாறு சைகை செய்துவிட்டு, சுட்டுவிரலால் தனது மார்பை இரண்டுதரம் தொட்டுக்காட்டி "கப்டன்" என்றார். அந்தப் பெண்மணி கண்கள் விரியப் புன்னகைத்தார். அந்தப் பெண்மணியின் பெயர் அன்னியஸ்.

அன்னியஸுக்கு நூறு ஆங்கிலச் சொற்களும் பொன்ராசாவுக்கு ஐம்பது ஆங்கிலச் சொற்களும் தெரிந்திருந்தன. அவர்கள் அந்தக் கோடை காலம் முழுவதும் அந்தச் சிறிய படகிலே திபோ ஆற்றிலே

சுற்றித்திரிந்தார்கள். சிறுகாட்டுக்குள் நுழைந்து புற்தரையில் அருகருகே படுத்திருந்து வெயில் காய்ந்தார்கள்.

பொன்ராசா அன்னியஸை 'லேடி' என்றும் அன்னியஸ் பொன்ராசாவை 'கப்டன்' என்றும் அழைத்துக்கொண்டார்கள். ஒருநாள் அன்னியஸின் காரிலே அவர்கள் இருவரும் கிறிஸ்டியினதும் பொஸ்கோவினதும் கடைகளுக்குச் சென்றார்கள். அன்னியஸைத் தனது சிநேகிதியென மகன்களுக்கு பொன்ராசா அறிமுகப்படுத்தி வைத்தார். அடுத்த குளிர்காலத்தின் ஒரு மாலைநேரத்தில் அன்னியஸின் வீட்டுப் படுக்கையறையிலிருந்த பதினைந்தாம் லூயி காலத்தைச் சேர்ந்த அழகிய விசாலமான கட்டிலில் விரிக்கப்பட்டிருந்த வெண்மையான படுக்கை விரிப்பில் தனது நீண்ட இடதுகையால் அன்னியஸை அணைத்தவாறே தூங்கிக்கொண்டிருந்த பொன்ராசாவின் கை தளர்ந்துபோனபோது பொன்ராசா இறந்துபோயிருந்தார்.

கிறிஸ்டியும் பொஸ்கோவும் அங்கே வந்து சேர்ந்தபோது கட்டிலின் அருகே நின்றிருந்த அன்னியஸ் கண்ணீர் வடித்தவாறிருந்தார். அம்புலன்ஸில் பொன்ராசாவின் உடல் ஏற்றப்பட்டபோது அன்னியஸ் ஓடிவந்து பொஸ்கோவைத் தழுவிக்கொண்டு கண்ணீர் உகுத்தார். பொஸ்கோ அவரது முதுகைத் தட்டிக்கொடுத்தபோது கிறிஸ்டி கண்கள் சிவக்கக் கண்களால் சைகை செய்தான். அந்தச் சைகை பொஸ்கோவுக்குப் புரியவில்லை.

ஆஸ்பத்திரியில் பொன்ராசாவின் உடல் வைக்கப்பட்டிருந்த அறை ஒவ்வொரு நாளும் காலையில் ஒன்பது மணிக்குத் திறக்கப்பட்டு பதினொரு மணிக்கு மூடப்பட்டது. ஒவ்வொருநாளும் அங்கே ஞானம்மாவும் பிள்ளைகளும் போய் உட்கார்ந்திருந்தார்கள். கில்டா அடிக்கடி மயங்கி விழுந்தாள். பொன்ராசா எங்கே இறந்தார் என்பதை மட்டும் கிறிஸ்டியும் பொஸ்கோவும் தாயிடமும் தமக்கையிடமும் சொல்லவில்லை. ஆற்றங்கரையில் படுத்திருந்தபோது அவருக்கு மாரடைப்பு வந்திருக்கிறது என்று சொல்லிவைத்தார்கள். அன்னியஸ் அந்தப் பக்கமே வராமலிருந்தது அண்ணனுக்கும் தம்பிக்கும் கொஞ்சம் நிம்மதியாயிருந்தது.

சவ அடக்கத்திற்கு முந்தையநாள் மதியம் கிறிஸ்டியின் வீட்டில் அவர்கள் கூடியிருந்து பேசிக்கொண்டிருந்தார்கள். அன்றிரவும் அடுத்தநாள் காலையிலும் பாரிஸிலிருந்து உறவுக்காரர்களும் நண்பர்களும் சவ அடக்கத்துக்காக வந்துவிடுவார்கள். அவர்களைத்

தங்கவைப்பது, சாப்பாடுக்கு ஏற்பாடு செய்வது போன்ற விசயங்களை அவர்கள் விவாதித்துக் கொண்டிருந்தார்கள். எப்படியும் நூறு பேர்களிற்குக் குறையாமல் சவ அடக்கத்திற்கு வரக்கூடும் என அவர்கள் எதிர்பார்த்தார்கள். அப்போது வாசலில் அழைப்பு மணி ஒலித்தது. கதவைத் திறந்தபோது அங்கே அன்னியஸ் கையில் ஒரு பொதியுடன் நின்றிருந்தார். அவர் தலையை ஒரு துணியால் முக்காடிட்டுக் குளிரில் நடுங்கியவாறே நின்றிருந்தார். பொஸ்கோ அவரை உள்ளே வருமாறு அழைத்தான். அன்னியஸ் அதிகம் பேசவில்லை. அந்தப் பொதியைப் பொஸ்கோவிடம் கொடுத்துவிட்டு "இதைத் திரு. பொன்ராசா அவர்களின் கல்லறையில் நீங்கள் பதித்துவைத்தால் நான் அதிர்ஷ்டம் செய்தவளாவேன்" என்று சொல்லிவிட்டுப் போய்விட்டார். பொஸ்கோ ஜன்னலால் பார்த்தபோது அன்னியஸ் உறைந்திருந்த பனிக்குள்ளால் திபோ ஆற்றங்கரையை நோக்கி நடந்து போய்க்கொண்டிருந்தார்.

அன்னியஸ் கொடுத்த அந்தப் பொதியை பொஸ்கோ அவதானமாகப் பிரித்தான். அது கல்லறையின் முகப்பில் பதிக்கும் சதுரவடிவிலான கறுப்பு நிறச் சலவைக் கல். அந்தக் கறுப்புக் கல்லில் கப்பலின் சுக்கானை இயக்கப் பயன்படும் சக்கரம் பொன்னிறத்தில் பொறிக்கப்பட்டு அதன் நடுவில் நங்கூரம் பொறிக்கப்பட்டிருந்தது. கப்பல் தலைவர்களது கல்லறைகளில் இந்தச் சின்னமிட்ட சலவைக்கல்லைப் பதித்து வைப்பது பிரஞ்சுக்காரர்களின் மரபு .

கிறிஸ்டி மெதுவாக எழுந்து வந்து பொஸ்கோவின் கையிலிருந்த அந்தச் சலவைக்கல்லை வாங்கித் தரையில் வீசியடித்தான். "இதைக் கல்லறையில் பதித்தால் பார்க்கும் சனங்கள் எங்களைக் கரையார் என்றல்லவா நினைப்பார்கள்" என்று அவன் கத்தினான். இரண்டு துண்டாக உடைந்துகிடந்த அந்தச் சலவைக்கல்லை கால்களால் எத்திவிட்டான். கில்டா பதறிப்போய் ஓடிவந்து தம்பியாரின் கைகளைப் பிடித்துக்கொண்டாள். "வேண்டாமென்றால் விட்டுவிடு அதற்கு ஏன் இப்படிக் கோபப்படுகிறாய்" என்று அவள் பதற்றத்தடன் கேட்டாள். கில்டாவை உதறித்தள்ளிய கிறிஸ்டி ஒரே பாய்ச்சலில் அங்கிருந்து வெளியேறினான். அவன் கதவை அறைந்து மூடிய வேகத்தில் சன்னல்கள் சடசடத்தன.

ஒரு தீயணைப்புப் படைவீரனின் கல்லறைக்கும் ஒரு சீன வியாபாரியின் கல்லறைக்கும் நடுவாகச் சிறுசெடிகளும் புற்களும் முளைவிட்ட அந்தக் கல்லறை இருக்கிறது. அது யாருடைய கல்லறை என்பதற்கான தடயங்கள் ஏதுமில்லை.

அடுத்த வேனிற்காலத்தில் திபோ ஆற்றில் வெண்ணிறமான சிறிய படகில் தனியாகத் துடுப்பு வலித்துச் சென்றுகொண்டிருந்த அந்தப் பெண்மணியின் முகத்தில் வெயில் பட்டபோது அவளது காதுகளிலிருந்த நீலக் கற்கள் பதித்த தோடுகள் பளீரென மின்னின.

(நவம்பர் 2011)

மாதா

இந்த நாட்டில் அப்போது கடுமையான பனிக்காலமாகயிருந்தது. வெண்பனி விழுந்து தரையில் ஓரடி உயரத்திற்குப் பூப்போல குவிந்து கிடந்தது. அம்மா தூய பனிக்குள் தனது கால்களை மிக மெதுவாகவும் எச்சரிக்கையாகவும் எடுத்து வைத்து வீதியின் ஓரமாக ஒரு முதிய வெண்ணிற வாத்துப் போல அசைந்து நடந்துவருவதை தனது காருக்குள் இருந்தவாறே குற்றவாளி கவனித்துக்கொண்டிருந்தான். அப்போது மழை தூறத் தொடங்கிற்று.

அம்மா தனது இரு கைகளையும் பக்கவாட்டில் ஆட்டியும் அசைத்தும் தனது உடலைச் சமன் செய்தவாறே வந்தார். முகத்தை வானத்தை நோக்கி அண்ணாந்து முகத்தில் மழைத் துளிகளை வாங்கிக்கொண்டார். அப்போது பனியில் சறுக்கிக் கீழே முழந்தாள் மடிய விழுந்தார். அம்மா சட்டெனத் தனது வலது கையைத் தரையிலே ஊன்றிக்கொண்டதால் முகம் அடிபடக் கீழே விழுவதிலிருந்து தப்பித்துக்கொண்டார். ஒருவாறு சமாளித்துக்கொண்டு அம்மா எழுந்திருந்து தன்னை யாராவது கவனிக்கிறார்களா என வெட்கச் சிரிப்புடன் சுற்றுமுற்றும் பார்த்தார். வீதியில் யாருமில்லை. சேலையைக் கணுக்கால் வரை தூக்கி ஏதாவது அடிபட்டிருக்கிறதா என அம்மா குனிந்து பார்த்தார். குற்றவாளி காருக்குள் இருந்து அம்மாவையே பார்த்துக்கொண்டிருந்தான்.

அம்மா தூய பனியை கைநிறைய அள்ளி, பந்துபோல் உருட்டிவிட்டு அதை நுனி நாக்கால் ஒருமுறை நக்கிப் பார்த்துவிட்டு அதை வீதியில் எறிந்து அந்த உருண்டை சிதறுவதைப் பார்த்துப் புன்னகைத்தார். அம்மா பனியோடு விளையாடியபடியே வீட்டை நோக்கி நடந்தார். வீதியோரத்தில் எதிர்வரிசையில் வரிசையாக நிறுத்தப்பட்டிருந்த கார்களில் ஒன்றிற்குள் குற்றவாளி மறைந்திருந்து அம்மாவையே கவனித்துக்கொண்டிருந்தான்.

அம்மாவின் பெயர் மனோன்மணி. ஆனால் அவரை எல்லோரும் 'புஷ்பம் மிஸி' என்றுதான் அழைப்பார்கள். யாழ்ப்பாணப் பெரியாஸ்பத்திரியில் பிரசவ விடுதிக்குத் தலைமைத் தாதியாக அம்மா இருந்தார். அம்மா தேவதையைப் போல கருணையும் அன்பும் கொண்டவர் என அங்கே பெயர் வாங்கியிருந்தார். அம்மா அய்ந்தடி பத்து அங்குலம் உயரமுள்ளவர். எப்போதுமே நிமிர்ந்து கம்பீரமாக நடப்பார். சுத்தம் குறித்து அதீத கவனம். எப்போதும் தனது கைகளையும் கால்களையும் கழுவியவாறேயிருப்பார். அவரது சருமத்தில் உரோமமோ மறுக்களோ இருக்காது. வீட்டிலிருக்கும்போது கூட மிகத் தூய்மையான ஆடைகளையே அணிந்திருப்பார். வீட்டுத் தரையையும் கதவுகளையும் சன்னல் கண்ணாடிகளையும் நாள் தவறாமல் சுத்தமாகத் துடைத்து வைப்பார்.

அம்மா தனது அய்ம்பதாவது வயதில் தாதிச் சேவையிலிருந்து ஓய்வு பெற்றார். அவர் ஓய்வுபெற்றதற்கு அடுத்தநாள்தான் மாபெரும் யாழ்ப்பாண இடப்பெயர்வு நடந்தது. அப்பா, அம்மாவைத் தனது மோட்டார் சைக்கிளில் உட்காரவைத்துக்கொண்டு ஒரேயொரு பெட்டியோடு யாழ்ப்பாணத்திலிருந்து வெளியேறினார். இயக்கம் விரைவிலேயே மீண்டும் யாழ்ப்பாணத்தைக் கைப்பற்றிவிடும், தாங்கள் வீட்டிற்குத் திரும்பி வரலாம் என்று அப்பா நம்பியிருந்தார். அந்த இடப்பெயர்வு நடப்பதற்கு ஒரு வருடம் முன்பாகத்தான் அவர்களது ஒரே மகனை அவர்கள் இந்த நாட்டிற்கு அனுப்பிவைத்திருந்தார்கள். அம்மாவும் அப்பாவும் கொடிகாமம் போனார்கள். அங்கேயிருந்த அப்பாவின் தங்கை வீட்டில் தங்கினார்கள். அப்பா கடுமையான கோபக்காரர். இராசரட்ணம் மாஸ்டர் என்றால் ஊருக்குள் மரியாதையும் அதைவிடப் பயமுமிருந்தது. தலைமை ஆசிரியராகயிருந்து ஓய்வு பெற்றபின்பு சிற்றூர் அவையில் தலைவராகயிருந்தவர். கொஞ்ச நாட்களில் இராணுவம் கொடிகாமத்தையும் பிடித்தது. இராணுவம் அம்மாவையும் அப்பாவையும் அவர்களது ஊருக்கே திருப்பி விரட்டிவிட்டது.

பின்னால், அம்மாவும் அப்பாவும் ஊரில்தான் இருந்தார்கள். மகன் இந்த நாட்டுக்கு வருமாறு எத்தனையோ தடவைகள் அழைத்தும் அப்பா இங்கே வருவதற்கு மறுத்துவிட்டார். எங்கள் இரண்டு பேருக்கும் போதுமான அளவு ஓய்வூதியப் பணம் கிடைக்கிறது, நாங்கள் எதற்கு அகதிகள் போல அந்நிய நாட்டில் சீவிக்கவேண்டும் என்பது அவருடைய வாதம். அம்மாவுக்கு மகனுடன் வந்து இருப்பதற்குத்தான் விருப்பமாயிருந்தது. அதற்காக

அவர் பதினெட்டு வருடங்கள் அப்பாவை இடைவிடாமல் மன்றாடிக் கொண்டிருந்தார்.

அம்மாவின் அறுபத்தெட்டாவது வயதில்தான் அப்பாவுக்கு மனம் கொஞ்சம் இரங்கிற்று. சரி மகனுடன் போய் கொஞ்ச நாட்களிற்கு இருப்போம் என்றார். சென்ற வருடத்தின் பனிக்காலத்தில் அம்மாவும் அப்பாவும் இந்த நாட்டிற்கு வந்தார்கள்.

பேரனுக்கு ஏழு வயதாகியிருந்தது. பேரன் அவர்களது மகனின் சாயலில் இல்லாமல் அப்பாவின் சாயலிலேயே இருந்தான். அப்பாவுக்கு பேரன்மீது அப்படி ஓர் ஈர்ப்பு. இப்போது, ஊருக்குத் திரும்பிப் போகலாம் என அம்மா ஒருவேளை கேட்டாலும் அப்பா சம்மதியார். ஊரில் இருக்கும் வீட்டையும் காணி பூமிகளையும் அப்பாவின் தங்கையின் மகன் கவனித்துக்கொண்டிருக்கிறான்.

அப்பாவையும் அம்மாவையும் மகனும் மருமகளும் தெய்வங்கள் போல நடத்தினார்கள். மகன் விமானப் பராமரிப்புப் பொறியியலாளராக வேலை செய்கிறான். மருமகள் அம்மாவைப் போலவே மருத்துவத் தாதி. அந்த ஒரு காரணத்திற்காகவே அவளைக் கல்யாணம் செய்ததாக மகன் சொல்வான்.

அமைதியான மிகச் சிறிய பட்டினத்தில் அவர்களின் வீடு இருந்தது. அழகிய மாடிவீடு. வீட்டைச் சூழவரத் தோட்டம். வீட்டின் பின்புறம் சிற்றாறு ஒன்று ஓடிக்கொண்டிருந்தது. அடிவளவுக் கதவைத் திறந்தால் அந்த ஆற்றில் காலை நனைக்கலாம். அம்மாவுக்கும் அப்பாவுக்கும் கீழ்த்தளத்திலேயே விசாலமான அழகிய படுக்கையறையிருந்தது. அம்மாவுக்கென இருபது தமிழ் சனல்கள் இணைக்கப்பட்ட பெரிய தொலைக்காட்சி. அம்மாவின் பகல் பொழுதுகள் தொலைக்காட்சியில் தமிழ் நாடகத் தொடர்களைப் பார்ப்பதிலேயே கழியும். அப்பா எப்போதும் படிப்பறையில் புத்தகங்களிற்குள் மூழ்கியிருப்பார். அவர் பண்டைய ஈழத் தமிழரது பக்தி மரபு குறித்து ஆய்வு நூலொன்றை எழுதும் முயற்சியிலிருக்கிறார். அப்பா, வெள்ளிக் கிழமை காலைகளில் மட்டும் பேருந்தில் நீண்டதொரு பயணம் செய்து தலைநகரத்திலுள்ள அம்மன் கோயிலுக்குப் போவார். மதியமளவில் திரும்பி வரும்போது அந்தக் கிழமைக்கான மளிகைப் பொருட்களையும் இலங்கைக் காய்கறிகளையும் வாங்கி வருவார். மகனும் மருமகளும் பேரனும் பெரும்பாலும் இந்த நாட்டு உணவு

வகைகளையே விரும்பிச் சாப்பிடுவார்கள். மருமகள் வெள்ளிக் கிழமைகளில் மட்டும் சைவ உணவு சாப்பிடுவாள்.

மகனும் மருமகளும் தங்களிற்குள் இந்த நாட்டு மொழியில்தான் பேசிக்கொள்வார்கள். பேரனுக்கோ தமிழ் துண்டறத் தெரியாது. "நீங்கள் புருசனும் பெண்சாதியும் தமிழில் பேசிக்கொண்டால்தானே பேரனும் தமிழ் பேசுவான்" என்பார் அப்பா. அந்த நேரத்தில் மட்டும் மகனும் மருமகளும் தமிழில் பேசிக்கொள்வார்கள்.

மகனும் மருமகளும் காலை ஏழு மணிக்கே ஆளுக்கொரு காரில் வேலைக்குப் புறப்பட்டுச் சென்றுவிடுவார்கள். பேரனைப் பராமரிக்கவும் பள்ளிக்கூடத்தில் கொண்டுபோய் விடவும் அழைத்து வரவும் முன்பொரு ஆபிரிக்கன் ஆயா இருந்தார். அம்மா வந்ததன் பின்பாக, அம்மா மகனோடு சண்டை போட்டு அந்த ஆயாவை வேலையால் நிறுத்திவிட்டு அம்மாவே அந்தப் பணிகளை ஏற்றுக்கொண்டார்.

இப்போது பேரனைப் பள்ளிக்கூடத்திற்கு அழைத்துச்சென்று விட்டுவிட்டுத்தான் அம்மா திரும்பி வருகிறார். பதினொன்றரை மணிக்குச் சென்று பேரனைத் திரும்ப அழைத்து வர வேண்டும். மற்றைய நாட்களில் அந்த நேரத்தில் அம்மா சமையலைக் கவனிக்க அப்பாதான் போய் பேரனைக் கூட்டிக்கொண்டு வருவார். இன்று வெள்ளிக்கிழமை என்பதால் காலையிலேயே அவரும் புறப்பட்டுக் கோயிலுக்குப் போய்விட்டார். பாடசாலை விடுமுறைக்காலங்களில் பேரனையும் அழைத்துக்கொண்டு அப்பாவுடன் அம்மாவும் கோயிலுக்குப் போவதுண்டு. பேரன் இந்த நாட்டில் பிறந்து வளர்ந்த பிள்ளையென்றாலும் அவனுக்கு இலங்கை 'யானை மார்க் சோடா' என்றால் பைத்தியம். கோயிலுக்கு அழைத்துச் செல்லும் நாட்களில் பேரனுக்கு இரண்டு போத்தல் யானைச் சோடாக்கள் நிச்சயமுண்டு. பனங்கொட்டையைக் கொண்டுபோய் சந்திரமண்டலத்தில் போட்டாலும் வடலி முளைக்கும் என்பார் அப்பா.

அம்மா வீட்டுக் கதவைத் திறந்து உள்ளே போவதைக் குற்றவாளி பார்த்துக்கொண்டிருந்தான். இப்போது மழை சற்றே வலுக்கலாயிற்று. குற்றவாளி காருக்குள்ளிருந்து இறங்கி குடையை விரித்து, குடையால் தனது முகத்தை மறைத்தவாறு வேகமாக நடந்து சென்று அம்மாவின் வீட்டின் முன்னின்று குடையை வாசலில் வைத்தான். மழை அவனைச் சற்று நனைத்தது. பின்பு குற்றவாளி

தனது இடது கையால் அழைப்பு மணியை அழுத்தினான். அவனது வலது கையில் சிறிய ப்ளாஸ்டிக் பையிருந்தது.

அந்த நேரத்தில் யார் வந்திருப்பார்கள் என அம்மா ஆச்சரியப்பட்டார். எப்போதும் கதவில் பொருத்தப்பட்டிருக்கும் குமிழ் கண்ணாடி வழியாக வெளியே பார்த்துவிட்டுத்தான் கதவைத் திறக்கவேண்டும் என மருமகள் சொல்லியிருந்தாள். ஆனால் அம்மா அதைப் பெரும்பாலும் கடைப்பிடிப்பதில்லை. ஆனால் இன்று அம்மா அந்தக் கண்ணாடிக் குமிழ் வழியே வெளியே பார்த்தபோது முப்பத்தைந்து வயதுகள் மதிக்கத்தக்க சற்று உயரம் குறைந்த சிவந்த நிறமுடைய இளைஞன் மழையில் நனைந்த கோலத்தில் நிற்பதைக் கண்டார். அவன் தமிழ் இளைஞனாகத் தெரிந்தான். அம்மா உடனேயே கதவைத் திறந்தார்.

குற்றவாளி ஈரமாகிவிட்ட தனது அடர்த்தியான சுருட்டைத் தலைமுடியை கையால் துவட்டியவாறே அம்மாவைப் பார்த்துப் புன்னகைத்துவிட்டு மகனின் பெயரைச் சொல்லி அவர் இருக்கிறாரா எனக் கேட்டான்.

"நீங்கள் யார் தம்பி?" என அம்மா கேட்டார்.

"என்னுடைய பெயர் கபிலன், உங்களது மகனின் சிநேகிதன், எனக்குத் திருமணம் நடக்கயிருக்கிறது. அவருக்கு அழைப்பிதழ் கொடுக்க வந்தேன்" என்றான் குற்றவாளி.

"மழைக்குள் நிற்காதீர்கள்... உள்ளே வாருங்கள்" எனக் கதவை அகலத் திறந்தார் அம்மா. குற்றவாளி தனது காலணிகளை கழற்றிவிட்டுத் தயக்கத்துடன் உள்ளே நுழைந்தான். அம்மா கதவை மூடினார்.

"மகன்... இல்லையா அம்மா?"

"இல்லைத் தம்பி... வேலைக்குப் போய்விட்டார்... நீங்கள் இருங்கள்..."

அம்மா உள் அறைக்குப்போய் வெண்ணிறத் துண்டொன்றை எடுத்துவந்து தலையைத் துவட்டுமாறு குற்றவாளியிடம் கொடுத்தார்.

அப்போது குற்றவாளி தனது கைத் தொலைபேசியைக் காதில் வைத்திருந்தான்.

"அம்மா மகனின் எண்ணுக்கு அழைத்தேன், அவர் எடுக்கிறார் இல்லையே"

அம்மா சிரித்தார். "அவர் இப்பிடித்தான், வேலையில் இருக்கும்போதோ வாகனம் ஓட்டும்போதோ தொலைபேசியை அநேகமாக எடுக்கமாட்டார். ஆனால் திரும்பக் கூப்பிடுவார். நீங்கள் கொஞ்சம் இருங்கள் நான் உங்களிற்கு கோப்பி எடுத்துவருகிறேன்" என்று சொல்லிவிட்டு அம்மா சமையலறைக்குள்ளே போனார். குற்றவாளி இங்கிருந்தவாறே அம்மாவின் ஒவ்வொரு அசைவையும் நுணுக்கமாகக் கவனித்தான்.

குற்றவாளி கிட்டத்தட்ட ஒரு மாதம் அந்த வீட்டைக் கண்காணித்திருந்தான். மகனும் மருமகளும் வேலைக்குப் போகும் நேரம், வெள்ளிக் கிழமை காலைகளில் அப்பா தவறாமல் கோயிலுக்குப் போவது, அன்றைய தினங்களில் காலை முழுவதும் அம்மா மட்டுமே தனியே வீட்டில் இருப்பது என எல்லாவற்றையும் அவன் அறிந்து வைத்திருந்தான். இப்போது உட்கார்ந்தபடியே வீட்டின் உட்புறத்தை மிகக் கவனமாகக் கவனித்தான்.

அம்மா கோப்பியைக் கொண்டுவந்து குற்றவாளிக்குக் கொடுத்துவிட்டு அவனுக்கு எதிராக அமர்ந்துகொண்டார். குற்றவாளி கோப்பியை வாங்கி ஒரு மிடறு குடித்துவிட்டு கோப்பையை மேசையில் வைத்துவிட்டு எழுந்தான்.

"அம்மா நான் திருமண அழைப்பிதழை உங்களிடம் தருகிறேன். நீங்கள் மகனிடம் கொடுத்துவிடுங்கள். கண்டிப்பாக நீங்கள் எல்லோரும் எனது கல்யாணத்திற்கு வரவேண்டும்" என்று சொல்லியவாறியே அம்மாவின் அருகில் வந்து கையிலிருந்த ப்ளாஸ்டிக் பையைத் திறந்தான். அம்மா எழுந்து நின்று அழைப்பிதழைப் பெறுவதற்காக இரண்டு கைகளையும் நீட்டினார். குற்றவாளி ப்ளாஸ்டிக் பையிலிருந்து பளபளக்கும் நீண்ட கத்தியொன்றை எடுத்து அம்மாவின் முகத்துக்கு நேரே நீட்டினான்.

அம்மா திடுக்கிட்டுப்போய் "என்ன தம்பி" என்றார்.

"பேசாமல் நாற்காலியில் உட்கார்" என்றான் குற்றவாளி.

அம்மாவின் உதடுகள் ஒட்டிக்கொண்டன. அவரது கண்களிலிருந்து பொசுக்கென்று கண்ணீர் தெறித்தது. அவரது தேகம் நடுங்கியது.

குற்றவாளி மெல்லிய குரலில் ஆனால் கடுமையான தொனியில் சொன்னான் "எடியே கிழட்டு வேசை, சொல்வது விளங்கவில்லையா, வாயை மூடிக்கொண்டு அசையாமல் இந்த இடத்திலேயே இருக்கவேண்டும். அசைந்தாயோ உன்னுடைய புண்டையில் கத்தியைச் சொருகுவேன்".

அம்மா அப்படியே ரப்பர் பொம்மை போல மடிந்து நாற்காலியால் உட்கார்ந்தார். அவர் தனது கைகளால் முகத்தை மூடியபடியே விசும்பத் தொடங்கினார்.

குற்றவாளி கத்தியின் முனையால் அம்மாவின் உச்சந்தலையில் மெல்லத் தட்டியவாறே சொன்னான்:

"மூச்சும் காட்டக்கூடாது! அலுமாரிச் சாவிகளெல்லாம் எங்கே?"

அம்மா அழுதுகொண்டே சொன்னார்:

"நீங்கள் என்னுடைய மகனின் சிநேகிதன் என்பதால்தானே வீட்டுக்குள் விட்டேன்"

குற்றவாளி தனது கையைச் சுழற்றி அம்மாவின் கன்னத்தில் பலமாக அறைந்தான். அம்மா கத்தக் கூட முடியாதவராக நடுங்கினார்.

"சாவிகள் எங்கே?"

அம்மா எதிரிலிருந்த பெரிய மேசையைச் சுட்டிக் காட்டினார். அந்த மேசையில் சின்னதும் பெரிதுமாகப் பல இழுப்பறைகள் இருந்தன. குற்றவாளி அந்த மேசையின் அருகே குனிந்து மண்டியிட்டிருந்து மிக நிதானமாக ஒவ்வொரு இழுப்பறையாக ஆராய்ந்தான்.

குற்றவாளியின் முதுகை அம்மா பார்த்துக்கொண்டிருந்தார். அவன் எந்தக் கணத்திலும் தனது பார்வையை அம்மாவிடம் திருப்பலாம். அவனுக்கும் அம்மாவுக்கும் இடையே ஆறடி தூரம் மட்டுமேயிருந்தது. அம்மாவுக்கு அருகிலிருந்த ஒரு பீடத்தில் இரண்டடி உயரத்தில் தில்லையில் கூத்திடும் நடராஜரின் வெண்கலச் சிலையிருந்தது. அம்மாவுக்கு மிகவும் பிடித்தமான சிலை. அந்தச் சிலையையும் குற்றவாளி எடுத்துப் போய்விடுவான் என அம்மா நினைத்துக்கொண்டிருந்தபோதே அம்மாவின் வலதுகால் இரண்டடி தூரத்தை ஒரேயடியாகப் பாய இரு கைகளும் சுழன்று நடராஜர்

சிலையைத் தூக்க இடதுகால் மறுபடியும் இரண்டடி முன்னே பாய, மண்டியிட்டிருந்து இழுப்பறைகளிற்குள் தேடிக்கொண்டிருந்த குற்றவாளி சத்தம் கேட்டுச் சடாரெனத் திரும்ப அவனது நடு நெற்றியில் நடராஜர் 'டங்' என மோதினார்.

குற்றவாளி ஒரு விலங்கைப்போல உறுமிக்கொண்டே தனது நெற்றியை இடது கையால் பிடித்துக்கொண்டான். அவனது நெற்றியிலிருந்து இரத்தம் வடிந்தது. அவனது வாய் பாலியல் வசவுகளைச் சொல்லியபடியேயிருந்தது. அம்மா முகத்தில் அச்சமும் கோபமும் தெறிக்க அவனை வெறித்துப் பார்த்தார். அவரது கைகளிலே நடராஜர் இருந்தார். "போ வெளியே" என்று அம்மா கத்தினார். அவன் மெதுவாக நடந்துசென்று அங்கிருந்த நிலைக்கண்ணாடியில் தனது முகத்தைப் பார்த்தான். பொட்டு வைத்தது போல அவனது நெற்றியில் பிளவிருந்தது. அதிலிருந்து வடிந்த இரத்தம் அவனது கன்னமோடி அடர்த்தியான மீசையில் படிந்துகொண்டிருந்தது.

அவன் மெதுவாக நடந்து அம்மாவிடம் வந்து " சிவபெருமான் எனக்கு நெற்றிக் கண்ணைத் திறந்திருக்கிறார்" என்றான். அம்மா எதுவும் பேசாமல் தொலைபேசி அருகே சென்று இடது கையால் நடராஜரைத் தனது மார்போடு சேர்த்து அணைத்தவாறே வலது கையால் ரிஸீவரை எடுத்துக் காதில் வைத்துக்கொண்டு தோளை உயர்த்தி ரிஸீவரைக் காதோடு அணைத்துக்கொண்டு எண்களை அழுத்தத் தொடங்கினார். அப்போது குற்றவாளிக்கும் அம்மாவுக்கும் நடுவில் பதினைந்து அடிகள் தூரமிருக்கும்.

அந்தத் தூரத்தை ஓநாய்போல குற்றவாளி ஒரே தாவாகத் தாவிக் கடந்து அம்மாவை வன்மத்துடன் கீழே தள்ளிவிட்டான். அம்மா குப்புறக் கீழே விழுந்தார். அவர் நடராஜர் சிலையைத் தன்னிடமிருந்து விலக விடவில்லை. குற்றவாளி அம்மாவை மல்லாக்கப் புரட்டிப் போட்டுவிட்டு அவரருகே குனிந்திருந்து அவரது முகத்தைப் பார்த்தான். அம்மாவின் கண்கள் வெறித்திருந்தன. 'உன்னால் முடிந்ததைச் செய்துபார்' என்ற ஏளனம் அந்தக் கண்களில் தெரிவதாகக் குற்றவாளி உணர்ந்தான். அவன் பற்களை இறுகக் கடித்துக்கொண்டு உதடுகளுக்குள் ஏதோ முணுமுணுத்தவாறே அம்மாவின் முகத்தில் ஓங்கி அறைந்தான். அம்மாவின் மூளை பளீரிட்டு அணைந்தது. அம்மாவின் கைகளிலிருந்து நடராஜர் வழுவிப் போனார். அம்மா மயங்கிப்போனார்.

குற்றவாளி அம்மாவை உலுக்கினான். அம்மா விறைத்த சவமாகக் கிடந்தார். அம்மாவின் சேலை மார்பிலிருந்து விலகிக்கிடந்தது. ரவிக்கை வலது பக்கத் தோளிலிருந்து சற்று விலகியிருக்க அந்த இடத்தில் அம்மாவின் மாசற்ற சருமத்திற்கு நடுவே பிரேஸியரின் கறுப்பு நிறப் பட்டை தெரிந்தது. குற்றவாளி மெதுவாகக் குனிந்து அந்தப் பட்டையை முகர்ந்தான். பின்பு அம்மாவின் முகத்தை முகர்ந்தான். அம்மாவில் தூய பனியின் குளிர்ச்சியை குற்றவாளி உணர்ந்தான்.

2

பதினொன்றரை மணிக்குப் பேரனைப் பாடசாலையிலிருந்து அழைத்துச் செல்ல யாரும் வராததால் பாடசாலையிலிருந்து மருமகளைத் தொலைபேசியில் அழைத்தார்கள். பதறிப்போன மருமகள் வீட்டு எண்ணிற்குத் தொலைபேசியில் அழைத்தபோது யாரும் தொலைபேசியை எடுக்கவில்லை. மருமகள் உடனே தனது காரை எடுத்துக்கொண்டு விரைந்தாள். அவள் பாடசாலைக்குச் சென்றுகூடப் பார்க்காமல் முதலில் வீட்டிற்கே போனாள். கதவு மூடிக் கிடந்தது மருமகளிற்குச் சற்று நிம்மதியைக் கொடுத்தது. அவள் தன்னிடமிருந்த சாவியால் கதவைத் திறந்துகொண்டு உள்ளே போனபோது, நடுக் கூடத்தில் அம்மா ஆடைகள் விலகிய நிலையில் அரை நிர்வாணமாக அசைவற்றுக் கிடந்தார். மருமகள் கூச்சலிட்டபடியே ஓடிச் சென்று முதலில் அம்மாவின் ஆடைகளைச் சரிப்படுத்தினாள். அதற்குப் பின்பு அம்மாவின் கையைப் பிடித்துப் பார்த்தாள். அம்மாவிற்கு உயிர் இருந்தது. மருமகள் அம்புலன்ஸை தொலைபேசியில் அழைத்தாள். அய்ந்து நிமிடங்களில் சைரன்களின் கூட்டு ஒலியால் அந்தச் சிறு பட்டினத்தையே அதிரச் செய்தவாறு அம்புலன்ஸும் காவற்துறையினரும் வந்து சேர்ந்தார்கள்.

மருத்துவமனையில் அம்மாவைச் சேர்த்துவிட்டு மருமகள் காத்துக்கொண்டிருக்கையில் மகன் வந்து சேர்ந்தான். சற்று நேரத்தில் மருத்துவர் இருவரையும் தனது அறைக்கு அழைத்துச் சென்று உட்காரவைத்துவிட்டுச் சொன்னார்:

"ஒன்றும் பயமில்லை. ஆனால் ஒரு கடுமையான குற்றம் நிகழ்ந்திருக்கிறது. அந்த அம்மா பாலியல் வல்லுறவு செய்யப்பட்டுள்ளார்." மருத்துவர் சொல்லிவிட்டு உதடுகளை மடித்துக்கொண்டு அவர்களைப் பார்த்தார்.

மகன் நாற்காலியிலிருந்து மெதுவாக எழுந்தான். நடந்துபோய் அந்த அறையின் கதவினருகே நின்று மருத்துவரைப் பார்த்தான். அவனின் பார்வை மருத்துவரை அறையிலிருந்து வெளியேற அனுமதிக்க மாட்டேன் என்பது போலிருந்தது. மகன் மூச்சுவிடச் சிரமப்படுபவன்போல் உடலைக் குலுக்கிக்கொண்டான். மருமகள் எழுந்துபோய் அவனது கைகளைப் பிடித்தபோது அவன் வெடித்து வாயைக் கைகளால் பொத்தியவாறு அழுதான். அம்மா கொடுத்த பால் அவன் கண்களில் நீராக வழிந்தது. அவனைத் தேற்றுவதற்கு மருத்துவர் படாத பாடுபட்டார்.

மருமகள் தனது கரங்களை ஒன்றுடன் ஒன்று கோர்த்து தனது கணவனைப் பார்த்துக் கும்பிடுவது போல உயர்த்தினாள். அவளது கைகள் கிடுகிடுவென நடுங்கிக்கொண்டிருந்தன. " அம்புலன்ஸில் வரும்போதே மாமிக்குச் சாடையாக மயக்கம் தெளிந்தது. நான் என்ன நடந்தது மாமி என்று கேட்டதற்கு, 'கள்ளன் வந்து என்னை அடித்துவிட்டான் நான் மயங்கிப்போனேன்' என்று சொல்லிவிட்டு மறுபடியும் மாமி மயக்கமாகிவிட்டார்" என்றாள் மருமகள்.

மருத்துவர் தலையை ஆட்டிக்கொண்டார். "அவரது உடலைப் பரிசோதித்துப் பார்த்ததில் அவர் மயக்கமாகயிருந்த நிலையில்தான் வல்லுறவு செய்யப்பட்டிருக்க வேண்டும் எனத் தெரிகிறது" என்றார் மருத்துவர்.

இப்போது மகன் தனது கண்களை அழுந்தத் துடைத்துவிட்டுக் கொண்டான். அவன் மருத்துவரைப் பார்த்து, அம்மா வல்லுறவு செய்யப்பட்ட விசயம் அம்மாவுக்கோ அப்பாவுக்கோ எக்காரணம் கொண்டும் தெரியக் கூடாது என்று கேட்டுக்கொண்டான்.

"ஆனால் இது காவற்துறை தொடர்புள்ள விடயாமாயிற்றே, எப்படி மறைக்க முடியும்?" என்று மருத்துவர் கேட்டார்.

"அவர்களிடமிருந்தும் மறைத்துவிடலாம்" என்றாள் மருமகள்.

மகன் அவளைப் பிடித்துத் தூரத் தள்ளிவிட்டான்.

"இல்லை... இந்தக் கொடூரத்தைச் செய்தவனைத் தண்டிக்க வேண்டும். அவன் எக்காரணம் கொண்டும் தண்டனையிலிருந்து தப்பிக்கக் கூடாது."

"அப்படியென்றால் இந்த விசயத்தை மாமியிடமிருந்தோ மாமாவிடமிருந்தோ எப்படி மறைக்க முடியும்?"

“முடியும்… நான் காவற்துறை அதிகாரிகளிடம் பேசுகிறேன். இந்த விசயம் தெரிந்தால் என் அம்மா தற்கொலை செய்துகொள்வார் என்ற உண்மையை நான் அவர்களிற்குச் சொல்லி அவர்களிடம் இரந்து நிற்பேன். அவர்கள் எனது அம்மாவைக் காப்பாற்றுவார்கள்” என்று அழுதுகொண்டே மகன் சொன்னான்.

காவற்துறை அலுவலகத்தில் உயரதிகாரியோடு மகனுக்கு ஒரு சந்திப்பு ஏற்பாடாகியது. அந்த அமைதியான பட்டினத்தில் நடந்த அந்தக் கொடூரமான குற்றம் குறித்து அதிகாரி கடுமையான கோபத்திலும் வருத்தத்திலுமிருந்தார். எனினும் அவர் மகனோடு ஆதரவாகப் பேசி அவனது கோரிக்கையைக் கவனமாகக் கேட்டார்.

“திருவாளர் சஜிதரன், உங்களது வேதனையையும் மனவுணர்வையும் நான் முழுமையாகப் புரிந்துகொள்கிறேன். அதை மதிக்கிறேன். சட்டத்திற்கு விரோதமில்லாத எந்த உதவியையும் நான் உங்களிற்குச் செய்யக் கடமைப்பட்டிருக்கிறேன். இந்த விடயத்தை உங்களது பெற்றோர்களிடமிருந்து மறைத்துவிட சட்டத்தில் கூட வாய்ப்பிருப்பதாகவே நான் கருதுகிறேன். நான் இது குறித்துப் பேச நீதிபதியிடம் உங்களை அழைத்துப்போவேன். எங்கள் எல்லோரது முழுச் சக்தியைச் செலவு செய்து இந்த விசயத்தை உங்களது பெற்றோரிடமிருந்து மறைக்க முயற்சிப்போம். உங்களது பெற்றோர்களிற்கு இந்த நாட்டு மொழி தெரியாமலிருப்பதும் ஒருவகையில் எங்களுக்கு உதவி செய்யும். பாலியல் வல்லுறவுக் குற்றம் நிகழ்ந்ததற்கான வலுவான மருத்துவ அறிக்கை ஆதாரங்கள் இருப்பதால் குற்றவாளி தப்பிக்க முடியாது. இது எங்களுக்குக் கொஞ்சம் விநோதமானதும் சிக்கலானதுமான வழக்குத்தான். எனினும் சட்டத்தை மனிதாபிமானம் வென்றதாகச் சில பதிவுகள் எங்களது துறையிலுமுண்டு. எங்களால் முடிந்த எல்லா உதவிகளையும் நாங்கள் உங்களிற்குச் செய்வோம்” என்றார் காவற்துறை அதிகாரி.

மகன் கைகுலுக்கக் கைகளை நீட்டியபோது அதிகாரியும் தனது கைகளை நீட்ட அதிகாரியின் கரத்தைப் பற்றி அதில் குனிந்து மகன் முத்தமிட்டான். அவனது கண்ணீர் அந்த அதிகாரியின் கையைக் கழுவிற்று.

3

அம்மா நான்கு நாட்கள் மட்டுமே மருத்துவமனையிலிருந்தார். அவரது உடலிலிருந்த வீக்கங்கள் வற்றிவிட்டன. வலது கண்ணுக்குக்

கீழே மட்டும் சருமம் கொஞ்சம் கறுத்திருந்தது. அவர் பழையபடி கலகலப்பாகச் சிரித்த முகத்துடன் வீட்டை வளைய வரத் தொடங்கினார். அம்மா விரைவிலேயே தேறியதால் அப்பாவுக்கும் மகிழ்ச்சி.

அந்தச் சம்பவம் நடந்தபோது குற்றவாளியால் அதிகம் பொருட்களைத் திருட முடியாது போயிற்று. நகைகளும் பெறுமதியான பத்திரங்களும் வங்கிப் பெட்டகத்தில் பாதுகாப்பாகயிருந்தன. இரண்டு மடிக்கணினிகளையும் வெறும் சில்லறைச் சாமான்களையும் மட்டுமே குற்றவாளியால் எடுத்துப்போக முடிந்திருக்கிறது. எடுத்துப் போன வங்கி அட்டைகளை வைத்தும் அவனால் ஒன்றும் செய்ய முடியாது. அந்தக் குற்றவாளி, மகன் குடிக்கும் உயர்ரக விஸ்கிப் போத்தல் ஒன்றையும் திருடிச் சென்றிருந்தான். கூட்டிக் கழித்துப் பார்த்தால் மகனின் ஒரு மாதச் சம்பளத்தில் பாதிக்கும் குறைவான மதிப்புள்ள பொருட்களே மொத்தமாகத் திருடப்பட்டிருந்தன.

ஆனால் அந்தச் சம்பவத்திற்குப் பின்னாக மகன் எப்போது பார்த்தாலும் இருண்ட முகத்தோடு இருந்தது அம்மாவையும் அப்பாவையும் வருத்தியது. மகன் அதிகமாகக் குடித்தான். அப்பாவுக்கு முன்னால் ஒருநாளும் குடியாதவன் அவர் இருப்பதையும் சட்டை செய்யாமல் குடித்து வெறித்தான். வேலைக்கும் ஒழுங்காகப் போகாமல் அடிக்கடி படுக்கையிலேயே கிடந்தான். அம்மாவோடும் அப்பாவோடும் ஒன்றிரண்டு வார்த்தைகளிற்கு மேல் அவன் பேசுவதில்லை.

அம்மா ஆனமட்டும் மகனைத் தேற்றப் பார்த்தார். தனக்கு இப்போது உடல் முழுமையாகத் தேறிவிட்டதென்றும் திருடனுக்குத் தானும் செம்மையான அடி கொடுத்தாரென்றும் அம்மா சிரித்தவாறே சொன்னார். "இதுவொரு சிறிய விபத்து, அவ்வளவும்தானே... அதற்கு எதற்கு நீ இப்படிக் கவலைப்படுகிறாய்?" என்று மகனின் நாடியைத் தடவி விட்டவாறே அம்மா கேட்டார்.

மகன் அம்மாவின் கண்களை நேருக்கு நேராகச் சந்திக்க அஞ்சினான். "அம்மா உங்களிற்கு நிகழ்ந்திருக்கும் கொடுமையை நீங்கள் அறிய நேர்ந்தால் நீங்கள் செத்தே போய்விடுவீர்கள்" என அவன் மனதுக்குள் அழுதான். மருமகள் இப்போது வெள்ளிக்கிழமைகளில் சைவ உணவு சாப்பிடுவதில்லை. அதை மகன் கவனித்தான்.

கண்டி வீரன் | 105

அம்மா பேரனோடு விளையாடியபடியே வழமைபோலவே அவனைப் பாடசாலைக்கு அழைத்துச் சென்றார். அப்பாவுக்குச் சுவையாகச் சமைத்துப் போட்டார். எப்போதும் போலவே வீடு வாசலையும் தோட்டத்தையும் மிகத் தூய்மையாக வைத்திருந்தார். அப்பா தனது ஆய்வு நூலை எழுதி முடிப்பதில் முழுக் கவனத்தையும் செலுத்தினார். மகன் ஒவ்வொரு நாள் மாலையிலும் காவற்துறை அதிகாரியைச் சந்தித்து குற்றவாளியைக் கைது செய்துவிட்டீர்களா என விசாரித்துக்கொண்டேயிருந்தான்.

ஒருநாள் அதிகாலையில் படுக்கையிலிருந்தபோது மருமகள் தனது கணவனின் மார்பைத் தடவி விட்டபடியே அவனிடம் தயக்கத்துடன் பேசினாள்.

"நான் ஒன்று சொன்னால் நீங்கள் தவறாக நினைக்கக் கூடாது"

"ம்"

"உங்களைப் பார்த்தால் என்னால் சகிக்க முடியவில்லை. சரியாகச் சாப்பிடுகிறீர்களில்லை, தூங்குவதில்லை, ஆடைகளைக் கூடச் சரியாக நீங்கள் அணிவதில்லை. நான் புரிந்துகொள்கிறேன்... அம்மாவைப் பார்க்கும் போதெல்லாம் நீங்கள் நிலைகுலைந்து போய்விடுகிறீர்கள். கொஞ்ச நாட்களிற்கு அம்மாவையும் அப்பாவையும் இலங்கைக்கு அனுப்பிவைத்தால் என்ன?"

மருமகளின் கன்னத்தில் சடாரென ஓர் அறை விழுந்தது. அந்த அதிகாலை வேளையில் வெறி பிடித்தவன் போல வண்டியை எடுத்துக்கொண்டு மகன் காவல் நிலையத்தை நோக்கிப் படுவேகமாகச் சென்றான். அவன் காவற்துறை மீது வசவுகளைச் சொல்லிக்கொண்டே வண்டியைச் செலுத்தினான். மகன் காவல் நிலையத்தை அடைவதற்கு நூறு மீற்றர்கள் முன்பாக உறைபனியில் சறுக்கி வண்டி கட்டுப்பாட்டை இழந்து சாலையோர மரத்தில் மோதிக் கவிழ்ந்தது.

மகன் உயிருக்கு ஆபத்தான நிலையில் கிடக்கிறான் என்ற செய்தி வந்தபோது அம்மா மயங்கி விழுந்தார். மருமகள் வீறிட்டுக் கத்தினாள். அப்பா தாளாத துயரத்துடனும் பதற்றத்துடனும் மயங்கி விழுந்துகிடக்கும் அம்மாவைப் பார்ப்பதா அல்லது சுவரோடு தலையை மோதிக்கொண்டு அலறும் மருமகளைப் பார்ப்பதா அல்லது படுக்கையிலிருந்துகொண்டே தேம்பியழும் பேரனைப் பார்ப்பதா எனத் தவித்துப் போனர். எனினும் இனி நடக்கவேண்டிய

காரியங்களைச் செய்வதற்கு மருமகளையே முதலில் தேற்ற வேண்டும் என்பது அவரது புத்திக்குத் தெரிந்தது. அவர் மருமகளை அணைத்துக்கொண்டு அவளை ஆறுதல்படுத்த முயன்றார். அப்போதுதான் மருமகளின் வாயிலிருந்து அந்த வார்த்தைகள் அவளை அறியாமலேயே உருண்டு வந்தன:

"அய்யோ மாமா... மாமி 'ரேப்' செய்யப்பட்ட நாளிலிருந்தே உங்களது மகன் நிதானமில்லாமல்தான் கிடக்கிறார்... நான் பாவி அவருடைய மனம் நோகக் கதைத்து அவரைச் சாவுவரை துரத்திவிட்டேனே!"

4

ஒருமாத தீவிர சிகிச்சைக்குப் பின்பு மகன் ஓரளவு தேறி வீட்டுக்குத் திரும்பினான். முன்னிலும் இப்போது அவன் நிதானம் இழந்திருந்தான். எப்போதும் அழுக்கான ஆடைகளையே அணிந்திருந்தான். சவரம் கூடச் செய்வதில்லை. ஆனால் நாள் தவறாமல் காவற்துறை அதிகாரியைத் தொலைபேசியில் அழைத்து "குற்றவாளியை ஏன் இன்னும் கைது செய்யவில்லை?" எனச் சண்டை போட்டான். தனது அம்மா பாலியல் வல்லுறவு செய்யப்பட்ட சம்பவம் தனது மனைவியின் வாயிலிருந்து தனது தந்தைக்குத் தெரிந்திருப்பதை அவன் அறியாமலேயேயிருந்தான்.

மகன் வீட்டுக்கு வந்ததும் அம்மா பழையபடி உற்சாகமான நிலைக்கு மெல்ல மெல்லத் திரும்பினார். ஆனால் இப்போது அப்பா, அம்மாவுடனோ மகனுடனோ மருமகளுடனோ எதுவும் பேசுவதில்லை. ஏதாவது கேட்டால் ஆம், இல்லை என்பதற்கு மேல் ஒரு சொல் அவரது வாயிலிருந்து வராது. வெள்ளிக்கிழமைகளில் கோயிலுக்குப் போவதுமில்லை. அப்பா இப்போது புத்தகங்கள் படிப்பதில்லை. எப்போதும் வீட்டிற்குப் பின்னாலிருக்கும் ஆற்றங்கரையிலேயே இருக்கிறார். இருட்டானதற்குப் பின்பும் அங்கேயே அசையாமல் இருப்பார். யாராவது போய் வீட்டிற்குக் கூட்டிவருவார்கள்.

மகன் தேறிவருகிறான், கவலைப்படாதீர்கள், உங்களது புத்தகத்தை எழுதி முடியுங்கள், கோயிலுக்குப் போய்வருவோம் வாருங்கள்... என்றெல்லாம் சொல்லி அப்பாவைச் சமாதானப்படுத்த அம்மா முயன்றுகொண்டிருந்தார். ஆனால் அப்பா ஆற்றங்கரையிலேயே இருந்தார்.

ஒருநாள் இரவு ஒன்பது மணிக்கு அப்பா படுக்கைக்குப் போனார். பத்துமணிபோல அம்மா வந்து பார்த்தபோது அப்பா கண்களை மூடிக்கிடந்தார். அம்மா, அப்பாவின் நெற்றியைத் தடவிக்கொடுத்துவிட்டு அருகில் படுத்துக்கொண்டார். இரவு திடீரென அம்மா தூக்கத்திலிருந்து விழித்தபோது அருகில் அப்பா இல்லாததைப் பார்த்தார். அம்மா மெல்ல எழுந்துபோய் கதவைப் பிடித்துக்கொண்டு வெளியே பார்த்தார். அப்பாவின் படிப்பறையில் விளக்கு எரிந்துகொண்டிருந்தது. ஒரு புன்னகை ஓடி அம்மாவின் முகத்தில் உறைந்தது. "சந்நிதியானே" எனச் சொல்லிக்கொண்டே அம்மா திரும்பவும் வந்து கட்டிலில் படுத்துக்கொண்டார். அசதி அவரது கண்களை அமுக்கிற்று.

அதிகாலையில் அம்மா விழித்தபோதும் அப்பா அருகிலில்லை. அம்மா எழுந்து நடந்துபோய் படிப்பறையைப் பார்த்தார். அங்கே இன்னும் விளக்கு எரிந்துகொண்டிருந்தது. அம்மா பல் துலக்கி, முகம் கழுவிவிட்டு கோப்பி தயாரித்து எடுத்துக்கொண்டு சென்று படிப்பறையின் கதவைத் தள்ளித் திறந்தார். அங்கே அப்பா இல்லை.

அம்மா வீடு முழுவதும் அப்பாவைத் தேடிப் பார்த்துவிட்டுப் போய் மகனின் அறைக் கதவைத் தட்டினார். மருமகள் கதவைத் திறந்தபோது, "இன்று வெள்ளிக்கிழமையா?" என்று அம்மா கேட்டார். அன்று சனிக்கிழமை. குளிரின் அளவு மைனஸ் ஏழு டிகிரி.

வீட்டுக்குப் பின்னாலுள்ள ஆற்றங்கரையில்தான் அப்பாவின் உடல் விறைத்துப் போய்க்கிடந்தது. கொலையோ தற்கொலையோ அல்ல. குளிரில் உடல் விறைத்து மரணம். அந்த வீட்டில் அழுவதற்குக் கூட யாருக்கும் சக்தியிருக்கவில்லை. அப்பாவின் உடலை மயானத்தில் எரியூட்டவிருந்த தருணத்தில் மருமகள் அம்மாவை அணைத்துக்கொண்டு "அழுதுவிடுங்கள் மாமி, எல்லாவற்றையும் அழுது தீருங்கள்" என்றாள்.

அந்த வீடு ஒளியற்றுக் கிடந்தது. அம்மா எப்போதும் போல வீட்டைச் சுத்தப்படுத்திக்கொண்டிருந்தார். மகனையும் மருமகளையும் ஆறுதல் சொல்லித் தேற்றிக்கொண்டேயிருந்தார். அப்பாவும் இல்லாத இடத்தில் தாய்க்குத் தாயாகவும் தகப்பனுக்குத் தகப்பனாகவும் அவர்களிற்குத் தான் இருக்கவேண்டும் என்ற பொறுப்புணர்வு அம்மாவிடம் மிகுந்திருந்தது. எப்போதும் போல பேரனுடன் விளையாடியவாறே அவனைப் பாடசாலைக்கு

அழைத்துச் சென்றார். பேரன் இப்போது கொஞ்சம் தமிழ் பேசப் பழகியிருந்தான்.

அப்பா இறந்த பதினாறாவது நாள் காவற்துறை அதிகாரியிடமிருந்து மகனுக்கு தொலைபேசி அழைப்பு வந்தது. வீட்டைக் கொள்ளையடித்து, அம்மாவைப் பாலியல் வல்லுறவு செய்ததாகத் தாங்கள் சந்தேகிக்கும் ஒரு நபரைக் கைதுசெய்துவிட்டதாக அந்த அதிகாரி சொன்னார். அந்தச் செய்தியைக் கேட்டதும் மகனுக்கு இன்னும் வெறி அதிகமாகியது. "நான் அந்த நாயைப் பார்க்க வேண்டும்" என்று மகன் தொலைபேசியில் கூச்சலிட்டது அந்த வீடு முழுவதும் கேட்டது. "இந்த வீடு பேய் வீடாக மாறிக்கொண்டிருக்கிறது" என மருமகள் தனக்குள் முணுமுணுத்துக்கொண்டாள். கடந்த சில நாட்களாகவே விவாகரத்து குறித்த எண்ணம் அவளை அலைக்கழித்துக்கொண்டிருந்தது.

காவலதிகாரி ஓர் அடையாள அணிவகுப்புக்கு ஏற்பாடு செய்தார். அந்த நாள் குளிர்காலத்தின் இறுதி நாளாகயிருந்தது. மகன், அம்மாவிடம் எந்த விபரமும் சொல்லாமல் "அம்மா நாங்கள் எல்லோரும் வெளியில் போய்விட்டு வருவோம்" என்று முணுமுணுத்தான். அம்மாவின் முகம் மகிழ்ச்சியால் பொங்கிற்று. எத்தனையோ நாட்களிற்குப் பிறகு அவர்கள் குடும்பத்தோடு வெளியே கிளம்புகிறார்கள். அம்மா எப்போதும் போல தூய ஆடைகளை அணிந்து உற்சாகத்துடன் தயாரானார். வண்டியை மருமகள் ஓட்டினாள். அவளுக்கு அருகில் மகன் வெறிபிடித்தவன் போலயிருந்தான். பின் இருக்கையில் அம்மா பேரனோடு விளையாடிக்கொண்டிருந்தார்.

அடையாள அணிவகுப்பு ஏற்பாடு செய்யப்பட்டிருந்த இடத்தில் வண்டி நிறுத்தப்பட்டது. மகன் எதுவும் பேசாமல் மவுனமாயிருக்க மருமகள்தான் அம்மாவுக்கு எல்லாவற்றையும் விளங்கப்படுத்தினாள். திருடனைப் பிடித்துவிட்டதாகவும் அவனை அம்மா அடையாளம் காட்டவேண்டும் என்றும் அவள் சொல்லச் சொல்ல அம்மா அவள் சொல்வதைக் கூர்ந்து கவனித்துக்கொண்டிருந்தார். அம்மா அந்தக் குற்றவாளியை நினைத்துக்கொண்டார். அவனின் கண்கள் உடனடியாகவே அவரது ஞாபகத்தில் வந்தன. சில நொடிகளிலேயே அவனது மொத்த உருவமும் தெளிவாக அவருக்கு ஞாபகத்தில் வந்தது.

கண்டி வீரன் | 109

ஆனால் அம்மா நினைத்திருந்ததுபோல அடையாள அணிவகுப்பில் அவரால் இலகுவாக குற்றவாளியை அடையாளம் காணமுடியவில்லை. கண்ணாடியால் தடுக்கப்பட்ட ஓர் அறைக்கு வெளியே அம்மாவும் காவற்துறை அதிகாரிகளும் நின்றிருந்தார்கள். கண்ணாடித் தடுப்புக்கு அந்தப் பக்கம் இலங்கைத் தமிழர்கள் நான்கு பேர்கள் அருகருகாக நிறுத்தப்பட்டிருந்தார்கள். அவர்களில் ஒருவன்தான் சந்தேக நபர். மற்றவர்கள் டம்மி நபர்கள்.

அம்மா கண்ணாடித் தடுப்புக்குள்ளால் உற்றுப் பார்த்தார். அந்த நான்கு பேர்களிடையே குற்றவாளி இல்லாதது போலத்தானிருந்தது. அம்மாவின் முகபாவனையைக் கவனித்த தலைமைப் புலனாய்வு அதிகாரி, அந்த நால்வரையும் பக்கவாட்டில் திரும்பி நிற்குமாறு சைகை செய்தார். அம்மாவால் குற்றவாளியை அடையாளம் காணமுடியவில்லை. அதிகாரி மறுபடியும் நால்வரையும் பழைய நிலையில் திரும்பி நிற்குமாறு சைகை செய்தார். அம்மா கொஞ்சம் யோசித்துவிட்டு அந்த நால்வரும் கண்ணாடித் தடுப்பை இன்னும் நெருங்கி வரவேண்டும் என்பது போல அதிகாரியிடம் சைகை செய்தார். அந்த நால்வரும் இப்போது கண்ணாடித் தடுப்புக்கு மிக அருகே வந்தார்கள். இப்போது அவர்களிற்கும் அம்மாவுக்கும் இடையில் ஓரடி தூரமேயிருந்தது. அந்த நால்வர் வரிசையில் மூன்றாவதாக இருந்தவனின் தலைமுடி மிகக் குட்டையாக வெட்டப்பட்டிருந்தது. அவனது முகம் மழுங்கச் சிரைக்கப்பட்டிருந்தது. அவனது நடு நெற்றியில் அம்மா நடராஜர் சிலையால் தாக்கியதால் உண்டான வடு இருந்தது. அவனது கண்கள் கண்ணாடித் தடுப்பை ஊடுருவி அம்மாவை அருவருப்போடு பார்த்தன. அம்மாவால் அந்தப் பார்வையை எப்படி மறக்கமுடியும்.

தரையில் ஓரடி உயரத்திற்குத் தூய பனி கொட்டியிருந்த, மழை பெய்துகொண்டிருந்த அந்த வெள்ளிக்கிழமை காலையில் குற்றவாளி அம்மா மீது தனது உடற் பாரம் முழுவதையும் கிடத்தித் தனது இரண்டு கைகளாலும் அம்மாவது கால்களை விரித்துப் பிடித்தபடி தனது முகத்திலிருந்து வடிந்த இரத்தமும் கழுத்திலிருந்து வடிந்த வியர்வையும் அம்மாவின் முகத்தில் சிந்த அம்மாவைப் புணர்ந்துகொண்டிருந்தபோது அம்மாவுக்கு மயக்கம் தெளிந்துவந்தது. அவர் அந்தக் குற்றவாளியிடம் நான்கு சொற்கள் பேசினார். அப்போது அந்தக் குற்றவாளி அம்மாவின் கண்களை அருவருப்புடன் பார்த்தவாறே அம்மாவின் இடது காலைப் பற்றியிருந்த தனது கையை வேகமாக எடுத்து அம்மாவின் முகத்தில் அறைந்தான். அருவருப்பைக் கொப்பளித்த அவனது

கண்களைப் பார்த்தவாறே அம்மா மீண்டும் மயங்கிப்போனார். மயங்குவதற்கு முன்பாக அம்மா குற்றவாளியிடம் இந்தச் சொற்களைச் சொல்லியிருந்தார்:

"நான் உனது அம்மா மாதிரியல்லவா"

தலைமைப் புலனாய்வு அதிகாரி ஓரடி முன்னால் வந்து தனக்கு அருகில் நின்று தன்னையே ஆர்வத்துடன் கவனிப்பதை அம்மா உணர்ந்தார். உடனேயே அம்மாவினது கண்கள் குற்றவாளியிடமிருந்து விடுபட்டு நான்காவது நபரிடம் சென்றன. பிறகு, அம்மா அதிகாரியிடம் ஆங்கிலத்தில் சொன்னார்:

"இவர்களிடையே அந்தக் குற்றவாளி இல்லை".

(செப்டம்பர் 2014)

கச்சாமி

கண்டி நகரத்திலிருந்து வடமேற்காக நாற்பது கிலோ மீற்றர்கள் தொலைவிலிருந்த புராதன புத்த விகாரையைச் சுற்றிப் பார்த்துவிட்டு நானும் கெய்லாவும் வெளியே வந்தபோது எங்களையே பார்த்துக் கொண்டு இரண்டு பொலிஸ்காரர்கள் வீதியில் நிற்பதைக் கண்டேன்.

நானும் கெய்லாவும் செருப்புகளை அணிந்துகொண்டு வீதிக்கு வந்தபோது, வீதியில் சனங்களும் கூடிநின்று எங்களையே பார்த்துக்கொண்டிருந்தார்கள். அதுவொரு மிகச் சிறிய நகரம். புத்த விகாரையைச் சுற்றியே அந்த நகரம் அமைந்திருந்தது. விகாரையின் முன்னால் ஏழெட்டுக் கடைகள் இருந்தன. அந்தப் பொலிஸ்காரர்கள் இருவரும் ஏதோ காரியமாகத்தான் எங்களையே கவனித்துக்கொண்டிருக்கிறார்கள் என எனது உள்ளுணர்வு சொல்லியது. வரப்போகும் பிரச்சினைகளை முன்கூட்டியே அனுமானிக்கும் எனது உணர்திறன் என்னை எப்போதும் கைவிட்டதில்லை. நான் கெய்லாவின் கையைப் பற்றிக்கொண்டேன்.

இரண்டு பொலிஸ்காரர்களும் வேகவேகமாக எங்களருகே வந்தனர். அவர்கள் இருவரும் மிக இளையவர்கள். அவர்களது மூஞ்சிகள் கடுகடுவென இருந்தன. முன்னால் வந்தவன் சிங்களத்தில் இரண்டு வார்த்தைகள் சொன்னான். எனக்குச் சிங்களமொழி நன்கு தெரியும். கெய்லா எனது முகத்தைப் பார்த்தாள். நான் சிங்களம் புரியாதவன் போல பாவனை செய்து, குரலைச் சற்று உயர்த்தி "உங்களுக்கு என்ன வேண்டும்?" என ஆங்கிலத்தில் பொலிஸ்காரர்களிடம் கேட்டேன். எனக்குப் பக்கத்தில் வெள்ளைக்காரப் பெண் இருப்பதும் எனது கேள்வியின் தொனியும் பொலிஸ்காரர்களைச் சற்று மிரட்சியுற வைக்கலாம் என எண்ணினேன்.

ஆனால் அப்படி எதுவும் நடக்கவில்லை. பொலிஸ்காரர்களின் மூஞ்சிகளிலிருந்த கடுப்புத்தான் சற்று அதிகரித்தது. அவர்கள்

என்னையும் கெய்லாவையும் வேற்றுக்கிரகவாசிகள் போல பார்த்தனர். அவர்களது கண்களிலே அருவருப்பு இருந்தது. ஒருவன் ஆங்கிலத்தில் "நீங்கள் இருவரும் எங்களுடன் பொலிஸ் நிலையத்திற்கு வரவேண்டும்" என்றான். அப்போது வீதியில் நின்றிருந்த சில பெண்கள் கெய்லாவின் பின்புறம் போய் நின்றுகொண்டு தங்களுக்குள் இரகசியக் குரலில் ஏதோ பேசிக்கொண்டார்கள்.

இப்போது கெய்லா பேசினாள். "எதற்கு உங்களுடன் நாங்கள் வரவேண்டும்?" எனப் பொலிஸ்காரர்களைப் பார்த்துக் கேட்டாள். பொலிஸ்காரர்கள் மறுபடியும் சிங்களம் பேசினார்கள். "நேரத்தை வீணடிக்க வேண்டாம், எங்களுடன் கிளம்புங்கள்!" என்றார்கள். நான் கெய்லாவிடம் "இங்கே பிரச்சினை வேண்டாம், வேடிக்கை பார்க்கக் கூட்டம் கூடிக்கொண்டேயிருக்கிறது. வா பொலிஸ் நிலையம் போய் என்ன எதுவென்று பேசிக்கொள்வோம்" எனப் பிரஞ்சு மொழியில் சொன்னேன். அவள் எனது முகத்தில் படிந்திருந்த கலவரத்தை வாசித்தாள். "போகலாம்" எனச் சொல்லிவிட்டுப் பெருமூச்சொன்றை வெளியிட்டாள்.

நாங்கள் வந்திருந்த வாடகைக்கார் வீதியோரத்தில் நின்றிருந்தது. முதியவரான சாரதி வண்டிக்கு வெளியே நின்றிருந்தார். அவர், தான் ஏதோ தேவையில்லாத பிரச்சினையில் சிக்கிக்கொண்டது போன்ற தோரணையில் நிலத்தைப் பார்த்தவாறு நின்றிருந்தார். நான் கைளைத் தட்டி அவரை அழைத்து வண்டியை எங்களுக்கு அருகே கொண்டுவருமாறு சைகை செய்தேன். வண்டி வந்ததும் பின்புற இருக்கையில் நானும் கெய்லாவும் அமர்ந்துகொண்டோம். ஒரு பொலிஸ்காரன் முன்புற இருக்கையில் அமர்ந்துகொண்டான். கார் புறப்பட்டுச் சென்றபோது நான் கண்ணாடி வழியே பின்னால் பார்த்தேன். சனங்கள் அங்கிருந்து கலைந்து கொண்டிருந்தார்கள். மற்றைய பொலிஸ்காரன் மோட்டார் சைக்கிளில் காரின் பின்னால் வந்துகொண்டிருந்தான். அவனது முகத்திலிருந்த கடுகடுப்பும் கண்களிலிருந்த அருவருப்பும் இவ்வளவு தூரத்திலும் எனக்குத் தெளிவாகத் தெரிந்தது. எனது நெஞ்சம் படிப்படியாக அச்சத்தில் மூழ்கிக்கொண்டிருந்தது. நான் இலங்கைக்கு வருவது குறித்துச் சிந்தித்தபோதெல்லாம் என்னுடைய பிரான்ஸ் நண்பர்களில் சிலர் 'இப்போது நிலமை மோசமாகயிருக்கிறது, போகாதீர்கள்' என்றார்கள். சில நண்பர்கள் 'இப்போது பிரச்சினைகள் ஏதும் கிடையாது, தைரியமாகப் போங்கள்' என்றார்கள். என்னால் ஒரு

முடிவுக்கு வர முடியாமலிருந்தது. கடைசியில், நான் கெய்லாவுக்காக இருபத்தைந்து வருடங்கள் கழித்து இலங்கைக்கு வந்தேன்.

கெய்லாவுக்குச் சரியாக முப்பது வயது. எனக்கும் அவளுக்கும் இருபத்தியொரு வயதுகள் வித்தியாசமிருந்து. கெய்லாவுக்கு இருபத்தைந்து வயதாக இருந்தபோது அவள் என்னைக் காதலிப்பதாகச் சொன்னாள். பாரிஸின் 'சென் மத்தான்' நதியோரமிருக்கும் சிறிய அப்பார்ட்மென்டில் இருவரும் சேர்ந்து வாழ்கிறோம். காதல், படிப்பு, இசை, மது, சிறிது கஞ்சாப் புகை இவ்வளவாலும் எங்களது வசிப்பிடம் நிரம்பியிருக்கிறது.

கெய்லா யூத இனப் பெண். அவளது பெயருக்கு ஹீப்ரு மொழியில் 'அழகிய கிண்ணம்' எனப் பொருள். எனது காதலால் மட்டுமல்லாமல் எனது துயரம், கழிவிரக்கம், கோபம், விரக்தி, இயலாமை என எல்லாவற்றாலும் அந்தக் கிண்ணம் நிரம்பியுள்ளது.

கெய்லாவின் முன்னோர்கள் இரண்டாம் உலகப்போர் காலத்தில் போலந்திலிருந்து பிரான்ஸுக்கு ஓடிவந்தவர்கள். கெய்லாவின் தந்தையும் தாயும் ஜீன் போல் சார்த்தருக்கு நெருக்கமான மாணவர்களாக இருந்தவர்கள். பாரிஸ் மாணவர் புரட்சியில் முன்னணிப் பாத்திரங்களை வகித்தவர்கள். தந்தையார் பேராசிரியர், தாயார் சிற்பக் கலைஞர். இருவருமே இப்போது இஸ்ரேலுக்குக் குடிபெயர்ந்துவிட்டார்கள். கெய்லா பாரிஸிலேயே தங்கிவிட்டாள். பாரிஸ் பல்கலைக் கழகங்களில் ஒன்றுக்கு மேல் ஒன்றாகப் பட்டங்களைப் பெறுபவள் அவள். அவளது ஆய்வுகளின் முக்கிய பொருள் பவுத்தம்.

அவளது இந்த ஆய்வுப்பணிதான் என்னையும் அவளையும் சந்திக்க வைத்தது. 'சேர்போன்' பல்கலைக்கழகத்தில் நடந்த அம்பேத்கர் குறித்த கருத்தரங்கொன்றில் பார்வையாளர் பகுதியில் நாங்கள் இருவரும் அருகருகாக அமர்ந்திருந்தோம். நான் இலங்கையைச் சேர்ந்தவன் என அவள் தெரிந்துகொண்டதும் தேரவாத பவுத்தம் குறித்து என்னிடம் கண்களை விரித்து உரையாடத் தொடங்கிவிட்டாள். பிறகு தொடர்ச்சியான சந்திப்புகளைச் செய்தோம். ஒரு பின்மாலையில் அவளது அறையில் நான் அவளைச் சந்தித்தபோது நாங்கள் தம்மபதத்தை மீண்டும் வாசித்தோம். 'நிழலின் தோற்றம் நீள்கதிர் ஒளியால், நிழலும் ஒளியும் நின்மன உருவாம்' என்ற வரிகளை நான் வாசித்தபோது கெய்லா உணர்ச்சி மேலிட விம்மியவாறே என்னை அணைத்து முத்தமிட்டாள்.

தம்மபதத்தைச் சாட்சியாக வைத்து நாங்கள் ஒருவருள் ஒருவர் கலந்தவரானோம்.

கெய்லா கடந்த இரண்டு வருடங்களாக 'ஹீனயானம்' குறித்து ஆய்வுகளைச் செய்துகொண்டிருக்கிறாள். ஓர் அதிகாலையில் என்னை வருடியவாறே எனது காதுக்குள் "நான் தின் - தியான் புத்த மாடத்திற்குச் செல்ல வேண்டும், என்னை அழைத்துச் செல்வாயா?" எனக் கேட்டாள். நான் கண்களைத் திறவாமலேயே "ம்" என முனகிக்கொண்டே புரண்டு அவளை அணைத்தேன். அவளது மார்பில் ஒரு தடித்த புத்தகம் விரித்து வைக்கப்பட்டிருப்பதை எனது கை உணர்ந்தது.

வியட்நாமின் ஹோ லூ நகரத்தில் பிரமாண்டமான தின்-தியான் புத்த மாடம் இருந்தது. பத்தாம் நூற்றாண்டில் வியட்நாமின் தலைநகரமாக இந்த நகரமே இருந்தது. வியட்நாமின் முதலாவது பேரரசன் தின்-போ-லின் இந்தப் புத்த மாடத்தைக் கட்டியெழுப்பினான். இயற்கையின் வனப்புகள் அத்தனையும் ஊடும் பாவுமாக அந்த நிலப்பகுதியை நெய்திருந்தன. விரித்துக் கிடக்கும் வெள்ளிச் சரிகை இழைத்த பச்சைப் பட்டுத்துணியின் மத்தியில் கிடந்து ஒளிரும் செந்நிற இரத்தினக்கல் போல அந்தப் புத்த மாடமிருந்தது.

கெய்லா மிகவும் மகிழ்ச்சியாக இருந்தாள். புத்த மாடத்தை நூற்றுக்கணக்கான கோணங்களில் படம் எடுத்துக்கொண்டாள். அங்கே ஒரு நூலகமுமிருந்தது. பிரஞ்சு மொழியில் ஏராளமான பழைய நூல்களிருந்தன. காலையிலிருந்து மாலைவரை கெய்லா நூலகத்திலேயே இருந்தாள். எங்களது இரவுப் பொழுதுகள் வியட்நாமின் கிராமிய இசையாலும் மதுவாலும் மகிமைப்படுத்தப்பட்டன. நாங்கள் தங்கியிருந்த விடுதியின் வரவேற்பாளனிடம் கஞ்சா கிடைத்தது. வெள்ளையினப் பெண்ணோடு ஒரு கறுப்பன் இருப்பதைப் பார்த்தவுடனேயே, முதல் வேலையாக வியட்நாமில் கஞ்சாப் பொட்டலத்தைத் தூக்கிக் கொடுத்துவிடுகிறார்கள். கஞ்சாவைப் புகைத்துக்கொண்டிருந்த ஒரு தருணத்தில்தான் நாங்கள் அடுத்தபடியாக இலங்கைக்குச் செல்லலாம் என முடிவு செய்தோம். நான் கெய்லாவை முத்தமிட்டு "என்னை யாழ்ப்பாணத்திற்கு அழைத்துச் செல்வாயா?" எனக் கேட்டேன்.

எனக்கு இலங்கையில் தங்கி நிற்பதற்கு ஒரு வீடில்லை. கிராமத்திலிருந்த வீடு குண்டுவீச்சால் தரைமட்டமாகிவிட்டது.

சகோதரர்கள், நெருங்கிய உறவினர்கள் எல்லோருமே வெளிநாடுகளில்தான் இருக்கிறார்கள். விடுதியில் தங்குவதுதான் ஒரேவழி. அதைத்தான் கெய்லாவும் விரும்பினாள். இலங்கைக்கு வந்ததும் முதலில் கண்டிக்கு வந்தோம். அங்கிருந்து யாழ்ப்பாணம் போவதாகத் திட்டமிட்டிருந்தோம்.

வண்டி நின்றதும் நிற்காததுமாக முன் இருக்கையிலிருந்த பொலிஸ்காரன் கதவைத் திறந்து கீழே குதித்தான். அந்தப் பொலிஸ் நிலையம் மிகச் சிறியது. எங்களை ஒரு மேசையின் முன்னால் அமர வைத்து விட்டு எங்களை அழைத்துவந்த பொலிஸ்காரன் வெளியே போய்விட்டான். நிலையத்திற்குள் ஒரு ஓரமாக இரண்டு பொலிஸ்காரர்கள் உட்கார்ந்திருந்தார்கள். நான் அவர்களிடம் "எப்போது அதிகாரி வருவார்?" எனக் கேட்டேன். அவர்களில் நடுத்தர வயதாக இருந்தவன் 'பொறுத்திரு!' என்பது போல கையைத் தூக்கிச் சைகை செய்தான். கெய்லா ஒன்றின்பின் ஒன்றாகப் பெருமூச்சுகளை வெளியேற்றிவிட்டு, தனது கால்களைத் தூக்கி நாற்காலியில் வைத்துக்கொண்டாள். கால்களை அவள் அவ்வாறு வைத்திருப்பது இந்தச் சூழலுக்குப் பொருத்தமில்லாதது என நான் நினைத்தாலும் அதை அவளிடம் சொல்லவில்லை.

கிட்டத்தட்ட ஒருமணிநேரமாக நாங்கள் காத்திருந்தோம். அங்கே கடுமையான நிசப்தமிருந்தது. கெய்லா அமர்ந்தபடியே கண்ணயர்ந்து விட்டாள். எங்களுக்குப் பின்னால் சப்பாத்துகள் ஒலி எழுப்பியபோது நான் திரும்பிப் பார்த்தேன். வேகமாக நடந்து வந்த அந்த மனிதன் காக்கி முழுக்காற்சட்டையும் வெள்ளை அரைக் கைச் சட்டையும் அணிந்திருந்தான். அவனது இடுப்பில் கட்டப்பட்டிருந்த கைத்துப்பாக்கி சட்டைக்குக் கீழே பாதி தெரிந்தது. அவனுக்கு முப்பது வயதுகள் இருக்கும். ஒல்லியாக, ஆனால் திடகாத்திரமான உடலுடனும் சிறிய கண்களுடனுமிருந்தான். பார்ப்பதற்குச் சாயலில் புரூஸ்லீயைப் போலிருந்தான். அவன் எங்களுக்குப் பின்னால் வந்து நின்றுகொண்டு கெய்லா மீது ஒரு பார்வையை வீசிவிட்டு, மேசையைச் சுற்றிக்கொண்டு எங்கள் முன்னால் வந்து அமர்ந்தான். நான் கெய்லாவின் கைகளைப் பற்றினேன். கெய்லா விழித்துக்கொண்டு, கால்களை நாற்காலியிலிருந்து கீழே இறக்கினாள். எனக்குச் சற்று நிம்மதியாகயிருந்தது.

அவன் தன்னை அந்தப் பொலிஸ் நிலையத்தின் அதிகாரி என அறிமுகப்படுத்திக்கொண்டான். நான் பதிலுக்குப் புன்னகை செய்தேன். கெய்லா உணர்ச்சியற்ற முகத்துடன் அதிகாரியைப்

பார்த்துக் கொண்டிருந்தாள். அதிகாரி தூய ஆங்கிலத்தில் தனது விசாரணையை ஆரம்பிக்கலானான்.

"எங்கிருந்து வருகிறீர்கள்?"

"பிரான்ஸிலிருந்து..."

அதிகாரி "உங்களது சொந்த இடம் எது?" என என்னிடம் கேட்டான்.

நான் எனது கிராமத்தின் பெயரைச் சொன்னேன்.

இப்போது அவன் கெய்லாவைப் பார்த்துக்கொண்டே "மேடம் உங்களை நான் கைது செய்ய வேண்டியிருக்கிறது" என்றான்.

அவ்வளவுதான். கெய்லா நாற்காலியைப் பின்னுக்குத் தள்ளிவிட்டு, பிரஞ்சு மொழியில் சரமாரியாகக் கெட்ட வார்த்தைகளைக் கூவிக்கொண்டு எழுந்திருந்தாள். அதிகாரியை நோக்கிக் கையைக் காட்டி "அது உன்னால் முடியாது" என்று ஆங்கிலத்தில் சொன்னாள்.

அதிகாரி சில விநாடிகள் அமைதியாகயிருந்தான். பின்பு "அது முடியாவிட்டால் உங்களது முதுகுப் பகுதியையாவது நான் கைது செய்ய வேண்டியிருக்கும்" என்றான்.

கெய்லாவுக்கு செந்நிறச் சுருள்முடி. அவள் முடியை மிகக் கட்டையாக ஆண்கள் போல வெட்டியிருப்பாள். அவள் கையில்லாத நீலநிற பனியன் அணிந்திருந்தாள். அந்த பனியன் அவளது பாதி முதுகைத்தான் மறைத்திருந்தது. அவளது முதுகின் வலதுபுற மேற்பகுதியில் உள்ளங்கையளவில் புத்தரின் உருவம் வரையப்பட்டிருந்தது.

புத்தர் தியானத்தில் அமர்ந்திருக்கும் சித்திரமது. வியட்நாமில் தின்-தியான் புத்த மாடத்திற்கு முன்பாக நடைபாதையிலிருந்த பெண்மணி ஒருவர் அய்ந்து டொலர்களிற்கு கெய்லாவின் முதுகில் அந்த அழகிய சித்திரத்தை நுணுக்கத்துடன் வரைந்திருந்தார். சிலவேளைகளில் அந்தப் புத்தர் கெய்லாவின் முதுகில் அங்குமிங்கும் அசைந்துகொண்டிருப்பதாக எனக்குத் தோன்றும்.

"புத்தரின் உருவத்தை உடலில் பச்சை குத்துவது தண்டனைக்குரிய குற்றம்" என அதிகாரி எங்களுக்குச் சொன்னான். கெய்லா

அனிச்சையில் தனது கையால் வாயை மூடிக்கொண்டாள். அவளது கண்கள் விரிந்துபோயின. நான் கெய்லாவின் கையைப் பற்றி உட்கார வைத்தேன்.

பின்பு மெதுவாக "அது தண்டனைக்குரிய குற்றமென்று எங்களுக்குத் தெரியாது" என்றேன். அதிகாரி உதடுகளை இறுக மடித்தவாறே மேலும் கீழும் தலையாட்டினான். உங்களுக்குத் தெரியாததற்கு நான் ஒன்றும் செய்ய முடியாது என்பது போலிருந்தன அவனது அசைவுகள்.

நான் அதிகாரியிடம் "இந்தப் புத்தர் உருவம் முதுகில் பச்சை குத்தப்படவில்லை. இது ஒருவகையான இரசாயன வர்ணத்தால் வரையப்பட்டது. சிலமாதங்கள் வரைதான் இது உடலில் இருக்கும், பிறகு அதுவாகவே அழிந்துவிடும்" என்று உண்மையைச் சொன்னேன்.

"அதுவரை இந்தப் பெண் இலங்கையில் இருக்கமுடியாது, அப்படி இருப்பதானால் சிறையில்தான் இருக்க வேண்டும்" என்றான் அதிகாரி.

அதிகாரி சொல்லி, சொன்ன வாயை மூடு முன்பாகத் தனது கைப்பையைத் தூக்கி மேசையில் ஓங்கி அடித்துக்கொண்டு மறுபடியும் கெய்லா ஆவேசத்துடன் எழுந்தாள்.

"இல்லை... நாங்கள் இலங்கையில் இருக்க விரும்பவில்லை, நாங்கள் உடனேயே நாட்டைவிட்டு வெளியேறிவிடுகிறோம்"

அதிகாரி கெய்லாவை முறைத்துப் பார்த்தான். கெய்லா விறுவிறுவென வெளியே நடந்தாள். அவளைத் தடுப்பதுபோல வாசலிலிருந்த பொலிஸ்காரன் அவள் எதிரே வேகமாக வந்தபோது தனது கையால் அவனது தோளைக் கெய்லா தட்டிவிட்டாள். பொலிஸ்காரன் அப்படியே சிலைபோல நின்று அதிகாரியைப் பார்த்தான்.

கெய்லாவுக்கு கோபம் வந்தால் அவளை யாரும் கட்டுப்படுத்த முடியாது. சினம் கொண்ட பெண்தெய்வம் போல நடந்துகொள்வாள். விளைவுகளைக் குறித்து அந்தத் தருணத்தில் கொஞ்சமும் கவலைப்படமாட்டாள். பின்னொரு பொழுதில் "நான் அப்போது ஏன் அவ்வாறு நடந்துகொண்டேன் என்பது உண்மையிலேயே எனக்குப் புரியவில்லை" என்பாள்.

கெய்லா பொலிஸ் நிலைய வாசலில் நின்றுகொண்டு என்னை நோக்கி "வா போய்விடுவோம், என்ன செய்துவிடுவார்கள் பார்த்துவிடலாம்" என்று பிரஞ்சு மொழியில் கத்தினாள். நான் "இதோ வருகிறேன்" எனச் சொல்லிவிட்டு அதிகாரியைப் பார்த்தேன்.

அதிகாரி தலையைச் சாய்த்து என்னை உட்காரச் சொன்னான். எங்கள் இருவரது பெயர், பாஸ்போர்ட் விபரங்களையும் கண்டி நகரத்தில் நாங்கள் தங்கியிருந்த விடுதியின் முகவரியையும் தொலைபேசி இலக்கத்தையும் என்னிடம் எழுதி வாங்கிக்கொண்டான். உடனடியாகவே நாங்கள் தங்கியிருந்த விடுதிக்குத் தொலைபேசியில் தொடர்புகொண்டு நான் கொடுத்திருந்த விபரங்களைச் சரிபார்த்தான். பின்பு "அந்தப் பெண் நாட்டிலிருந்து இன்னும் இருபத்துநான்கு மணிநேரத்திற்குள் வெளியேற வேண்டும். அல்லது இந்த நாட்டின் எந்தப் பகுதியிலிருந்தாலும் அவள் கைதுசெய்யப்படுவாள்" எனச் சொல்லிவிட்டு 'நீ போகலாம்' என்பதுபோல வாசலை நோக்கிக் கையைக் காட்டினான்.

நான் வாசலை நோக்கி நடந்தபோது அதிகாரி எனக்கு முன்பாகச் சென்றான். வாசலில் நின்ற பொலிஸ்காரனின் கன்னத்தில் செல்லமாகத் தட்டிய அதிகாரி "இந்த வெள்ளைச் சரக்கு லாபிள் பழம்போல இருக்கிறாள், அவளால் தொடப்பட்ட நீ அதிர்ஷ்டசாலி" என்று சொன்னது எனக்குக் கேட்டது. அந்தப் பொலிஸ்காரன் 'க்ளுக்' எனச் சிரித்தான். அதிகாரி வேகவேகமாக நடந்துபோய் ஜீப்பில் தொற்றிக்கொண்டான்.

நானும் கெய்லாவும் வண்டியில் கண்டிக்குத் திரும்பிக் கொண்டிருந்தபோது செக்கலாகிவிட்டது. ஆபத்தான மலைவளைவுப் பாதையில் வண்டி மெதுவாகச் சென்றுகொண்டிருந்தது. அதலபாதாளங்களில் விளக்குகள் அங்கொன்றும் இங்கொன்றுமாக மின்னிக்கொண்டிருந்தன. கெய்லா எனது தோளில் சாய்ந்திருந்தாள். சில பெருமூச்சுகளை வெளியிட்டுவிட்டு "நான் பொலிஸ் நிலையத்தில் அப்படி நடந்துகொண்டிருக்கக் கூடாது, அதனால் உனக்கு ஏதும் கஷ்டம் ஏற்படலாம் என நான் சிந்திக்கவேயில்லை, நான் ஏன் அப்படி நடந்துகொண்டேன் என எனக்கு உண்மையிலேயே புரியவில்லை" என்றாள். நான் சாரதி கவனிக்கவில்லை என்பதை உறுதி செய்துகொண்டு ஓசையெழுப்பாமல் கெய்லாவை முத்தமிட்டேன்.

கண்டி வீரன் | 119

வழியில் 'போகம்பர' சந்தியில் வண்டியை நிறுத்தி தேநீர் குடித்தோம். "நான் கீழே இறங்கவில்லை" எனச் சொல்லிவிட்டு வண்டிக்குள் அமர்ந்தவாறே கெய்லா தேநீர் அருந்தினாள். எங்களது வண்டிக்கு இடதுபுறத்தில் சிங்களத்திலும் ஆங்கிலத்திலும் எழுதப்பட்ட 'சிறைக்குச் செல்லும் வழி'யை அறிவிக்கும் பலகை இருந்தது. அந்தச் சந்தியிலிருந்து கிளைக்கும் பாதையொன்று இலங்கையின் மிகப் பெரியதும் பழமை வாய்ந்ததுமான சிறைச்சாலையை நோக்கிச் செல்கிறது. நான் கெய்லாவிடம் "இந்தச் சிறையில்தான் என் இளமைக்காலத்தின் ஆறுவருடங்களை நான் கழித்தேன்" என்றேன்.

நாங்கள் கண்டி நகரத்தை நெருங்கும்போது தலதா மாளிகையின் 'பத்திரிப்புவ' கோபுரம் முழுவதுமாக அலங்கார விளக்குகளால் இழைக்கப்பட்டு ஒளி பரப்புவதைக் கண்டோம். எங்களது விடுதிக்குள் நாங்கள் நுழைந்தபோது வரவேற்புப் பகுதியிலிருந்த பெண், இரண்டு பொலிஸ்காரர்கள் வந்து எங்களைக் குறித்து விசாரித்துவிட்டுப் போனதாகச் சொன்னாள். அதைக் கேட்டதும் தனது கால்களை அகல விரித்து நின்று இடுப்பில் தனது கைகளை ஊன்றியவாறு கெய்லா என்னைப் பார்த்தாள். பிறகு கைகளைத் தளர்த்திக்கொண்டு தலையைச் சடாரென மார்பை நோக்கிக் கவிழ்த்து பெருமூச்சு விட்டாள்.

அதிகாலையிலேயே நாங்கள் விடுதியைக் காலி செய்துகொண்டு கொழும்புக்குப் புறப்பட்டோம். கெய்லா தனது முதுகை முழுவதுமாக மறைக்கும்வகையில் சட்டையணிந்திருந்தாள். வியட்நாமில் வாங்கிய காவிநிறப் பட்டுச் சால்வையைக் கழுத்தில் சுற்றியிருந்தாள். எட்டுமணியளவில் கொழும்புக்கு வந்துவிட்டோம். கடற்கரையோரமாக இருந்த ஒரு விடுதியில் மதியம்வரை அடித்துப்போட்டது போல தூங்கினோம். தூக்கத்தால் எழுந்ததும் "கொஞ்சம் கஞ்சா வேண்டும்" எனக் கெய்லா கேட்டாள். அதை எங்கே வாங்குவது என எனக்குத் தெரியவில்லை. அவளது உடல் நடுங்கிக்கொண்டிருந்தது.

உச்சி வெயிலில் வெளியே கிளம்பினோம். அந்த வெப்பத்திலும் கெய்லா தனது தோள்களில் காவிநிறச் சால்வையை விரித்துப் போட்டிருந்தாள். அந்தச் சால்வை அவளது முதுகை முழுவதுமாக மறைத்து அவளது இடுப்புவரை தொங்கியது. "வெக்கையாக இருக்கிறது அதை எடுத்துவிடு" என்றேன். "இல்லை எனக்குச் சற்றுக் குளிராகயிருக்கிறது" என்றாள். விமானப் பயணச்

சீட்டு அலுவலகத்துக்குச் சென்று "எங்களது பயணத் தேதியை மாற்றவேண்டும், நாளைக்கே நாங்கள் பிரான்ஸுக்கு அவசரமாகப் புறப்பட வேண்டும்" என்றோம். நல்வாய்ப்பாக, அடுத்தநாள் இரவு புறப்படும் விமானத்திலேயே எங்களுக்கு இடம் கிடைத்தது.

மறுபடியும் விடுதி அறைக்கு வந்தோம். கெய்லா மிகவும் சோர்ந்து போயிருந்தாள். இருவரும் அருகருகாகக் கட்டிலில் கிடந்தோம். கெய்லாவின் கண்களில் நீர் வடிந்துகொண்டிருந்தது. நான் அவளது கண்களைத் துடைத்துவிட்டு அவளது பச்சைநிறக் கண்மணிகளையே பார்த்துக்கொண்டிருந்தேன். அப்போது கெய்லா "நான் உன்னை உனது கிராமத்திற்கு அழைத்துச் செல்வதாகச் சொல்லியிருக்கிறேன்" என்று எனது காதுக்குள் சொன்னாள். நான் எதுவும் பேசாமலிருந்தேன்.

கெய்லா கட்டிலிலிருந்து துள்ளி எழுந்து தரையில் நின்றாள். அவள் அணிந்திருந்த மேற்சட்டையைக் கழற்றித் தரையில் வீசியடித்தாள். பிய்த்து எறிவது போன்ற அவசரத்துடன் மார்புக் கச்சையையும் கழற்றித் தரையில் வீசினாள். பின்பு கட்டிலில் குப்புறப் படுத்துக்கொண்டாள். அவளது முதுகின் வலதுபுற மேற்பகுதியில் புத்தர் தியான நிலையிலிருந்தார். நான் கூர்ந்து கவனித்தபோது புத்தர் மேலும் கீழுமாகச் சற்று அசைந்தார்.

கெய்லாவிடம் அழகிய சிறிய ஒப்பனைப் பெட்டியொன்றிருந்தது. அந்தப் பெட்டியைத் திறந்து அதனுள்ளிருந்த ஒரு குறிப்பிட்ட குப்பியை எடுக்குமாறு கெய்லா என்னிடம் சொன்னாள். அந்தச் சிறிய குப்பியில் எரிசாராய வாசனையுடன் வெண்ணிறத் திரவமிருந்தது. அந்தத் திரவத்தைத் தனது முதுகில் ஊற்றி புத்தரின் உருவத்தை அழித்துவிடுமாறு கெய்லா சொன்னாள்.

"கெய்லா, நான் சொல்வதைக் கேள்! இது தேவையில்லை, நாங்கள் நாளையே இங்கிருந்து போய்விடப் போகிறோம்" என்றேன்.

கெய்லா தனது தலையைத் தூக்கி என்னைப் பார்த்து "இல்லை... நாங்கள் நாளைக்குப் போகவில்லை" என்றாள்.

மூன்றாவது நாள் அதிகாலையில் யாழ்ப்பாணத்தை நோக்கிப் புறப்பட்டோம். அந்தத் தனியார் சொகுசுப் பேருந்தில் நாங்கள் இரண்டு முன் இருக்கைகளைக் கோரிப் பெற்றிருந்தோம். அந்த இருக்கைகளிலிருந்து பேருந்தின் முன்கண்ணாடி வழியே நிலவியல்

காட்சிகளையும் சிறு நகரங்களையும் கிராமங்களையும் பார்த்தவாறே பயணித்தோம். கெய்லா எனது தோளில் சாய்ந்திருந்தாள். அவள் கையில்லாத, பாதி முதுகு தெரியும் செம்மஞ்சள் நிற பனியன் அணிந்திருந்தாள். அவளது வலதுபுற முதுகின் மேற்பகுதியில் உள்ளங்கையளவான இடம் கடுமையாகச் சிவந்திருந்தது. சிவப்பின் ஓரங்களில் தோல் சற்றுத் தடித்துக் கறுத்திருந்தது. நான் அந்தக் கறுப்பையே உற்றுப் பார்த்துக்கொண்டிருந்தேன்.

காடு என் ஞாபகத்தில் வந்தது. என்னுடைய பதினெட்டாவது வயதில் அந்தச் சம்பவம் நடந்தது. அந்தச் சம்பவத்தை இந்த உலகத்தில் நான்கு பேர்கள் மட்டுமே அறிந்திருந்தோம். இப்போது என்னைத் தவிர மற்றவர்கள் யாரும் உயிருடனில்லை.

1977ம் வருடம் நிகழ்ந்த இனக்கலவரம் மலையகத்தைக் கடுமையாகப் பாதித்திருந்தது. கூட்டம் கூட்டமாக மலையகத் தமிழர்கள் வடக்கை நோக்கி இடம்பெயரத் தொடங்கினார்கள். இந்த இடப்பெயர்வுக்கு அரசாங்கம் பலவழிகளிலும் முட்டுக்கட்டை போட்டதால் இடப் பெயர்வு மெதுவாகவே நடைபெற்றது. வருடம்தோறும் அகதிகள் வந்துகொண்டிருந்தார்கள். ‘காந்தீயம்’ அமைப்பின் தொண்டர்கள் வன்னிக் காடுகளை அழித்துப் புதிய குடியிருப்புகளை உண்டாக்கி, வந்துகொண்டிருந்த மலையகத் தமிழர்களைக் குடியமர்த்திக் கொண்டிருந்தார்கள்.

எனது கிராமத்திலிருந்து நானும் இன்னும் மூன்று இளைஞர்களும் புறப்பட்டு, வன்னிக்குச் சென்று காந்தீயம் அமைப்பில் தொண்டர்களாகப் பதிவு செய்துகொண்டோம். ‘செல்வா நகர்’ என்ற புதிய குடியிருப்புக்காகக் காடு வெட்டிக்கொண்டிருந்த தொண்டர் குழுவுடன் நாங்கள் சேர்ந்துகொண்டோம்.

வவுனியாவிலிருந்து வடக்குநோக்கிச் செல்லும் கண்டி வீதியின் இருபத்திநான்காவது கிலோமீற்றரில் புளியங்குளம் இருக்கிறது. புளியங்குளத்திலிருந்து இன்னும் சில கிலோமீற்றர்கள் தொலைவில் கண்டி வீதியையொட்டி ‘செல்வா நகர்’ உருவாக்கப்பட்டுக் கொண்டிருந்தது. அய்ம்பது குடும்பங்களை அங்கே குடியேற்றுவதாகத் திட்டமிடப்பட்டிருந்தது.

ஒருநாள் மாலையில் வேலைகள் முடிந்த பின்பாகத் தொண்டர்கள் புளியங்குளத்திற்குத் திரும்பினார்கள். நானும் இன்னும் இரண்டு தோழர்களும் மட்டும் கண்டி வீதியிலிருந்து பத்து மீட்டர்கள் தூரம் விலகி ஒரு குழி தோண்டிக்கொண்டிருந்தோம். அந்தக் குடியேற்றத்

திட்டத்தைத் தடுத்து நிறுத்த அதிகாரிகள் வரப்போவதாக எங்களுக்குத் தகவல் கிடைத்திருந்தது. எனவே விடிவதற்குள் அந்த இடத்தில் 'செல்வா நகர்' என்றெழுதப்பட்ட கல்லை நடுவதாகயிருந்தோம். மூன்று அடிகள் ஆழத்திற்குத் தோண்டியதன் பின்னாக மண்வெட்டி மீண்டும் மீண்டும் கல்லில் மோதியது. கைகளால் மணலை விலக்கிப் பார்த்தபோது உள்ளே ஒரு சிலையிருப்பதாகத் தெரிந்தது. நாங்கள் மூவரும் வேகமாக மணலை வாரிக்கொட்டியபோது ஆறு அடிகள் உயரமான சிலையொன்று குப்புறக் கிடப்பதைக் கண்டோம். மிகுந்த பிரயாசைப்பட்டு அந்தச் சிலையைப் புரட்டிப் போட்டபோது, புராதன புத்தர் சிலையொன்றை நாங்கள் கண்டோம். உடனேயே இலைதழைகளால் புத்தரை மூடி வைத்தோம்.

நான் வேக வேகமாகச் சைக்கிளை மிதித்துக்கொண்டு புளியங்குளத்தை நோக்கிச் சென்றேன். 'செல்வா நகர்' குடியேற்றத் திட்டத்துக்குப் பொறுப்பான அத்தனாஸ் பாதிரியார் அங்கேதானிருந்தார். அவரிடம் நான் புத்தர் சிலை குறித்த செய்தியைச் சொன்னதும் "ஆண்டவரே!" என வாய்விட்டுக் கூவிய பாதிரியார் மார்பில் சிலுவைக் குறியிட்டுக்கொண்டார். எனது சைக்கிளில் பாதிரியாரையும் ஏற்றிக்கொண்டு செல்வா நகருக்குத் திரும்ப வந்தேன்.

அத்தனாஸ் பாதிரியார் குழிக்குள் இறங்கி, புத்தர் சிலையைச் சோதித்தார். தனது சட்டைப் பையிலிருந்து சிறிய குறிப்புப் புத்தகத்தை எடுத்து அதில் கிறுக்கலான ஆங்கில எழுத்துகளில் கடகடவென எழுதினார். பின்னர் அவர் ஒரே தாவலில் குழியிலிருந்து மேலே வந்தார். எங்கள் மூவரையும் ஒருமுறை ஆழமாகப் பார்த்துவிட்டு "இந்தச் செய்தி வேறு யாருக்காவது தெரியுமா?" எனக் கேட்டார். இல்லையென்றோம்.

பாதிரியார், வெட்டப்பட்டு விழுந்து கிடந்த மரமொன்றின் மீது அமர்ந்துகொண்டு தனது காற்சட்டையில் ஒட்டிக்கிடந்த மணலைத் தட்டிவிட்டார். பின்பு தாழ்ந்த குரலில் எங்களிடம் இப்படிச் சொன்னார்: "இங்கே புத்தர் சிலை கிடைத்த செய்தி அரசாங்கத்துக்குத் தெரியவந்தால் இந்த இடத்தில் முன்னொருகாலத்தில் சிங்களவர்கள் வாழ்ந்ததற்கான தடயம் இதுவென அவர்கள் சொல்வார்கள். புத்த பிக்குகள் வழிபாட்டிற்காக இங்கே வருவார்கள். சிங்களத் தொல்பொருள் ஆய்வாளர்கள் இங்கே படையெடுப்பார்கள். வன்னிமண் தமிழர்களது பாரம்பரிய நிலம் என்பதை அவர்கள்

கண்டி வீரன் | 123

மறுப்பார்கள். அது நல்லதல்ல... ஆகவே இந்தச் சிலையைக் காதும் காதும் வைத்ததுபோல அழித்துவிடுங்கள்!"

அன்று இரவு, நாங்கள் மூன்றுபேரும் கயிறுகளால் புத்தரைப் பிணைத்து நடுவே பலமான இரும்புக் கம்பிகளைச் செருகி, புத்தரை அடர்ந்த காட்டிற்குள் தூக்கிச் சென்றோம். புத்தரைக் கீழே போட்டுவிட்டு, நான் அலவாங்கால் முதல் அடியை புத்தரின் மார்பில் இறக்கினேன். சிலையிலிருந்து 'கிலுங் கிலுங்' எனச் சில்லறை நாணயங்கள் குலுங்குவது போல ஒலி எழுந்தது. அலவாங்கு என் கைகளிலிருந்து துள்ளப் பார்த்தது. ஏதோ நூதனமான கல்லில் சிலையை உருவாக்கியிருக்கிறார்கள் என நினைத்துக்கொண்டேன். மூன்றாவது அடியில் புத்தரின் மார்பு இரண்டாகப் பிளந்தது. நாங்கள் மூவரும் ஆள்மாறி ஆளாக அடித்து அந்தச் சிலையைத் தூள் தூளாக்கினோம். ஒவ்வொரு அடிக்கும் 'கிலுங் கிலுங்' என்ற ஒலி எழுந்துகொண்டேயிருந்தது. சிலையைச் சல்லிக் கற்களாகச் சிதைத்தோம். அந்தக் கற்களை காட்டின் எல்லாத் திசைகளிலும் சில்லஞ் சில்லமாகக் குழிதோண்டிப் புதைத்தோம். அங்கேயொரு புத்தர் சிலையிருந்ததற்கான எந்தத் தடயத்தையும் விட்டுவைக்க நாங்கள் விரும்பவில்லை. இவ்வளவையும் செய்து முடிக்கும்போது பொழுது விடிந்துவிட்டது. தூங்கச் செல்லாமல் அப்படியே வந்து அந்த விடிகாலையில் 'செல்வா நகர்' என்ற பெயர்க் கல்லை நாங்கள் தோண்டிய குழியில் நாட்டினோம்.

கெய்லா ஆர்வத்துடன் நிலவியல் காட்சிகளைப் பார்த்துக் கொண்டிருந்தாள். பேருந்து கண்டிவீதியால் புளியங்குளத்தைக் கடந்து சென்றுகொண்டிருந்தது. இந்த இருபத்தைந்து வருடங்களில் அந்தப் பகுதிகளில் பெரிய மாற்றங்கள் ஏதுமில்லை. வீதியோரத்தில் சில வாகனங்கள் எரிந்து கிடந்தன. ஆள்நடமாட்டமே இருக்கவில்லை.

நான் வீதியையே உற்றுக் கவனித்துக்கொண்டிருந்தேன். அந்த வீதியின் ஒவ்வொரு கல்லும் எனக்குப் பரிச்சயமானது. அந்த வீதியின் ஒவ்வொரு மேடுபள்ளத்திலும் எனது சைக்கிள் நூற்றுக்கணக்கான தடவைகள் பயணித்திருக்கிறது. வீதியோரத்தில் நின்றிருந்த மரங்கள் ஒவ்வொன்றையும் நான் அறிவேன். பேருந்து இன்னும் இரண்டு நிமிட நேரத்தில் 'செல்வா நகரை'க் கடக்கும் என நான் அனுமானித்தபோது எனது கண்களை இறுக மூடிக்கொண்டேன். தூங்குவதுபோல தலையை இருக்கையில் சாய்த்துக்கொண்டேன்.

சரியாக இரண்டு நிமிடங்களில் பேருந்து நிறுத்தப்பட்டது. நான் கண்களை மூடியவாறேயிருந்தேன். பேருந்துக்கு வெளியே 'கிலுங் கிலுங்' எனச் சத்தம் கேட்டது. "இந்த இடத்தில் ஒரு புத்தர் சிலை அமைக்கப்போகிறோம், அதற்குத் தர்மம் செய்யுங்கள்" என்ற குரல்கள் சிங்களத்தில் ஒலித்தன. நான் கண்களை இறுக மூடியவாறேயிருந்தேன்.

பேருந்து மறுபடியும் புறப்பட்டபோது கெய்லா எனது தோளில் சாய்ந்துகொண்டாள். நான் அவளது முதுகைத் தடவிக்கொடுத்தேன். அப்போது கெய்லாவின் வலதுபுறத் தோள் சடுதியில் உலுக்கிக்கொண்டதை எனது கை உணர்ந்தது. கெய்லாவிடமிருந்து 'ஷ்...' என மெல்லிய வேதனைக் குரல் எழுந்தது. அப்போது புத்தர் எனது உள்ளங்கைக்குள் இருந்தார்.

(ஜுலை, 2013)

காணாமற்போனவர்

எனக்கு எதிரே உட்கார்ந்திருந்த அந்த மனிதர், நான் தேடிக்கொண்டிருந்த பாவெல் தோழரைக் கொல்வதற்குத் தானே உத்தரவிட்டதாகச் சொல்லிவிட்டு ஒரு கோணல் சிரிப்புடன், பாதி நரைத்துப்போன அவரது மீசையில் படிந்திருந்த 'பியர்' நுரையை அழுத்தித் துடைத்துக்கொண்டார். நான் அவரையே வெறித்துப் பார்த்தவாறு இருந்தேன். இந்தக் கதை இன்னும் அய்ந்து நிமிடங்களில் முடியவிருக்கிறது.

இந்தக் கதை இப்படித்தான் ஆரம்பித்தது. சென்ற கோடை காலத்தில் எனது அப்பா சென்னையில் இறந்துபோனார். அம்மா வேளாங்கண்ணி கோயிலுக்குப் போய்விட்டு மறுநாள் திரும்பி வந்தபோது, கதவு உட்புறமாகத் தாழிடப்பட்டிருந்த வீட்டுக்குள் அப்பா தரையில் விழுந்து இறந்து கிடந்தார். காவற்துறை வந்து பூட்டை உடைக்க வேண்டியிருந்தது. அம்மா தனித்துப் போனார். அய்ந்து பிள்ளைகளைப் பெற்றிருந்தும் அப்பாவை இடுகாட்டில் அடக்கம் செய்தபோது அம்மாவின் அருகில் நாங்கள் யாருமிருக்கவில்லை.

அப்பாவின் அடக்கம் முடிந்த நான்காவது நாள் நான் பாரிஸிலிருந்து சென்னைக்குப் புறப்பட்டேன். அந்த அதிகாலை நேரத்திலும் என்னை வழியனுப்ப சுகன், தேவதாசன், அருந்ததி, சத்தியன் ஆகியோர் விமான நிலையத்திற்கு வந்திருந்தார்கள். அவர்களோடு நான் பேசிக்கொண்டிருந்தபோது ஓட்டமும் நடையுமாகத் தோழர் சவரியான் வந்து சேர்ந்தார். என்னைத் தழுவிய சவரியான் எனது கையை எடுத்துத் தனது மெலிந்த சிறிய கைகளில் பொத்திக்கொண்டார்.

செத்த வீட்டுக்குப் போவதற்கு விசா கொடுக்கக்கூட இந்தியத் தூதுவரகம் சுணக்கம் காட்டுவதைப் பற்றிப் பேசிக் கொண்டிருந்தோம். அப்போது தோழர் சவரியான் என்னைச்

சற்றுத் தனியாக வருமாறு அழைத்தார். நண்பர்களை விட்டுவிட்டு அவருடன் நான் தனியாகப் பேசப்போவது குறித்து நண்பர்கள் கோபப்படமாட்டார்கள். ஏனெனில் சவரியான் தேவைக்கு அதிகமாக இரகசியங்களைக் காப்பாற்றுபவர் என்பதையும் எப்போதும் தீவிரமான மனநிலையிலேயே இருப்பவர் என்பதையும் நண்பர்கள் அறிந்தேயிருந்தார்கள். நானும் சவரியானும் விமான நிலையக் கோப்பிக் கடையில் ஒதுங்கினோம்.

குரலைத் தாழ்த்தியபடியே "உங்களுக்குச் செலவுக்குப் பணம் ஏதாவது தேவைப்படுகிறதா" எனச் சவரியான் கேட்டார்.

"இல்லைத் தோழர், எனது சகோதரர்கள் போதியளவு பணம் தந்திருக்கிறார்கள்" என்றேன்.

தலையை ஆட்டிக்கொண்ட சவரியான் குரலை மேலும் தாழ்த்திக்கொண்டு "நீங்கள் எனக்கொரு உதவி செய்ய வேண்டும்" என்றார். நான் நம்பிக்கை தொனிக்கத் தலையசைத்தேன்.

"நீங்கள் எப்போதாவது தோழர் பாவெல் என்ற பெயரைக் கேள்விப்பட்டிருக்கிறீர்களா?" என என்னிடம் கேட்டார் சவரியான்.

"ஆம் கேள்விப்பட்டிருக்கிறேன். பாவெல் விலாசவ், 'தாய்' நாவலின் நாயகன் பாத்திரமது" என்றேன்.

சவரியான் மிகத் தீவிரமான பார்வையொன்றை எனது கண்களிற்குள் செலுத்திக்கொண்டே "தோழர் பாவெலின் மனைவியின் பெயர் பால்ராணி" என்றார்.

சென்னைக்கான விமானப் பறப்பு பதினொரு மணிநேரமாக இருந்தது. நான் பால்ராணி என்ற பெயரை மனதில் அழியாமல் திரும்பத் திரும்பப் பதிய வைத்துக்கொண்டேன். இனி எக்காலத்திலும் அந்தப் பெயர் எனது மனதிலிருந்து அகலாது. தோழர் சவரியான், பால்ராணி குறித்து ஒன்றிரண்டு குறிப்புகளைத்தான் சொல்லியிருந்தார். எனினும் அந்தக் குறிப்புகளை வைத்து பால்ராணி குறித்த சித்திரத்தை எனக்குள் நான் உருவாக்கிக்கொண்டேயிருந்தேன். இரக்கத்திற்குரிய அந்தப் பெண்ணைச் சந்திக்கும்போது நான் எப்படி நடந்துகொள்ள வேண்டுமென மனது ஒத்திகை பார்த்துக்கொண்டிருந்தது.

சவரியான் சரியாக முப்பத்தைந்து வருடங்களிற்கு முன்பு தனது இருபதாவது வயதில் பாவெலைச் சந்தித்திருக்கிறார்.

பாவெலுக்கு அப்போது இருபத்தைந்து வயதுகள் இருக்குமாம். பொலிஸாரால் தேடப்பட்டுக்கொண்டிருந்த சவரியான் வன்னிக் கிராமமொன்றில் தலைமறைவாக இருந்தபோது அந்தக் கிராமத்தைச் சேர்ந்த பாவெலின் அறிமுகம் ஏற்பட்டிருக்கிறது. சவரியான் தமிழ் ஆயுத இயக்கமொன்றைச் சேர்ந்தவர். பாவெல் தமிழர்களும் சிங்களவர்களும் இணைந்திருந்த மிகச் சிறிய ட்ரொட்ஸ்கிய கட்சியொன்றில் இயங்கிவந்தவர். சவரியானின் தலைமறைவுக் காலம் முழுவதும் பாவெல் சவரியானுக்கு உதவி செய்துகொண்டிருந்திருக்கிறார். கடைசியில் சவரியான் கைது செய்யப்பட்டபோது பொலிசாரின் சித்திரவதை பொறுக்க முடியாமல் தனக்கு உதவி செய்தவர் எனப் பாவெலைப் போலிஸாருக்கு சவரியான் காட்டிக்கொடுத்திருக்கிறார். பொலிஸார் பாவெலையும் கைது செய்தனர். பாவெல் ஒரு வருடம் சிறையிலிருந்திருக்கிறார். அய்ந்து வருடங்களிற்குப் பின்பு மட்டக்களப்புச் சிறையுடைப்பில் தப்பித்த சவரியான் இந்தியாவிற்குப் போய் அப்படியே பிரான்ஸ் வந்துவிட்டார். பாவெலைக் காட்டிக்கொடுத்த குற்றவுணர்வு சவரியானிடம் இருந்து கொண்டேயிருக்கிறது. அவரது மரணம்வரை அந்தக் குற்றவுணர்வு அவரைத் தொடரும் என்றே நினைக்கிறேன். இந்தக் கதையை விமான நிலையத்தில் வைத்து சவரியான் என்னிடம் சொல்லிக்கொண்டிருக்கையில் அவரது கண்களில் இகழ்ச்சி படர்ந்திருப்பதை நான் பார்த்தேன். அது சுய இகழ்ச்சி.

சவரியான் பிரான்ஸ் வந்த பின்பும் பாவெலுடன் அவருக்குக் கடிதத் தொடர்புகள் இருந்திருக்கின்றன. ஒன்றிரண்டு முறைகள் சிறிது பணமும் அனுப்பி வைத்திருக்கிறார். பதிலுக்கு பாவெல் ‘பாட்டாளி குரல்’ பத்திரிகையை சவரியானுக்கு அனுப்பி வைத்திருக்கிறார். அந்தப் பத்திரிகையின் பழைய பிரதிகள் சிலவற்றை அண்மையில் சவரியானின் வீட்டுப் புத்தக அலுமாரியில் நான் பார்த்திருக்கிறேன். படிக்கவே முடியாத ஒரு கொடுந்தமிழில் அப்பத்திரிகை மோசமான வடிவமைப்பில், மிக மோசமான தாளில் நான்கு பக்கங்களில் அச்சிடப்பட்டிருக்கும். அப்போதெல்லாம் பாவெலின் கதையை சவரியான் என்னிடம் சொன்னதில்லை.

எண்பத்தாறு காலப்பகுதியில் பாவெலின் கட்சி தமிழ்ப் பகுதிகளில் தடை செய்யப்பட்டுவிட்டது. எண்பத்தெட்டில் சிங்களப் பகுதிகளிலும் அந்தக் கட்சி தடை செய்யப்பட அந்தக் கட்சி சிதைந்துபோனது. என்றாலும் கட்சியின் மிகச்சில உறுப்பினர்களுக்குள் தொடர்புகள் இருந்திருக்கின்றன. அவர்கள் சில இரகசியத் துண்டுப் பிரசுரங்களையும் வெளியிட்டிருந்திருக்கிறார்கள்.

பிரான்ஸுக்கு வந்து இருபது வருடங்கள் கழித்து, 2004-ல் ஒரு மாதகால விடுமுறையில் சவரியான் இலங்கைக்குப் போனார். பாவெலைச் சந்திப்பது என்பது அவரது பயண நிகழ்ச்சி நிரலில் முக்கியமானதாக இருந்தது.

அது சமாதான காலமாக இருந்ததால் யாழ்ப்பாணத்திலிருந்து வன்னிக்குச் செல்வதில் பெரிய பிரச்சினைகள் இருக்கவில்லை. சவரியான், பாவெலின் கிராமத்துக்குப் போய்ச் சேர்ந்தபோது பொழுது பட்டுவிட்டது. பாவெலின் பழைய சிறிய வீடு வறுமையைப் போர்த்திருந்தது. பாவெலினதும் அவரது மனைவி பால்ராணியினதும் கண்களில் பஞ்சம் கவிந்திருந்தது. கையோடு எடுத்துச் சென்ற பொருட்களை பாவெல் முன் சவரியான் பரப்பி வைத்தபோது பாவெல் ஒவ்வொரு பொருளாக எடுத்து அது என்னவென்று கேட்டுக் கேட்டு எடுத்துப் பால்ராணியிடம் கொடுத்தார். அவர்களிற்குக் குழந்தைகள் இல்லை. அய்ம்பதாயிரம் ரூபாய் கட்டொன்றை எடுத்து பாவெலின் கைகளில் சவரியான் வைத்தார். பாவெலின் கைகளில் தயக்கத்தை உணர்ந்த சவரியான் பால்ராணியிடம் அந்தப் பணக்கட்டைக் கொடுத்தார்.

இரவு உணவிற்குப் பிறகு பாவெலிடம் பேசிக்கொண்டிருந்தபோது பாவெலுக்கு இன்னமும் அந்த இடதுசாரிக் குழுவுடன் தொடர்பிருக்கிறதா எனச் சவரியான் கேட்டார். பாவெல் ஒன்றும் பேசாமல் புன்னகைத்தார். பாவெல் தன்னிடம் மனம்விட்டுப் பேசத் தயங்குவது போல சவரியானுக்குத் தோன்றியது. இனம்புரியாத சோர்வுடன் சவரியான் நார்க் கட்டிலில் படுத்துக்கொண்டார்.

காலையில் முற்றத்திலிருந்த நார்க் கட்டிலில் இருவரும் அமர்ந்திருந்தார்கள். சில வார்த்தைகளை பாவெலிடம் சொல்ல வேண்டுமென சவரியான் நினைத்தார். பாவெல் புன்னகையுடன் சவரியான் சொல்வதைக் கேட்டுக்கொண்டிருந்தார்.

'இடதுசாரி அரசியல், வர்க்க அய்க்கியம் எல்லாம் இந்தக் காலத்திற்குச் சரிவராது' என்று சவரியான் சொன்ன போது, பாவெல் வாயிலிருந்த புன்னகை மாறாமலேயே "பிரான்ஸில் முதலாளிகளிடம் வாங்கித் தின்ற உங்களது விசுவாசம் உங்களை இப்படிப் பேச வைக்கிறது" என்றார். சவரியான் திடுக்கிட்டுப் போனார். என்றாலும் சமாளித்துக்கொண்டு "இன்றைய முக்கிய பிரச்சினை இனப் பிரச்சினைதான்" என்றார். பாவெலின் வாயிலிருந்து 'க்ளுக்' என்ற சிரிப்புச் சத்தம் வந்தது. பிறகு சவரியானை ஓர் அற்ப பிராணிபோல

பார்த்துவிட்டுச் சொன்னார்: "இருபத்தைந்து வருடங்களாக நீங்கள் மட்டுமல்ல, நானும் மாறவில்லை."

சவரியான் ஏனோ அப்போது அவமானமாக உணர்ந்தார். பாவெல் இருபத்தைந்து வருடங்களாக மாறாமலேயிருப்பது பாவெலின் அரசியல் முட்டாள்தனம் எனச் சவரியான் சொன்னார். பாவெல் வெறும் பாசாங்கு அரசியல் பேசிக்கொண்டிருப்பதாகவே அவருக்குத் தோன்றியது. சவரியான் இடைநிறுத்தாது கடகடவெனப் பேசிக்கொண்டேயிருந்தார். பேச்சின் போக்கில், புலிகளின் 'நந்தவனம்' அலுவலகத்துக்குச் சென்று தான் மனமுவந்து பெரும்தொகைப் பணத்தைக் கொடுத்ததைப் பற்றியும் சொன்னார்.

பாவெல் சடுதியில் எழுந்து நின்று "இதைச் சொல்லவா பிரான்ஸிலிருந்து இங்கே வந்திருக்கிறீர்கள்?" எனக் கேட்டுவிட்டு விறுவிறுவென வீட்டுக்குள் போனார். அவர் திரும்பி வரும்போது அவரது கைகளில் சவரியான் கொடுத்த வெளிநாட்டுப் பொருட்களும் அந்தப் பணக்கட்டும் இருந்தன. அவற்றை அப்படியே சவரியான் அமர்ந்திருந்த நார்க் கட்டிலில் 'பொத்'தெனப் போட்டார். சவரியான் எழுந்து நின்றார்.

"தயவு செய்து இவற்றை எடுத்துக்கொண்டு போய்விடுங்கள்" பாவெல் நிலத்தைப் பார்த்துக்கொண்டு சொன்னார்.

சவரியான் தனது சிறிய பயணப் பையை எடுத்துக்கொண்டார். "காசை எடுங்கள்" என்று பாவெல் உறுமினார். சவரியான் திடீரென அச்சத்தை உணர்ந்தார். அது அச்சமல்ல, குற்றவுணர்வே என்று அடுத்த நிமிடமே சவரியான் நிதானித்துக்கொண்டார். மறுபேச்சில்லாமல் சவரியான் பணக்கட்டை எடுத்துக்கொண்டு படலையை நோக்கி நடந்தார். படலையைச் சாத்தும்போது வீட்டு வாசற்படியைப் பார்த்தார். அங்கே பாவெலைக் காணவில்லை. பால்ராணி நின்றிருந்தார்.

அந்தக் கிறவல் வீதியால் தலையைக் குனிந்தவாறே நடந்து பிரதான வீதிக்கு சவரியான் வந்தபோது அங்கே ஏற்கனவே பால்ராணி நின்றிருப்பதைக் கண்டார். அவர் ஏதோ குறுக்குப் பாதையால் அங்கே வந்திருக்க வேண்டும். இவரைக் கண்டதும் பால்ராணி அருகே வந்தார். இவர் ஒரு சொல்லும் பேசவில்லை. பையிலிருந்து பணக்கட்டை எடுத்துப் பால்ராணியிடம் கொடுத்தார். பால்ராணி அதை வாங்கிக் கொண்டு எதுவும் பேசாமல் வந்த வழியிலேயே திரும்பவும் சென்று மறைந்தார்.

சவரியான் பிரான்ஸ் திரும்பியதுமே ஒரு நீண்ட மன்னிப்புக் கடிதத்தை பாவெலுக்கு அனுப்பினார். ஒருமாதம் கழித்து வவுனியாவில் 'போஸ்ட்' செய்யப்பட்டிருந்த ஒரு தபால் சவரியானுக்கு வந்தது. அதற்குள் மட்டமான தாளில் அச்சிடப்பட்ட ஒரு துண்டுப் பிரசுரமிருந்தது. அந்தப் பிரசுரம் கொடுந்தமிழில் எழுதப்பட்டிருந்தது. இது நடந்து ஒரு வருடம் கழித்து தோழர் பாவெல் விடுதலைப் புலிகளின் புலனாய்வுத்துறையினரால் கைதுசெய்யப்பட்டுக் காணாமற்போனார்.

பால்ராணியால் தனது கணவரைக் கண்டுபிடிக்க முடியவில்லை. யுத்தம் மறுபடியும் உக்கிரமாகத் தொடங்கியபோது பால்ராணி இந்தியாவுக்கு அகதியாகச் சென்றார். அங்கிருந்து அவர் சவரியானுக்கு ஒரு கடிதம் எழுதினார். அந்தக் கடிதத்தில் தோழர் பாவெல் காணாமற்போன செய்தியிருந்தது. அதன்பின்பு பால்ராணியிடமிருந்து கடிதம் எதுவும் சவரியானுக்கு வரவில்லை. பால்ராணி கும்மிடிப்பூண்டி அகதி முகாமிலே இருந்தார் என்ற செய்தி மட்டுமே சவரியானிடம் எஞ்சியிருந்தது.

விமானத்திற்கு நேரமாகிக்கொண்டிருந்தது. கும்மிடிப்பூண்டி அகதி முகாமிற்குச் சென்று பால்ராணியைச் சந்தித்து, 'தோழர் பாவெல் குறித்த செய்திகள் எதுவும் கிடைத்ததா' என்று விசாரித்து வருமாறு சவரியான் என்னிடம் கேட்டுக்கொண்டார். 'அந்தப் பெண் அங்கேதான் இன்னுமிருப்பார் என்பது சந்தேகமே' என எனது வாய்வரை வந்த வார்த்தைகளை நான் சடுதியில் விழுங்கிக்கொண்டேன்.

"தோழர் பாவெல் இன்னும் உயிரோடுதான் இருப்பார் என்றே எனது மனம் சொல்கிறது, அவரை எதுவும் செய்திருக்கமாட்டார்கள்" என்று சவரியான் சொல்லும்போது அவருக்குக் கண்கள் சிவந்து நீர் கோர்த்திருந்தது.

சென்னை விமான நிலையத்திற்கு அம்மா வந்திருந்தார். ஒரு பெரிய அழுகையுடன் அம்மா என்னை எதிர்கொள்வார் என நினைத்திருந்த எனக்கு அம்மாவின் அமைதியான புன்னகை நிம்மதியைக் கொடுத்தது. அப்பாவுக்கு முப்பத்தோராவது நாள் 'திருப்பலி' ஒப்புக்கொடுக்க வேண்டும் என்பதிலிருந்து அம்மாவின் பேச்சு ஆரம்பித்தது. மற்றச் சகோதரர்கள் இந்தியா வர முடியாத நிலையை அம்மாவுக்குச் சொன்னேன். "ஒரு ஆள் வந்தால் போதும்தானே, எல்லோரும் வந்து எதற்கு வீண்செலவு"

என்றார் அம்மா. "செத்தவன் குண்டி வடக்காலே போனாலென்ன தெற்காலே போனாலென்ன" என்று அப்பா அடிக்கடி சொல்வது ஞாபகத்திற்கு வந்தது. கார் அண்ணா நகர் வளைவுக்குள் நுழைந்தது. அந்த வளைவை அப்படியே நகர்த்தி வைக்க முயற்சிகள் நடந்துகொண்டிருக்கின்றன எனச் சாரதி சொன்னார்.

அடுத்த நாளே ஒரு வாடகை வண்டியை அமர்த்திக்கொண்டு நான் கும்மிடிப்பூண்டிக்குப் போனேன். வெயில் பற்றி கும்மிடிப்பூண்டியின் நிலம் எரிந்துகொண்டிருந்தது. ஊருக்கு ஒதுக்குப்புறமாக இலங்கை அகதிகள் முகாம் இருந்தது. முகாமிற்குள் நுழைவது சுலபமான வேலையாக இருக்கவில்லை. சொந்தக்காரர்களைத் தேடி பிரான்ஸிலிருந்து வந்திருக்கிறேன் எனப் பாதுகாப்பு அதிகாரிகளிடம் சொன்னேன். பால்ராணி என்ற பெயரில் அங்கே யாருமே இல்லை என அதிகாரிகள் சொல்லிவிட்டார்கள். முகாமிற்கு வெளியே ஒரு தேநீர்க் கடையில் அமர்ந்துகொண்டேன். அந்தப் பகுதி முழுவதும் அகதிகள் நிரம்பியிருந்தார்கள். கிட்டத்தட்ட ஆயிரம் அகதிக் குடும்பங்கள் அங்கிருந்தன. எதிர்ப்பட்டவர்களிடம் நான் பேச்சுக்கொடுத்தபோது முதலில் சற்றுத் தயங்கினாலும் பின்பு ஆர்வமாக என்னோடு பேசினார்கள். சிலர் என்னை, அவுஸ்ரேலியாவிற்கு படகில் அனுப்பும் ஏஜென்ட் என்று நினைத்து அவர்களாகவே வலிய வந்து பேசினார்கள். அவுஸ்ரேலியாவிற்குப் படகில் போவது குறித்து அங்கே பேச்சு அலைந்துகொண்டிருந்தது. அவர்கள் ஒவ்வொருவரிடமும் பால்ராணி குறித்து நான் விசாரித்தேன். யாருக்குமே பால்ராணியைத் தெரிந்திருக்கவில்லை. கடைசியில் நாவாந்துறையைச் சேர்ந்த ஒரு பெண்மணியிடமிருந்து ஒரு தகவல் கிடைத்தது. சன்னமான குரலையுடையவரும் ஆனால் யாருடனும் அதிகம் பேசாதவரும் ஒல்லியானவருமான ஒரு பெண்மணி தனியாக இங்கே இருந்திருக்கிறார். இரண்டு வருடங்களிற்கு முன்பு அவர் காணாமற் போய்விட்டாராம். அவரது பெயர் பால்ராணி என்பதாகவே தனக்கு ஞாபகம் இருப்பதாக அந்தப் பெண்மணி என்னிடம் சொன்னார்.

காணமற்போன அகதி ஒருவரை எப்படித் தேடுவது? அவர் வெளிநாடு ஒன்றிற்குச் சென்றிருக்கலாம், இலங்கைக்குத் திரும்பிச் சென்றிருக்கலாம், பசுபிக் சமுத்திரத்திலே படகுடன் மூழ்கியிருக்கலாம், எங்கேயாவது பாழடைந்த கிணற்றுக்குள் விழுந்து தற்கொலை செய்து அடையாளமற்றவராகப் போயிருக்கலாம், ஏதாவது மனநோய் விடுதியில் பெயரற்றவராக இருக்கலாம்,

கொலை கூடச் செய்யப்பட்டிருக்கலாம். இவற்றில் எந்தச் செய்தியை நான் தோழர் சவரியானுக்கு எடுத்துச் செல்வது!

இதற்கு அடுத்தநாள் காலையில் நான் அம்மாவுடன் அமர்ந்து பேசிக்கொண்டிருக்கும்போது 'அம்மா இனி என்ன செய்யப் போகிறார்' எனக் கேட்டேன். அம்மாவும் அப்பாவும் பதினேழு வருடங்களிற்கு முன்பு அகதிகளாகப் படகில் வந்து இராமேஸ்வரத்தில் இறங்கியவர்கள். இலங்கைக்குத் திரும்பிச் செல்லப்போவதாக அம்மா சொன்னார். அந்தப் பதில் எனக்கு நிம்மதியைக் கொடுத்தது. 'அங்கே காணி பூமி இருக்கிறதுதானே' என நான் வாய்க்குள் முணுமுணுத்தேன். அம்மாவிற்கு வயது போனாலும் காது கூர்மையாகவே கேட்கிறது. "என்னுடைய செத்த வீட்டுக்காவது நேரகாலத்தோடு யாராவது ஒரு ஆள் வந்துவிடுங்கள்" என்று சொல்லிவிட்டு அம்மா புன்னகைத்தார். எனக்கு நெஞ்சை அடைக்குமாற்போல இருந்தது. சுவரில் சாய்ந்து உட்கார்ந்துகொண்டேன். எதிரே அப்பாவின் படத்திற்கு முன்பு ஒரு வெள்ளிக் குவளையில் தண்ணீர் வைக்கப்பட்டிருந்தது.

அப்போது நெடிய உயரமும், சற்றுப் பருத்த உடலும் கொண்ட அந்த மனிதர் வீட்டு வாசற்படியில் நின்று செருப்புகளைக் கழற்றியவாறே என்னைப் பார்த்துச் சிரித்தார். பாதி நரைத்திருந்த, அடர்ந்த மீசைக்குக் கீழே அவரது பற்கள் நம்ப முடியாத வெண்மையில் பளீரிட்டன. தூய வெள்ளைச் சட்டையும் வேட்டியும் அணிந்திருந்தார். கையில் ஒரு துணிப்பை வைத்திருந்தார். அவரைக் கண்டதும் அம்மா "வாங்க அம்மான்" என வரவேற்றார்.

"அம்மான் இவன்தான் என்னுடைய இரண்டாவது மகன், பிரான்ஸில் இருக்கிறவன்"

'அம்மான்' என அழைக்கப்பட்ட அந்த மனிதர்தான் அப்பா இறப்பதற்கு முன்பாக அப்பாவைக் கடைசியாகப் பார்த்த மனிதர். அப்பா இறந்த இரவு அந்த மனிதரும் அப்பாவும் வீட்டிலிருந்து மதுவருந்தியிருக்கிறார்கள். எட்டு மணியளவில் இந்த மனிதர் இங்கிருந்து சென்றிருக்கிறார். வெளியே நின்றுகொண்டு அப்பாவிடம் கதவை உட்புறமாகத் தாழிட்டுக்கொள்ளுமாறு இந்த மனிதர் சொல்லியிருக்கிறார். உள்ளே தாழிடும் சத்தத்தையும் கேட்டிருக்கிறார். இந்த மனிதர் வளசரவாக்கத்தில் இருப்பதாக அம்மா சொல்லியிருக்கிறார். வளசரவாக்கத்தில் இலங்கைப் பலசரக்குக் கடை ஒன்றிருக்கிறது. அந்தக் கடைக்கு அப்பா அடிக்கடி

கண்டி வீரன் | 133

போவதுண்டு. அந்தக் கடையின் உள்ளே இரகசியமாக இலங்கை 'மெண்டிஸ்' சாராயம் விற்பார்களாம். அங்கேதான் இந்த மனிதர் அப்பாவுக்கு நண்பராகியிருக்கிறார். வளசரவாக்கத்திலிருந்து இரண்டு நாட்களுக்கொரு முறை அப்பாவைப் பார்ப்பதற்காக இந்த மனிதர் 'பஸ்' பிடித்து அண்ணா நகருக்கு வருவராம்.

நான் எழுந்து நின்று அம்மான் என அழைக்கப்பட்ட அந்த மனிதருடன் கை குலுக்கிக்கொண்டேன். அம்மான் தனது இடது கையால் எனது தோளைத் தட்டிக்கொடுத்தார். அம்மான் ஒருகாலத்தில் பலசாலியாக இருந்திருக்க வேண்டும் என்பதை அந்தத் தொடுகை எனக்கு உணர்த்தியது.

அம்மான் நாற்காலியில் அமர்ந்துகொண்டு எனது சுகபலன்களை விசாரித்தார். சென்னையில் ஏதாவது உதவிகள் தேவைப்பட்டால் தன்னிடம் தயங்காது சொல்லுமாறு கேட்டுக்கொண்டார். இறந்துபோன அப்பாவைக் குறித்துப் பேசிக்கொண்டேயிருந்தார். இடையிடையே தனது கண்களைத் தடவிக்கொண்டார். அவர் பேசும்போது அவரது வாயிலிருந்து எச்சில் தெறித்தது. "தம்பி உங்களது அப்பா ரி-8 போல மன பலமுள்ளவர். அவரை மரணத்தால் நெருங்கியிருக்கவே முடியாது. அன்று இரவு ஒருவர் கூடயிருந்திருந்தால் அவரைக் காப்பாற்றியிருக்க முடியும்" என்றார். அம்மா எழுந்து சமையலறைக்குள் போனார்.

"ரி-8 ?" என்று கேட்டுக்கொண்டே அம்மானைப் பார்த்தேன்.

அம்மான் புன்னகைத்துக்கொண்டே "அது உங்களிற்கு விளங்காது. அது இயக்கத்தில் முக்கியமான ஒரு தளபதியைக் குறிக்கும் சங்கேதச் சொல்" என்றார்.

நான் எழுந்து தண்ணீர் எடுப்பதற்காகச் சமையலறைக்குள் சென்ற போது அம்மா என்னைச் சைகையால் அருகே அழைத்து அம்மான் என்ற அந்த மனிதர் புலிகள் இயக்கத்தில் இருந்தவர் என்று என்னிடம் முணுமுணுப்பாகச் சொன்னார்.

சற்று யோசித்துவிட்டு "நானும் இயக்கத்தில் இருந்தது அவருக்குத் தெரியுமா?" என்று கேட்டேன். "இல்லை... நாங்கள் சொல்லவில்லை" என்றார் அம்மா.

தண்ணீர் செம்பை எடுத்துச் சென்று அம்மான் முன்னே வைத்துவிட்டு உட்கார்ந்தேன். அம்மான் செம்பை எடுத்து

வாசற்படியை நோக்கித் தண்ணீரைச் சற்றுச் சிந்திவிட்டு செம்பைத் தூக்கி அண்ணாந்து ஒரே மூச்சில் தண்ணீரைக் குடித்து முடித்துவிட்டு வெறும் செம்பைக் கீழே வைத்தார்.

"அம்மான் நீங்கள் எந்தக் காலப் பகுதியில் இயக்கத்தில் இருந்தீர்கள்?" எனக் கேட்டேன்.

அம்மான் புன்னகையுடன் என்னைப் பார்த்தார். "அம்மா சொன்னார்" என்றேன்.

அம்மான் தலையை மேலும் கீழுமாக ஒருதடவை சுற்றிக்கொண்டார், சமையலறையைப் பார்த்து "அக்கா இன்னும் எத்தனை பேரிடம் இப்படிச் சொல்லியிருக்கிறீர்கள்" எனச் சத்தம் கொடுத்தார். அம்மாவிடமிருந்து பதிலில்லை.

"கடைசி வரை, முள்ளிவாய்க்கால்வரை இயக்கத்தில் இருந்தேன்" என்றார் அம்மான்.

"எப்போது இயக்கத்துக்குப் போனீர்கள்?"

அம்மான் உதட்டை மடித்துச் சிரித்தார். பின்பு "எண்பத்து மூன்றுக்கு முதலே இயக்கத்தில் சேர்ந்தவர்களைத்தானே 'அம்மான்' என்பார்கள்" என்றார்.

"நானும் எண்பத்து மூன்றிலிருந்து எண்பத்தாறுவரை புலிகள் இயக்கத்தில் இருந்திருக்கிறேன்" என்றேன்.

"தெரியும்" என்றார் அம்மான்.

"நான் உங்களைப் பார்த்ததில்லையே... எந்த ஏரியாவில் இருந்தீர்கள்?"

அம்மான் மறுபடியும் புன்னகைத்தார். "உங்களை எனக்குத் தெரியும், ஆனால் உங்களுக்கு என்னைத் தெரியாது. நான் புலனாய்வுத்துறை. பொட்டரோடு நின்றேன். உங்களைக் குறித்து இயக்கத்திற்குள் ஒரு சந்தேகம் வந்தபோது உங்களைக் கண்காணிக்கும் பொறுப்பு என்னிடம்தான் இருந்தது" என்றார் அம்மான்.

பதினொரு மணிக்கே வெயில் உச்சிக்கு வந்துவிட்டது. "அம்மான் வாருங்கள் வெளியே போய் குளிர்ச்சியாக ஏதும் குடித்துவிட்டு வருவோம்" என்றேன். அம்மான் எழுந்திருந்தார். நாங்கள் வெளியே

போகும் போது "சமையல் முடிகிறது, சாப்பிடுவதற்கு நேரத்திற்கு வாருங்கள்" என்றார் அம்மா. திரும்பவும் என்னை அருகே கூப்பிட்டு "அப்பாவும் குடியால்தான் செத்தவர், உனக்கும் அப்படியொரு நிலை வரக் கூடாது" என்றார்.

அந்த மதுபான விடுதி கொஞ்சம் ஆடம்பரமானது. அம்மான் கண்களை விரித்து அந்த விடுதியைச் சுற்றுமுற்றும் பார்த்தார். "இப்படியான ஒரு விடுதிக்கு வாழ்க்கையிலேயே இப்போதுதான் முதற்தடவையாக வருகிறேன்" என்றார்.

நான் மதுவை அவரது கோப்பைக்குள் ஊற்றிக்கொண்டே "இயக்கத்தில் குடிப்பதற்குத் தடை இருந்ததே" என்றேன்.

"வி-12க்கு இருந்ததா?" எனக் கேட்டார் அம்மான்.

"வி-12...?" என்று இழுத்தேன்.

"பாலா அண்ணையை அப்படித்தான் சொல்வோம்" என்றார் அம்மான். புலனாய்வுத்துறையில் வேலை செய்பவர்களிற்கு ஒற்றறியும்போது குடிக்க வேண்டிய கட்டாயம் எற்படுமென்றும் அப்படித்தான் அவர் குடிக்கப் பழகியதாகவும் அம்மான் சொன்னார்.

அம்மானின் குடி 'சிலோன் குடி'. ஒரு பெரிய கோப்பை பியரை ஒரே மூச்சில் கண்களை மூடிக்கொண்டு உறிஞ்சிக் குடித்துவிட்டு 'டக்'கென ஓசையெழும்ப வெற்றுக் கோப்பையை மேசையில் வைத்துவிட்டு, கைகள் நிறையச் சுண்டலை அள்ளி வாயில் போட்டு மென்றார்.

முதல் நாளிலேயே நானும் அம்மானும் மிகவும் நெருங்கி விட்டோம். என்னுடைய பழைய இயக்க நண்பர்களில் அநேகமாக எல்லோரையுமே அம்மானுக்குத் தெரிந்திருந்தது. எனக்கு அம்மானோடு பேச நிறைய இயக்கக் கதைகள் இருந்தன. அவரும் களைப்புச் சளைப்புப் பார்க்காமல் பேசக் கூடியவராகயிருந்தார். ஆனால் அவரது தனிப்பட்ட வாழ்க்கை குறித்துப் பேசும்போது அவர் மிகக் குறைவான சொற்களையே பயன்படுத்தினார். அடுத்து வந்த நாட்களில் ஒவ்வொரு நாளுமே என்னைத் தேடி எங்களது வீட்டுக்கு அம்மான் வந்துவிடுவார். சில நாட்களில் இரவு வரை எங்களது பேச்சு நீண்டது. அவரது மனைவியிடமிருந்து இரண்டு - மூன்று தடவைகள் தொலைபேசி அழைப்பு வந்ததற்குப் பிறகுதான் எங்களது வீட்டிலிருந்து கிளம்பிச் செல்வார்.

அம்மான், புலிகளின் தலைவரை ஒருமையில் அழைக்கக் கூடிய உரிமையைப் பெற்றிருந்தார் என்பதைக் கேட்டபோது நான் வாயைப் பிளந்தேன். அது எப்படி என்று நான் கேட்டபோது "தலைவரின் மனைவி என்னை மாமாவென்றுதான் கூப்பிடுவார்" என்றார் அம்மான். இவர் அருமையாகப் பாடக் கூடியவர் என்பதால் இவர் பாடுவதைக் கேட்பதில் மதிவதனிக்கு அதிக விருப்பமாம். இவர் பாடும்போது பிரபாகரன் கண்களை மூடி ரசிப்பது மட்டுமல்லாமல் பாடலில் ஏதாவது தவறிருந்தால் அதையும் சுட்டிக்காட்டுவாராம். அம்மான் உண்மையிலேயே அருமையாகப் பாடக் கூடியவர். ஓரிரவில் அவர் காத்தவராயன் கூத்தைப் பாடியபோது கேட்டுக்கொண்டிருந்த எனக்கு அழுகை முட்டியது. அதிகமான போதையென்றால் நான் இலகுவில் மனம் நெகிழ்ந்து கண்ணீர்விடக் கூடியவன்.

அம்மானுக்கு ஒரு மகன் இருந்தான். அவனும் புலிகள் இயக்கத்தில் இருந்திருக்கிறான். ஆனந்தபுரச் சுற்றிவளைப்பை உடைத்துத் தலைவரை மீட்டுச் சென்ற பெரும் போரில் அவன் வீரச்சாவடைந்தான் என்றார் அம்மான். இதைச் சொல்லும் போது அவரது முகத்தில் கலக்கம் எதுவுமில்லை. மாறாக அவரது கண்கள் பெருமையில் மிதந்தன.

"இறுதி யுத்தத்தின் போது அங்கே இந்திய இராணுவம் இருந்ததாகச் சொல்கிறார்களே" என்றேன். "ஆம் 3116 இந்திய இராணுவத்தினர் மே மாதம் 1ம் தேதி முல்லைத்தீவில் தரையிறங்கினார்கள். இலங்கை இராணுவத்தை அவர்களே வழி நடத்தினார்கள். முன்னேறிச் செல்லாத இராணுவத்தை இந்திய இராணுவம் பின்னாலிருந்து சுட்டது. முன்னேறியவர்களைப் புலிகள் சுட்டார்கள். அந்த மாதத்தில் மட்டும் 7285 இலங்கை இராணுவத்தினர்கள் கொல்லப்பட்டார்கள், அரசாங்கம் வேண்டுமென்றே கணக்கைக் குறைவாகச் சொன்னது. 534 இந்திய இராணுவ வீரர்களும் கொல்லப்பட்டார்கள்" என்றார் அம்மான். அவர் எதைச் சொன்னாலும் கணக்கை எண்கள் பிசகாமல் துல்லியமாகச் சொன்னார்.

ஒரு தடவை அம்மான், தலைவரைச் சந்திப்பதற்காக அவரது மறைவிடத்திற்குச் சென்றிருக்கிறார். அங்கிருந்த பாதுகாப்பு வீரன் அம்மானின் இயக்க அடையாள அட்டையைக் கேட்டிருக்கிறான். அன்று துரதிருஷ்டவசமாக அம்மான் தனது அடையாள அட்டையை மறந்துவிட்டுச் சென்றிருக்கிறார். எவ்வளவு சொல்லியும் அந்தப் பாதுகாப்பு வீரன் அம்மானை உள்ளேவிட மறுத்துத் திருப்பி

அனுப்பிவிட்டான். அவ்வாறு அம்மானைத் திருப்பி அனுப்பிய பாதுகாப்பு வீரனின் பெயர் தமிழ்மன்னன். அவன் அம்மானின் ஒரே மகன்.

அவரது புலனாய்வுப் பணியில் ஒரேயொரு தடவை தவறு நிகழ்ந்ததாகவும் அந்தத் தவறு பெரிய தவறாகிப் போனதென்றும் அம்மான் சொன்னார். புலிகளின் கட்டுப்பாட்டுப் பகுதிக்குள் பரந்தன் வெற்றிலை வியாபாரி ஒருவனின் மனைவி நுழைந்திருக்கிறாள். அவள் அங்கே நகைகள் அடவு பிடிப்பதுபோலவும் வட்டிக்குப் பணம் கொடுப்பது போலவும் நடித்து மக்களுடன் கலந்து உறவாடி 2425 பொதுமக்களையும் 3 பெண் போராளிகளையும் அழைத்துக்கொண்டு இராணுவத்தின் கட்டுப்பாட்டுப் பகுதிக்குள் சென்றுவிட்டாளாம். அன்றிலிருந்துதான் சனங்கள் பகுதி பகுதியாகப் புலிகளின் கட்டுப்பாட்டுப் பகுதியிலிருந்து இராணுவத்தின் கட்டுப்பாட்டுப் பகுதிகளிற்குள் தப்பிச் சென்றார்களாம்.

தன்னுடைய பிடியிலிருந்து தப்பிச் சென்ற ஒரேயொருத்தி பரந்தன் வெற்றிலை வியாபாரியின் மனைவியே என்ற அம்மான் பற்களைக் கடித்துக்கொண்டு விழிகளை மேலே செருகித் தலையை ஆட்டிக்கொண்டார்.

எல்லாப் புலிகளைப் போலவும் துரோகிகளைக் குறித்து அம்மானும் ஆவேசத்துடன்தான் பேசுவார். எங்களுடைய போராட்டத்தை அழித்தது துரோகிகள் தான் என்றார். களையெடுக்க எடுக்க எங்களது மண்ணில் துரோகிகள் புற்களைப் போல முளைத்துக்கொண்டேயிருந்தார்கள் என்றார். அம்மான் புலிகளின் துணுக்காய் சிறைச்சாலைக்குப் பொறுப்பாயிருந்தபோது ஒரு நாளைக்குக் குறைந்தது 43 கைதிகளை விசாரணை செய்வாராம். அவர்களை அடித்து அடித்துத் தனது கைகள் மரத்துப் போயிருந்தன என்று சொல்லிவிட்டு அம்மான் தனது கைகளை ஒன்றோடொன்று தேய்த்துக்கொண்டார்.

புலிகள் இயக்கத்தைச் சேர்ந்தவர்கள் பாலியல் வல்லுறவுச் சம்பவங்களில் ஈடுபட்டதாவும் சொல்கிறார்களே என நான் கேட்ட போது, "இரண்டொரு சம்பவங்கள் அப்படி நிகழ்ந்தனதான், ஆனால் விசாரணை இல்லாமலேயே அவர்களைக் கொல்லச் சொல்லி பொட்டம்மான் எங்களுக்கு அனுமதி கொடுத்திருந்தார். எனது கையாலேயே இரண்டு குற்றவாளிகளைத் துண்டு துண்டாக வெட்டிப்

புதைத்திருக்கிறேன். நான் முதலில் அவர்களது ஆணுறுப்பைத்தான் வெட்டினேன்'' என்றார் அம்மான்.

"யுத்தத்தின் கடைசி நாட்களில் நீங்கள் எங்கிருந்தீர்கள்?'' எனக் கேட்டேன்.

"மே பதினைந்தாம் தேதியே இயக்கத்தைக் கலைக்கத் தலைமை உத்தரவிட்டது. இயக்கத்திடம் ரொக்கமாயிருந்த 169 கோடியே 8 இலட்சத்து 12 ஆயிரத்து 250 ரூபாய்கள் எரிக்கப்பட்டன. 613 கிலோ 540 கிராம் தங்கம் புதைக்கப்பட்டது. ஆயுதங்களையும் சயனைட் குப்பிகளையும் இலக்கத் தகடுகளையும் புதைத்துவிட்டு சரணடையுமாறோ, வாய்ப்பிருந்தால் தப்பிச் செல்லுமாறோ உத்தரவிடப்பட்டது. நான் சரணடையத் தயாரில்லை. தப்பிச் செல்லவும் வழியிருக்கவில்லை. எனது இரண்டு பிஸ்டல்களையும் குப்பியையும் மண்ணில் புதைத்து விட்டு இலக்கத் தகடைக் கடலுக்குள் வீசி எறிந்தேன். அலை திரும்பவும் அந்தத் தகடை எனது கால்களின் அருகே கொண்டு வந்தது. ஆத்திரத்துடன் அலையை நான் கால்களால் எற்றியபோது என்ன மாயமோ அலை அப்படியே உடைந்து போய் அடங்கிற்று. இலக்கத் தகடு மண்ணில் கிடந்தது. நான் அதை அங்கேயே விட்டுவிட்டுச் சென்றேன்.''

"தலைவரும் சரணடைந்ததாகச் சொல்கிறார்களே'' எனக் கேட்டேன்.

அம்மானின் வாயிலிருந்து கெட்ட வார்த்தைகள் அள்ளு கொள்ளையாக வெளிவந்தன. 'அம்மா உள்ளே இருக்கிறார்' எனச் சைகை காட்டினேன். அம்மான் உதடுகளை இறுக்கிக்கொண்டார்.

"தலைவரும் இன்னும் சில முக்கியமான ஆட்களும் 'ஒக்ஸிஜன் சிலிண்டர்'களுடன் நந்திக்கடலைக் கடக்க மறைவிடத்தில் இரவுக்காகக் காத்திருந்தார்கள். இரவுக்கு முன்னேயே இராணுவத்தினர் அவர்களைச் சுற்றிவளைத்துக்கொண்டனர். தலைவரின் கைத்துப்பாக்கி மிகச் சக்தி வாய்ந்தது. அவரது வாய்க்குள் பாய்ந்த குண்டு தலையால் வெளியேறிய இடம் கோடாரியால் பிளக்கப்பட்ட இடம்போல இருந்தது. அந்தக் காயத்தின் நீளம் 16 சென்ரி மீற்றர்கள். அன்று மட்டும் இரவு சற்று முன்னே வந்திருந்தால் சூரியன் கடலில் மறைந்திருக்கும்.'' அம்மானின் கை விரல்கள் நடுங்குவதை நான் பார்த்தேன்.

எனக்கு அப்போது போதை சற்று ஏறியிருந்தது. "நீங்கள் ஏன் குப்பி கடிக்கவில்லை" என்று கேட்டேன்.

அம்மான் வழமைபோலவே ஒரே மூச்சில் கோப்பையை உறிஞ்சிவிட்டு உதடுகளைச் சுழித்துக்கொண்டார். பிறகு "ஒரு இலட்சியத்திற்காகச் சாவது வேறு, அந்த இலட்சியமே செத்துவிட்டதற்குப் பிறகு நான் எதற்காக என்னை மாய்த்துக்கொள்ள வேண்டும்" என்றார். நான் அம்மானின் கையை ஆதுரத்துடன் பற்றிக்கொண்டேன்.

அம்மானும் அவரது மனைவியும் 18ம் தேதிவரை பதுங்கு குழிக்குள்ளேயே இருந்திருக்கிறார்கள். அவர்களைச் சூழவர நெருப்புப் பரவிக்கொண்டிருந்தது. முன்னேறி வந்த இராணுவத்தினர் கண்ணில் பட்டவற்றையெல்லாம் கொளுத்தியபடியே வந்திருக்கிறார்கள். கடைசியில், அம்மானும் மனைவியும் ஒளிந்திருந்த பதுங்குகுழியை இராணுவத்தினர் கண்டுபிடித்தார்கள்.

மக்களோடு மக்களாக அம்மானும் மனைவியும் இராணுவச் சோதனைச் சாவடியில் நின்றிருந்தபோது சுத்தத் தமிழில் அறிவிப்புக் கேட்டது. அம்மான் தலையை நிமிர்ந்து பார்த்தபோது தடிகளால் அமைக்கப்பட்டிருந்த பாதுகாப்புக் கோபுரத்தில் அந்த ஒலிபெருக்கி கட்டப்பட்டிருந்தது. அம்மானுக்கு நன்கு தெரிந்த போராளிகள் மூவர் அந்தக் கோபுரத்தில் நின்றிருந்தார்கள். இயக்கத்தில் இருந்தவர்களை வலதுபுறமாகவும் மற்றவர்களை இடதுபுறமாகவும் வரிசையில் நிற்குமாறு ஒருவன் ஒலிபெருக்கியில் சொல்லிக்கொண்டிருந்தான்.

இடதுபுற வரிசையில் நின்றிருந்த அம்மான் வலதுபுற வரிசையைப் பார்த்தார். அங்கே பதினைந்து வயதுக்கும் குறைந்த மூன்று சிறுவர்களும் தலைமுடி குட்டையாக வெட்டப்பட்டிருந்த இரண்டு பெண்களும் மட்டுமே நின்றிருந்தார்கள். அம்மான் வலதுபுற வரிசைக்குச் செல்லக் காலெடுத்து வைக்கையில் அம்மானின் மனைவி இரகசியமாக அம்மானின் கையைப் பிடித்து நிறுத்தினார். அம்மான் இடதுபுற வரிசையிலேயே நின்றுகொண்டார். அந்த வரிசை நகரத் தொடங்கியபோது பாதுகாப்புக் கோபுரத்தில் நின்றவன் அம்மானைப் பார்த்துக் கையைக் காட்டினான். "அம்மான் நான் சொல்வது உங்களுக்கு விளங்கவில்லையா? வலதுபுற வரிசைக்குச் சென்று நில்லுங்கள்!"

அம்மான் அதைக் கேட்காதது போல பாவனை செய்தார். இப்போது அம்மானை வலதுபுற வரிசைக்குச் செல்லுமாறு

ஒலிபெருக்கி அலறிற்று. அம்மான் வலதுபுற வரிசைக்கு நகர்ந்தார். ஒலிபெருக்கியில் அறிவுப்புச் செய்துகொண்டிருந்த போராளிகள் கருணாவின் ஆட்கள் என்று என்னிடம் அம்மான் சொன்னார்.

ஒரு பாடசாலைக் கட்டடத் தொகுதி தடுப்பு முகாம் ஆக்கப்பட்டிருந்தது. வதைகளும் ஓலங்களும் அங்கே நிகழ்ந்து கொண்டிருந்தன. அம்மானை யாரும் அதுவரை விசாரிக்கவில்லை. இரவானதும் பின்புறமாகக் கைகள் கட்டப்பட்ட நிலையிலேயே அம்மான் உறங்கிப்போனார்.

நள்ளிரவில் அவர் தட்டி எழுப்பப்பட்டார். அவரது கையைக் கட்டியிருந்த கயிறு அவிழ்க்கப்பட்டது. அந்தக் கட்டடத் தொகுதிக்குப் பின்பக்கமிருந்த கிணற்றை நோக்கி அம்மான் அழைத்துச் செல்லப்பட்டார். அந்தக் கிணற்றில் தண்ணீர் அள்ளி முகத்தைக் கழுவிக்கொண்டிருந்த மனிதரைப் பார்த்ததும் அம்மான் அதிர்ந்து போய்விட்டார். அந்தச் சூழ்நிலையில், அந்த நேரத்தில் அங்கே கருணாவைத் தான் எதிர்பார்த்திருக்கவில்லை என்றார் அம்மான்.

கருணா நிதானமாக அம்மானைப் பார்த்து "அண்ணன் இப்போது என்ன செய்யப் போகிறீர்கள்? என்னுடன் நிற்கப் போகிறீர்களா அல்லது வேறெங்கேயும் போகப் போகிறீர்களா" என்று கேட்டிருக்கிறார். "இல்லை, இனி எனக்கு இந்த நாட்டில் இருக்க விருப்பமில்லை தம்பி" என்றிருக்கிறார் அம்மான். உடனடியாகவே கருணா தொலைபேசியில் பேசி அம்மானின் மனைவியிருக்கும் இடத்தைக் கண்டுபிடித்திருக்கிறார். அடுத்தநாள் இரவே அம்மானும் அவரது மனைவியும் கருணாவின் ஏற்பாட்டால் பத்திரமாக வவுனியாவைத் தாண்டிச் சென்றுவிட்டார்களாம்.

அன்று இரவு நான் பிரான்ஸ் திரும்பவிருந்தேன். காலையிலேயே அம்மான் வீட்டுக்கு வந்துவிட்டார். அவரது மனைவி எனக்குக் கொடுத்துவிட்டதாக 'பருத்தித்துறை வடைகள்' அடங்கிய ஒரு பொதியை என்னிடம் கொடுத்துவிட்டு "இது ஆறுமாதமானாலும் கெட்டுப் போகாது" என்றார்.

அன்றும் பதினொரு மணிக்கே வெயில் உச்சியில் நின்றது. மதுபான விடுதிக்குள் அமர்ந்திருக்கும்போது "இன்று அதிகம் குடிக்காதீர்கள் தம்பி, இரவு பயணமல்லவா" என்றார் அம்மான். எனினும் நாங்கள் அன்று எப்போதையும் விட அதிகமாகவே குடித்தோம்.

நான் ஒரு பணக்கட்டை எடுத்து அம்மானின் கையில் வைத்தேன். நான் எவ்வளவு கேட்டுக்கொண்டும் அந்தப் பணத்தை வாங்க அம்மான் மறுத்துவிட்டார். நான் திரும்பவும் பணக்கட்டை எனது காற்சட்டைப் பைக்குள் செருகும் போது எனது மூளையின் மடிப்பொன்று சடுதியில் விரிந்திருக்க வேண்டும்.

"அம்மான்! ஒரு விசயம் கேட்க வேண்டும்" என்றேன். அம்மான் அப்போது தனது கோப்பையை ஒரே மூச்சில் உறிஞ்சிக் கொண்டிருந்தார். வெற்றுக் கோப்பையை மேசையில் 'டக்'கென ஓசையெழ வைத்துவிட்டு என்னைப் பார்த்தார்.

"நீங்கள் எப்போதாவது தோழர் பாவெல் என்ற பெயரைக் கேள்விப்பட்டிருக்கிறீர்களா?"

அம்மான் தனது கண்களை மூடிக்கொண்டார். அவரது உதடுகள் மடிந்து விரிந்தன. பின்பு கண்களை மெதுவாகத் திறந்தார். எனது முகத்தையே உற்று நோக்கினார். அவரது கண்மணிகள் குத்திட்டு நின்றன.

"ஆம், பாவெல் விலாசவ்... அவனுக்குக் கடைசியில் தேசாந்திர சிட்சை கிடைத்தது".

நான் மெதுவாக "அந்தப் பெயரில் ஒருவர் 2005 - சமாதான காலத்தில் புலிகளால் கைது செய்யப்பட்டிருக்கிறார்" என்றேன்.

அம்மான் மறுபடியும் கண்களை மூடிக்கொண்டார். கண்களைத் திறக்காமலேயே "ஒருவரல்ல, இருவர் கைது செய்யப்பட்டார்கள். ஒருவனது பெயர் பாவெல், அடுத்தவன் புஷ்பாகரன். அவர்களை நான்தான் கைது செய்தேன். அவர்களிடமிருந்து தமிழிலும் சிங்களத்திலும் அச்சிடப்பட்டிருந்த துண்டுப் பிரசுரங்களைக் கைப்பற்றினோம். அந்தப் பிரசுரங்கள் சமாதானத்திற்கு எதிரானவையாகயிருந்தன."

எனக்கு உடனடியாகவே போதை தெளிந்துவிட்டது. "அவர்களை என்ன செய்தீர்கள்?" என்று கேட்டேன்.

அம்மான் கண்களைத் திறந்தார். "இருவரையும் வட்டுவாகல் சிறைக்குக் கொண்டு சென்றோம். பாவெல் என்பவன் நெஞ்சழுத்தக்காரனாயும் திமிர் பிடித்தவனாயும் இருந்தான். அவன் பேசவே மறுத்தான். எனது பொடியன்கள் அடித்த அடியில் அவனது மண்டை பிளந்துவிட்டது. வேதனையில் துடித்துக்கொண்டிருந்தான்.

நான் அவனைச் சுட்டுவிடுமாறு பொடியன்களுக்கு உத்தரவிட்டேன். அவனைக் கைது செய்த அன்றே அவன் கொல்லப்பட்டான்.

அடுத்தவன், அவனின் பெயர் புஷ்பாகரன் என்று சொன்னேனே... பாவெலுக்கு விழுந்த அடியைப் பார்த்தவுடனேயே புஷ்பாகரன் எல்லா உண்மைகளையும் கக்கிவிட்டான். அவர்களுக்குச் சில சிங்கள ட்ரொட்ஸ்கியவாதிகளுடன் தொடர்பிருந்திருக்கிறது. புஷ்பாகரனை 'பங்கருக்குள்' போட்டுவிட்டோம். ஒரு ஆள் நிற்பதற்கு மட்டுமே தோதாக அந்தக் குழி வெட்டப்பட்டிருக்கும். அவனை விசாரணைக்காக வெளியே தூக்கி அடிக்கும்போது அவன் பெருங்குரலெடுத்து அலறுவான். அதற்காக நான் அவனுக்குப் புதியதொரு தண்டனையை வழங்கினேன். நாங்கள் அவனை அடிக்கும் போது அவன் "புலிகளின் தாகம் தமிழீழத் தாயகம்" என்று மட்டுமே அலற வேண்டும். வேறு மாதிரியாக அலறினால் அவனின் முதுகில் நாங்கள் இரும்புக் கம்பியால் சூடு போடுவோம். எனவே அவன் அடி வாங்கும்போதெல்லாம் "புலிகளின் தாகம் தமிழீழத் தாயகம்" என உரக்கக் கத்துவான். நீண்ட நாட்கள் அவன் அந்தக் குழிக்குள் நிர்வாணமாக நின்றான். எறும்புகளும் கறையான்களும் அவனில் புற்றெடுத்தன. அவனை வெளியே எடுத்தபோது அவன் அரைப் பைத்தியமாக இருந்தான். கடைசிவரை அவன் வட்டுவாகல் சிறையில்தானிருந்தான். கடைசிச் சண்டையின் போது மணலால் அரண்கள் அமைக்கும் வேலைக்குக் கைதிகளை அழைத்துப்போனோம். வேலை நடந்துகொண்டிருக்கும் போதே விமானக் குண்டுவீச்சு நிகழ்ந்து 16 போராளிகளும் 47 கைதிகளும் அங்கேயே இறந்து போனார்கள். அந்தக் குழப்பத்தைப் பயன்படுத்தி இரண்டு சிங்களக் கைதிகளும் புஷ்பாகரனும் இராணுவக் கட்டுப்பாட்டுப் பகுதிக்குள் தப்பியோடிவிட்டார்கள்".

சொல்லி முடித்ததும் அம்மான் தனது வெறுமையான கோப்பையைக் காட்டி தனக்கு இன்னும் மது வேண்டுமென்று கேட்டார்.

நான் எதுவும் பேசாமல் அம்மானையே பார்த்துக்கொண்டிருந்தேன். எனது கைகள் பியர் போத்தலைப் பற்றியிருந்தன. அம்மானும் என்னையே பார்த்துக்கொண்டிருந்தார். அவரது விழிகள் இப்போது கெஞ்சிக்கொண்டிருந்தன.

அங்கே நிலவிய மவுனம் வழக்கத்திற்கு மாறானது, விநோதமானது, அடையாளம் தெரியாதது.

கண்டி வீரன் | 143

நான் ஏதோவொரு வகையில் அந்த மவுனத்தை உடைத்தேன். "அம்மான் நீங்கள் உங்களது இயக்க வாழ்க்கை முழுவதும் தமிழர்களை மட்டுமே கொன்றிருக்கிறீர்கள்."

அம்மான் விசும்பும் சத்தம் கேட்டது. அவரது நாவு குழறியது. "1985ல் அநுராதபுர நகரத்துக்குள் புகுந்து 138 சனங்களை நாங்கள் கொன்றோம். ஒரு நிறைமாதக் கர்ப்பிணியின் வயிற்றில் நான் நீண்ட வாளால் குத்தினேன். அதனால்தான் எனக்குப் பிள்ளையே பிறக்கவில்லை..." அம்மான் எனது கைகளை இறுகப் பிடித்துக்கொண்டார். எனது கைகளில் சில கண்ணீர் சொட்டுகள் விழுந்தன.

நான் அம்மானிடமிருந்து கைகளை விடுவித்துக்கொண்டு அவரை உற்றுப் பார்த்தேன். அவரது மகன் தமிழ்மன்னன் ஆனந்தபுரம் போரில் இறந்துவிட்டான் என்றவர், இப்போது தனக்குப் பிள்ளையே பிறக்கவில்லை எனக் கண்ணீர் விட்டுக்கொண்டிருக்கிறார். ஏனோ அப்போது எனக்கு அம்மானிடம் பேரச்சம் உண்டாகியது. அம்மான், ஏதோவொரு நாடகத்தில் திட்டமிட்டு என்னைச் சிக்க வைத்துக்கொண்டிருக்கிறார் எனத் தோன்றியது. எனது அப்பாவின் சாவு கொலையாக இருக்கலாமோ என்றுகூடச் சந்தேகப்பட்டேன். நான் எதுவும் பேசாமல் எழுந்திருந்தேன்.

அம்மானும் தடுமாற்றத்துடன் எழுந்தார். அவரது கண்கள் கெஞ்சிக்கொண்டேயிருந்தன. அப்போது அவரது கைபேசி ஒலித்தது. வலது கையால் எனது கையைப் பிடித்தபடியே இடது கையால் அவர் கைபேசியை எடுத்தார். அவரது மனைவிதான் அழைத்திருக்க வேண்டும். தொலைபேசிப் பேச்சின் இடையில் "தம்பி எனக்குப் பணம் கொடுத்தார், நான் வாங்கவில்லை" என்று அம்மான் சொன்னார். பணத்தை அவர் வாங்காததால் அவரது மனைவி கவலைப்படுகிறார் என்பது அம்மானின் பேச்சில் தெரிந்தது. "தம்பி, உங்களோடு என் மனைவி பேச வேண்டுமாம்" என்று சொல்லிவிட்டு, கைபேசியைத் தனது சட்டையில் அழுந்தத் துடைத்து என்னிடம் கொடுத்தார். என்ன பேசுவதென்று எனக்குத் தெரியவில்லை. தயக்கத்துடன் "வணக்கம் அக்கா" என்றேன்.

மறுமுனையில் ஒரு கணத் தயக்கத்திற்குப் பிறகு சன்னமான குரல் ஒலித்தது. அம்மானின் மனைவி என்னுடன் வெறும் ஆறு சொற்களை மட்டுமே பேசினார். திடீரென என்னுடைய உள்ளுணர்வு உந்தித்தள்ள "அக்காவுடைய பெயர் என்ன?" என்று

கேட்டேன். அவரிடமிருந்து ஏழாவது சொல்லாக அவரது 'பெயர்' எனக்குக் கிடைத்தது. அவர் தொடர்பைத் துண்டித்தார்.

அம்மானின் கையை இழுத்து மறுபடியும் உட்கார வைத்துவிட்டு, பரிசாரகனை அழைத்து மது கொண்டுவரச் சொன்னேன். அம்மானின் கைபேசியை அவருக்கும் எனக்கும் நடுவாக மேசையில் வைத்தேன். அம்மான் ஒரே மூச்சில் மதுவை உறிஞ்சிக்கொண்டிருக்கையில், எனது கைபேசியிலிருந்து தோழர் சவரியானுக்கு குறுஞ்செய்தி ஒன்றை நான் அனுப்பினேன்:

<<நான் காணமற்போனவருடன் மது அருந்திக் கொண்டிருக்கிறேன்>>

(ஜூலை 2013)

லைலா

இந்தக் கதையைப் படித்துக்கொண்டிருக்கும் போது எந்த இடத்திலாவது நீங்கள் ஒரு புன்னகையைச் செய்தால் இந்தக் கதைசொல்லியின் ஆன்மா வக்கிரத்தால் நிறைந்துள்ளதாக அர்த்தம். அல்லது புன்னகை செய்த உங்களது ஆன்மா அவ்வாறு சிதைந்து போயிருக்கலாம். ஒருவேளை நம்மிருவரது ஆன்மாக்களுமே வக்கரித்துப் போயிருக்கவும் கூடும்.

பிரான்ஸின் தற்போதைய அதிபர் நிக்கோலா சார்க்கோஸி நான்கு வருடங்களிற்கு முன்பு தனது தேர்தல் பிரச்சார உரையின்போது பாரிஸின் புறநகர்ப் பகுதியான 'ஸெயின் துறுவா மூலி'ன் பெயரைக் குறிப்பிட்டு, தான் பதவிக்கு வந்தால் அந்தப் பகுதியைச் சுத்திகரிக்கப் போவதாகச் சொன்னார். அந்தப் பகுதியில்தான் நான் கடந்த பத்து வருடங்களாக இருக்கிறேன்.

உண்மையிலேயே இந்தப் புறநகர்ப் பகுதி ஓங்கிய சிறு மரக்காடுகளையும் பரந்த புல்வெளிகளையும் குறுக்கறுத்து ஓடும் ஸெயின் நதியையும் கொண்ட அழகிய நிலப்பகுதி. பிரான்ஸில் ஆபிரிக்கர்களும் அரபுக்களும் சிந்தி ரோமா நாடோடிகளும் ஆசிய நாட்டவர்களும் செறிந்து வாழும் பகுதியும் இதுதான். ஜனாதிபதி நிக்கோலா சார்க்கோஸி சூழலியலில் பெரும் அக்கறைகொண்டவர் எனப் பத்திரிகைகள் எழுதியுமுள்ளன. அவர் அந்த மரக் காடுகளையும் புல்வெளிகளையும் ஸெயின் நதியையும் எங்களிடமிருந்து காப்பாற்ற நினைத்திருக்க வேண்டும். எதிர்பார்த்தது போலவே அந்தத் தேர்தலில் நிக்கோலா சார்க்கோஸி வெற்றியும் பெற்றார். ஆனால் அவர் நினைத்திருந்ததுபோல எல்லாம் சுத்திகரிப்பை எங்கள் பகுதியில் நடத்திவிட முடியாது.

நிக்கோலா சார்க்கோஸி என்ன, அந்த மாவீரன் நெப்போலியனே மறுபடியும் உயிர்பெற்று வந்தால் கூட எங்களது பகுதியில் மயிரைப் பிடுங்க முடியாது. இந்தப் பகுதியில் எவரும் பிரஞ்சு அரசாங்கத்தின்

சட்டங்களை ஏற்றுக்கொள்வதில்லை. இங்கே எங்களுக்கான அறங்களையும் சட்டங்களையும் விதிகளையும் தண்டனைகளையும் நாங்களே எங்களுக்காக விதித்து வைத்துள்ளோம்.

பாரிஸ் நகரத்தில் வாழும் எனது நண்பர்கள் "நீ எப்பிடி அந்த ஏரியாவில சகிச்சுக்கொண்டு இருக்கிறாய்" என என்னைக் கேட்கும்போது நான் அவர்களிடம் திருப்பி "நீங்கள் எப்பிடித்தான் பாரிஸில சகிச்சுக்கொண்டு இருக்கிறீங்களோ" எனக் கேட்பேன். எனது பகுதியில் வாழ்ந்தவர்களால் ஒருநாள் கூட பிரான்ஸின் வேறு பகுதிகளில் வாழ முடியாது. எங்களது பகுதியில் வந்து குடியேறியவர்கள் இறந்தால் அல்லது பொலிஸாரால் நாடு கடத்தப்பட்டால் தவிர இந்தப் பகுதியிலிருந்து வேறு இடங்களுக்குச் செல்வதில்லை.

பதின்மூன்று மாடிகளைக் கொண்ட தொடர்மாடிக் குடியிருப்பு ஒன்றின் பத்தாவது தளத்தில் எனது வீடு இருந்தது. ஒரு மிகச் சிறிய வரவேற்பறையையும் ஒரு சிறிய படுக்கை அறையையும் கொண்டது எனது வீடு. அந்த தொடர்மாடிக் குடியிருப்பில் இருந்த எல்லா வீடுகளுமே அவ்வகையானவைதான். எனது மாதச் சம்பளத்தில் சரிபாதி வாடகைக்குப் போயிற்று. பாரிஸ் நகரத்தில் இதேபோன்ற ஒரு வீட்டில் வாடகைக்கு இருப்பதென்றால் முழுச் சம்பளத்தையுமே வாடகைக்காகத் தாரைவார்க்க வேண்டியிருக்கும்.

வேலைக்குச் செல்லாத நாட்களிலும் மாலை நேரங்களிலும் அநேகமாக நான் எங்களது தொடர்மாடிக் குடியிருப்பின் கீழ்த் தளத்திலிருக்கும் வாசற்படிக்கட்டில் குந்தியிருப்பேன். என்னோடு அந்தக் குடியிருப்பில் இருக்கும் இளைஞர்களும் குந்தியிருப்பார்கள். பலதும் பத்தும் பேசுவோம். எங்களிடையே அடிக்கடி கைகலப்பும் வரும். எல்லாமே ஒருநாள் கோபம்தான். அடுத்தநாள் கைகொடுத்துச் சமாதானமாகிவிடுவோம். இரவு நேரங்களில் அந்தப் படிகளில் உட்கார்ந்திருந்து பேசியவாறே குடிப்போம். எங்கள் குடியிருப்புக்குத் தனியாகக் காவலாளி தேவையில்லை. எந்த நேரமானாலும் யாராவது சிலர் வாசற்படிகளில் உட்கார்ந்திருப்போம். சிலர் அங்கேயே உட்கார்ந்தவாறே தூங்கிவிடுவார்கள்.

எங்களை மிகவும் இடைஞ்சல் செய்வது பொலிஸ்காரர்கள்தான். திடீரெனச் சுற்றிவளைத்துக் கைகளை உயர்த்துமாறு கட்டளையிட்டு எங்களைச் சுவரோடு நிறுத்தி வைத்துச் சோதனையிடுவார்கள். கத்தி, கஞ்சா, போலி விசா, திருட்டு செல்போன் என ஏதாவது அவர்களுக்குச்

சிக்கும். எங்கள் குடியிருப்பே திரண்டு நின்று பொலிஸ்காரர்களைத் திட்டும். ஒருமுறை பொலிஸ் வாகனத்துக்குத் தீ வைத்த கதையும் இங்கே நடந்தது. பிரான்ஸில் பொலிஸ்காரர்களுக்குக் காதலிகள் கிடைப்பதில்லை எனச் சொல்வார்கள். அத்தகைய ஒரு வெறுப்பு இங்கே பொலிஸ்காரர்கள்மீது மக்களுக்கு உண்டு. எங்கள் பகுதியில் பொலிசாருக்குக் காதலி அல்ல, தவித்த வாய்க்குக் குடிக்க ஒரு மிடறு தண்ணீர் கூட யாரும் கொடுக்கமாட்டோம்.

ஜனாதிபதி நிக்கோலா சாக்கோஸி எங்களது குடியிருப்புப் பகுதியைச் சுத்திகரிக்கப் போவதாகச் சொன்ன சில நாட்களில் எங்களது தொடர்மாடிக் கட்டடத்திற்கு அய்ம்பது வயதுகள் மதிக்கத்தக்க ஒரு தமிழ்ப் பெண்மணி வந்து சேர்ந்தார். முன்பு எங்களது தொடர்மாடிக் கட்டடத்தில் சில தமிழ்க் குடும்பங்கள் இருந்தன. பிள்ளைகள், குட்டிகள் பெருக அவர்கள் இங்கேயே அயலில் வேறு வீடுகளுக்குப் போய்விட்டார்கள். அதன் பின்பு இந்தப் பெண்மணி அங்கே வரும்வரை நான் ஒரேயொரு தமிழன்தான் அங்கிருந்தேன். அந்தப் பெண்மணி நானிருந்த பத்தாவது தளத்திலேயே ஏழாம் இலக்கத்தில் குடியேறினார். எனது கதவு இலக்கம் அய்ந்து.

அந்தப் பெண்மணியைப் பார்த்தவுடனேயே அவர் பாண்டிச்சேரித் தமிழா, அல்லது சிங்களப் பெண்மணியா என்ற சந்தேகங்கள் ஏதும் எனக்கு வரவில்லை. பொதுவாக அய்ரோப்பாவில் வாழும் அய்ம்பது வயது மதிக்கத்தக்க ஒரு ஈழப் பெண்மணி எப்படியிருப்பாரோ, எவ்வாறு ஆடையணிவாரோ, எப்படித் தலை முடியைப் பின்னால் கூட்டிக் கட்டியிருப்பாரோ அப்படியே அவர் இருந்தார். ஆனால் அவர் தனியாக அங்கே குடிவந்ததும், கையில் ஒரு நாயைப் பிடித்தபடி வெள்ளைக்காரி மாதிரி வெளியே உலாவச் செல்வதும்தான் என்னைக் கொஞ்சம் குழப்பியது. அந்த அழகிய நாய் இரண்டு உள்ளங்கைகளுக்குள்ளும் அடங்கி விடுமளவிற்கு மிகச் சிறியதான ஓர் இனத்தைச் சேர்ந்தது. அந்த வெண்ணிற நாயின் உடல் சடைத்த முடிகளால் மூடப்பட்டிருந்தது. நாயின் காலெங்கே, வாலெங்கே எனக் கண்டுபிடிப்பதே சிரமம். நாயின் கண்கள் மட்டும்தான் வெளியே தெரிந்தன. அந்தக் கண்கள் எப்போதும் ஒளிர்ந்தவாறேயிருந்தன. மூக்குக் கண்ணாடியில் வரைந்து ஒட்டப்பட்ட கண்களைப்போல அந்தப் பெண்மணியின் கண்கள் மரத்திருந்தன. அந்தப் பெண்மணியின் கண்களில் ஒருபோதும் உணர்ச்சிகளை நான் பார்த்ததே கிடையாது.

நாங்கள் கட்டடத்தின் வாசற்படியில் உட்கார்ந்திருக்கும்போது அந்தப் பெண்மணியை எதிர்கொள்வதுண்டு. அவர் நாயுடன் எங்களைத் தாண்டிச் செல்லும் போது நாங்கள் "Bonjour Madame" என வணக்கம் தெரிவிப்போம். அவரும் பதில் வணக்கம் சொல்லிவிட்டுப் போவார். சில தடவைகள் "எப்படி நலமாயிருக்கிறீர்களா" என ஒன்றிரண்டு வார்த்தைகள் எங்களிடம் பேசுவார். அந்த ஒன்றிரண்டு வார்த்தைகளிலேயே அவர் பிரஞ்சு மொழியைப் பிரஞ்சுக்காரர்கள் மாதிரியே உச்சரித்துப் பேசக் கூடியவர் எனத் தெரிந்தது. கீழ்த்தளத்தில் நாங்கள் அமர்ந்திருக்கும் படிகளின் அருகிலேயே தபாற் பெட்டிகள் பொருத்தப்பட்டிருந்தன. ஒருநாள் அந்தப் பெண்மணி தனது தபாற் பெட்டியைத் திறந்து கடிதங்களை எடுப்பதைப் பார்த்துக்கொண்டிருந்த நான் அவர் சென்றதும் அந்தப் பெட்டியருகே சென்று அதில் எழுதப்பட்டிருந்த பெயரைப் படித்துப் பார்த்தேன். அதில் ராஜரத்தினம் இலங்கை நாயகி - எனப் பெயர் எழுதப்பட்டிருந்தது.

இலங்கை நாயகி அங்கு வந்து ஒருமாதம் கழிந்ததன் பின்னாகத்தான் எனக்கு அவரோடு பேச வாய்ப்புக் கிடைத்தது. நாங்கள் இருவரும் கீழ்த்தளத்தில் லிப்டுக்காகக் காத்திருந்தபோது நான் அவரைப் பார்த்துப் புன்னகைத்தேன். அவர் என்னைப் பார்த்து மெதுவாகத் தலையசைத்தார். லிப்டுக்குள் ஏறியதும் நான் அவரின் கையிலிருந்த அந்த நாயைக் காட்டி "நல்ல வடிவான நாய்... என்ன பேர்?" என்று கேட்டேன். இலங்கை நாயகி ஒரு புன்னகையுடன் "லைலா" எனச் சொல்லிவிட்டுத் தனது கையிலிருந்த அந்த நாயைத் தடவிக் கொடுத்தார்.

நாய்க்கு யாராவது லைலா எனப் பெயர் வைப்பார்களா? எனக்குத்தான் அவர் சொன்னது சரியாகக் காதில் கேட்கவில்லை என்று நினைத்துக்கொண்டேன். நாய்க்கு லைக்கா எனப் பெயர் வைப்பவர்களுண்டு. முதன் முதலில் ரஷ்ய விஞ்ஞானிகள் விண்வெளிக்கு அனுப்பிய நாய்க்கு லைக்கா என்று பெயர். எனவே நான் இலங்கை நாயகியிடம் மறுபடியும் "லைக்காவா" என்று கேட்டேன். அவர் வாயை அகலத்திறந்து "லைலா" என அழுத்தமாக உச்சரித்துவிட்டு நாயை எனக்கு முன்னே ஒரு குழந்தையைத் தருவதுபோல நீட்டினார். நான் நாயைத் தடவிக்கொடுத்தேன்.

இருவரும் பத்தாவது தளத்தில் இறங்கினோம். நான் இலங்கை நாயகியிடம் "அக்கா, நாட்டிலயிருந்து வெளிக்கிட்டு கனகாலமோ" என்று கேட்டேன்.

இலங்கை நாயகி என் முகத்தைப் பார்த்தவாறே "ஓம் தம்பி, எண்பதாம் ஆண்டு லண்டனுக்கு படிக்கவெண்டு போனது, எண்பத்தி மூண்டில அங்கயிருந்து திரும்பி இந்தியாவுக்கு போயிற்றன். பிறகு திரும்பியும் எண்பத்தாறில இஞ்ச வந்தனான்" என்றார்.

"லண்டனிலயிருந்து ஏன் திரும்பிப் போனீங்கள், படிப்பு முடிஞ்சுதா இல்லாட்டி லண்டன் பிடிக்கயில்லையோ?"

இலங்கை நாயகி நாயை இறக்கித் தரையில் விட்டுக்கொண்டே "நான் லண்டனிலயிருந்து இயக்கத்துக்குப் போனனான் தம்பி" என்று சொல்லிவிட்டுத் தனது கதவை நோக்கி நடக்கத் தொடங்கினார். நான் இவ்வாறான ஒரு பதிலை ஒருபோதும் எதிர்பார்த்திருக்கவில்லை. மெதுவாக நடந்து கதவைத் திறந்து எனது வீட்டுக்குள் நுழைந்தேன்.

என்ன இந்த மனுசி ஒரு ரைப்பாக் கதைக்கிறதே என்று யோசித்தேன். முன்பின் தெரியாத ஆளிடம் தான் இயக்கம் என்று சொல்வதென்றால் இலங்கை நாயகியின் பேச்சில் ஏதோ உள்நோக்கம் இருக்கக் கூடும் என நான் எச்சரிக்கையானேன். என்னை அவர் உளவு பார்க்கிறாரா? இன்னொரு புறத்திலே 'அந்த மனுசி இயல்பாகச் சொல்லியிருக்கவும் கூடும், அது உண்மையாகவுமிருக்கலாம், எதைப் பார்த்தாலும் தவறாகவே நோக்கிச் சந்தேகமும் அச்சமும் கொள்ளுமளவிற்கு உனக்குத்தான் மூளை வக்கிரமடைந்துவிட்டது' என்று என் மனம் குறுக்காலே சொல்லிற்று.

அடுத்தநாள் நான் வாசற்படியில் உட்கார்ந்திருந்தபோது தூரத்தே நாயுடன் இலங்கை நாயகி நடந்து வருவதைக் கண்டதும் நான் எழுந்து லிப்டுக்கு அருகாக வந்து நின்றுகொண்டேன். அவர் லிப்டின் அருகே வந்ததும் அவரைப் பார்த்துப் புன்னகைத்தேன். அவர் மெதுவாகத் தலையசைத்தார். லிப்டுக்குள் சென்று லிப்டின் கதவுகள் மூடிக்கொண்டதும் நான் இலங்கை நாயகியிடம் "அக்கா, நீங்கள் இயக்கத்துக்குப் போனதாச் சொன்னீங்கள்... எந்த இயக்கத்துக்குப் போனீங்கள்?" என்று கேட்டேன். அதைக் கேட்காவிட்டால் எனக்குத் தலை வெடித்திருக்கும். அவர் பதில் சொல்வதானால் சொல்லட்டும்.

இலங்கை நாயகி நெற்றியைச் சுருக்கி உதடுகளைக் கடித்து மேலே பார்த்தார். பின்பு "அது... புளொட்டோ என்னவோ ஒரு பேர் சொன்னாங்கள், நான் அங்க சமையலுக்கு நிண்டனான்" என்றார். லிப்டின் கதவுகள் திறந்ததும் அவர் என்னைத் திரும்பியும் பாராமல் தனது கதவை நோக்கிக் கால்களை அகல வைத்து

விறுவிறுவென நடந்தார். எனக்கு மறுபேச்சு என்ன பேசுவது என்றே தெரியவில்லை. ஏதாவது திருப்பிப் பேசக் கூடிய மாதிரியா இலங்கை நாயகி பேசுகிறார். அவர் வாயைத் திறந்தாலே அவரின் வாயிலிருந்து முளைத்து ஒரு பாம்பல்லவா என்னைத் தீண்டுகிறது.

எனக்குக் கடி விஷம் ஏறிப் போய்விட்டது. இலங்கை நாயகிக்கு கொஞ்சம் மூளைப் பிசகு என்பதைத் தவிர வேறெதுவும் எனக்குத் தோன்றவில்லை. ஒரு எதிர்பாராத நேரத்தில் லிப்டுக்குள் வைத்து இலங்கை நாயகி என்னைத் துப்பாக்கியால் சுட முயற்சிப்பது போல எனக்கு எண்ணங்கள் வர ஆரம்பித்தன. அவர் துப்பாக்கியை எங்கிருந்து உருவுவார், அப்போது லிப்டுக்குள் எனக்கும் அவருக்கும் எவ்வளவு இடைவெளியிருக்கும், நான் எப்படி அவரிடமிருந்து துப்பாக்கியைத் தட்டிப் பறிப்பது, பறித்தவுடன் அவரை நான் சுட வேண்டுமா, அவரைச் சுட்டால் மட்டும் போதுமா அல்லது அவரது நாயையும் சுட வேண்டுமா என்று என் மனதிற்குள் கேள்விகள் ஒன்றின் பின் ஒன்றாகத் தோன்றி என்னை அலைக்கழித்தன.

'உனக்கென்ன மனம் வக்கரித்துவிட்டதா, எதற்காக அந்த அழகிய நாய் லைலாவை நீ சுட வேண்டும்?' என என்னையே நான் கேட்டுக்கொண்டேன். ஜார் மன்னனை ட்ரொட்ஸ்கி சுடும்போது ஜாரின் நாயையும் சுட்டுக் கொன்றார் என்ற விஷயம் அந்த நேரத்தில் என் ஞாபகத்திற்கு வந்தது. அடுத்து வந்த நாட்களில் நான் இலங்கை நாயகியின் நடவடிக்கைகளைக் கண்காணிக்க ஆரம்பித்தேன்.

அதுவொன்றும் இலேசான காரியமாக இருக்கவில்லை. அவர் திடீரெனத் தனது வீட்டிலிருந்து நாயோடு வெளியே வருவார். எங்களது குடியிருப்பின் அயலில் நாயோடு உலாவுவார். கொஞ்ச நேரம் நாயோடு புல்வெளியின் ஓரத்தில் போடப்பட்டிருக்கும் வாங்கில் உட்கார்ந்திருப்பார். வேறங்கும் அவர் போய் வருவதாகத் தெரியவில்லை. அருகிலுள்ள சீனாக்காரனின் மலிவு சூப்பர் மார்க்கெட்டுக்குள் அவர் நுழைந்து வெளியே வரும்போது கையில் நாய்க்கான உணவு அடைக்கப்பட்டிருக்கும் பேணிகளுடன் வருவார். இலங்கை நாயகி எங்கே வேலை செய்கிறார், என்ன சாப்பிடுகிறார், சமைப்பதற்குப் பொருட்களை எங்கு வாங்குகிறார்? என்பது ஒன்றுமாக விளங்கவில்லை.

என்னுடைய கண்காணிப்பிலும் குறைபாடுகள் இல்லாமலில்லை. வேலைக்குச் செல்லும் நாட்களில் அதிகாலையில் புறப்பட்டுச் சென்று மாலையில்தான் திரும்பி வருவேன். இரவு எட்டு மணிக்குப்

பிறகு என் தலையில் இடியே விழுந்தாலும் உணராத அளவுக்குப் போதையிலிருப்பேன். வேலையில்லாத நாட்களில் நான் தூக்கத்தால் எழுவதே மதியம் கழிந்த பிறகுதான். ஆனால் இப்போது நான் இலங்கை நாயகியுடன் லிப்டில் தனியாகச் செல்லும் தருணங்களைக் கவனமாகத் தவிர்த்துக்கொண்டேன்.

விரைவிலேயே எனக்கு ஒரு வழி கிடைத்தது. உண்மையில் இலங்கை நாயகி 'புளொட்' இயக்கமா, இல்லை மனுசி புத்தி பேதலித்துப் பிதற்றுகிறதா, இல்லை மனுசி கள்ள மனதோடு என்னுடன் பேசுகிறதா என அறிய ஒரு வாய்ப்புக் கிடைத்தது. நான் செல்லத்துரையைப் போய்ச் சந்தித்தேன். செல்லத்துரை புளொட் இயக்கத்தில் முக்கியமானவராக இருந்தவர். மத்திய குழுவில் கூட இருந்தவர் என்று யாரோ சொன்னதாக ஞாபகம். எண்பத்தாறிலோ எண்பத்தேழிலோ புளொட்டின் தள மாநாடு நடக்கும்வரை இயக்கத்திலிருந்து மாநாட்டோடு இயக்கத்திலிருந்து வெளியேறியவர். இப்போது அவருக்கு அரசியல் ஈடுபாடெல்லாம் கிடையாது. இடைக்கிடையே இலக்கியக் கூட்டங்களிற்கு செல்லத்துரை வருவார். அப்படி எனக்கு அவர் பழக்கம்.

பாரிஸ் நகரத்தின் ஒரு கபேயில் நான் செல்லத்துரையைச் சந்தித்தேன். நான் அவரிடம் "அண்ணே, ராஜரத்தினம் இலங்கை நாயகி எண்டு பெயர்... அம்பது வயசிருக்கும், லண்டனிலயிருந்து எண்பத்தி மூண்டில புளொட்டுக்கு வந்தவவாம். இப்ப பிரான்ஸில இருக்கிறா. ஆளை உங்களுக்குத் தெரியுமா?" என்று கேட்டேன்.

செல்லத்துரை கொஞ்சமும் யோசிக்காமல் "ஓ நீங்கள் லைலா தோழரைச் சொல்லுறீங்கள்" என்றார்.

"அண்ணே, லைலாத் தோழரா, இல்லை லைலாவின்ர தோழரா? தெளிவாச் சொல்லுங்கோ, நான் ஏற்கனவே போதுமான அளவுக்குக் குழம்பியிருக்கிறன்"

"அவவுக்கு லைலா எண்டுதான் இயக்கத்தில பேர்"

"லைலா, மஜ்னு எண்டெலாம் ரொமான்டிக்கா உங்கிட இயக்கத்தில பேர் வைக்க மாட்டீங்களே! மெண்டிஸ், சங்கிலி, மொக்கு மூர்த்தி எண்டு திகிலாத்தானே நீங்கள் பேர் வைப்பீங்கள்."

"உமக்கு லைலாவெண்டா ஆரெண்டு விளங்கயில்ல. பாலஸ்தீன விடுதலை இயக்கம் முதல்முதலாய் ப்ளேன் கடத்தயிக்க அந்த

ஒப்பிரேஷனைச் செய்த ஒரு பெண் போராளிக்கு லைலா எண்டு பெயர்''

"அண்ணே ஒரு பியர் குடிப்பமா, தலையிடிக்குது'' என்று செல்லத்துரையிடம் கேட்டேன். அவருக்கு சீனி வருத்தமென்று சொல்லி பியர் வேண்டாம் என்றார். அவருக்கு ஒரு கறுப்புக் கோப்பியும் எனக்கு ஒரு பியரும் ஓடர் செய்தேன்.

"அண்ணே அவ லண்டனிலயிருந்தா இயக்கத்துக்கு வந்தவ?''

"ஓமோம்... அதென்னண்டா இவ லண்டனுக்கு படிக்கத்தான் போனது. அங்கதான் கீர்த்தி மாஸ்டரோட லவ்வானது. கீர்த்தி மாஸ்டர் அப்ப லண்டனில புளொட்டுக்கு வேலை செய்தவர். நல்ல அரசியல் தெளிவுள்ள ஆள். ரெண்டு பேரும் லண்டனிலயிருந்து ஒண்டாத்தான் வெளிக்கிட்டவை. கீர்த்தி மாஸ்டர் நேர பி.எல்.ஓ. ட்ரெயினிங்குக்காக லெபனானுக்குப் போயிட்டார். லைலா இந்தியாவுக்கு வந்திற்றா. இந்தியாவில கே.கே. நகர் புளொட் ஒப்பிஸிலதான் இரண்டு வருசமா இருந்தவ.''

"அப்ப இவ லைலா இயக்கத்தில பெரிய பொறுப்பில இருந்தவவா?''

"ஒப்பிஸில வேலை செய்தவ. கிட்டத்தட்ட உமாமகேஸ்வரனுக்கு செகரட்ரி மாதிரித்தான். இங்கிலீஸ் நல்லாத் தெரியும். அதால வெளிநாட்டுத் தொடர்புகள், மொழிபெயர்ப்புகள் எண்டு கன வேலை செய்தவ. இவவுக்கு அங்க மஞ்சள் குருவியெண்டு பட்டம்.''

"அதென்ன மஞ்சள் குருவி?''

"ஆம்பிள பொம்பிளை எண்டு வித்தியாசம் பாராம எல்லாரோடயும் நல்லாச் சிரிச்சுப் பழகுவா. உடுப்புகளும் அப்பிடி, இப்பிடி லண்டன் ஸ்டைலிலதான் போடுவா. ஒருக்கா உமாமகேஸ்வரன் கூட 'உங்கிட லண்டன் பழக்கத்தை இஞ்ச காட்டாதீங்கோ, கட்டுப்பாடு தேவையெண்டு' இவவ ஏசினது. ஆரைப் பார்த்தாலும் வழியிற கேஸ் எண்டு அவவுக்கு ஒரு பேரிருந்தது. லைலாத் தோழர் எங்களுக்கு முதலே இயக்கத்திலயிருந்து விலத்திற்றா.''

"ஏன் இயக்கத்திலயிருந்து வெளியில வந்தவ?''

"அது எனக்குச் சரிவரத் தெரியேல்ல, ஆனால் இயக்கம் உடையத் தொடங்கின உடனேயே கெட்டிக்காரங்கள் ஓடித் தப்பிற்றாங்கள். லைலா லண்டன் படிப்பெல்லா... நாங்கள் அரைகுறையள் நிண்டு இழுவுண்டு வந்தது. மொக்குகள் எல்லாம் அங்கயிருந்து செத்துப்போனாங்கள். புலி போட்டது அரைவாசி... எங்கிட ஆக்களே போட்டது அரைவாசி."

"அந்தக் கீர்த்தி மாஸ்டர் இப்ப எங்க?"

"ஆருக்குத் தெரியும்! பி.எல்.ஓவுக்குப் போன ஆளை பிறகு ஒருத்தரும் கண்டதாத் தெரியேல்ல. அவர் லெபனானிலேயே அடிபாட்டில செத்துப்போனார் எண்டு ஒரு கதையிருக்கு. அப்பிடியில்ல லெபனானில மாணிக்கத்தோட பிரச்சினைப்பட்டுத் திருப்பி இந்தியாவுக்கு வந்துதான் காணாமல் போனவர் எண்டும் ஒரு கதையிருக்கு"

செல்லத்துரையிடம் பேசிவிட்டுத் திரும்பி வரும் வழியெல்லாம் எனக்கு இலங்கை நாயகி குறித்த சித்திரங்களே மனதிற்குள் வந்து போயின. ஆனால் இப்போது மனது கொஞ்சம் நிம்மதியாயிருந்தது. அடுத்தநாள் கீழ்த்தளத்தில் லிப்டின் அருகே காத்திருந்து இலங்கை நாயகியுடன் லிப்டில் ஏறி அவரைப் பார்த்துப் புன்னகைத்தேன். அவர் வழமைபோலவே தலையைச் சிறிது அசைத்து வைத்தார்.

நான் புதிதாகப் பார்ப்பதுபோல ஓரக் கண்ணால் இலங்கை நாயகியைக் கவனித்தேன். அவர் தலை குனிந்து கையிலிருந்த நாயைத் தடவிக்கொண்டிருந்தார். இலங்கை நாயகி எலுமிச்சம் பழ நிறம். அதனால் கூட அவருக்கு மஞ்சள் குருவியென்று பெயர் வந்திருக்கலாம் என நினைத்துக்கொண்டேன். சற்றுப் பருமனான உடல்வாகு, அல்லது அவரது குள்ளமான தோற்றம் அவரைப் பருமனாகக் காட்டுகிறது. தலையில் ஒரு நரை முடி கூடக் கிடையாது. லிப்ட் கதவுகள் திறந்ததும் விறுவிறுவென அவர் கால்களை அகற்றி வைத்து வேகமாக நடந்து போனார். இப்படிக் கால்களை எறிந்து விறுக்காக நடந்துபோகும் பெண்களை ஊரில் ஆண்மூச்சுக்காரி என்பார்கள்.

ஒருநாள் காலையில் நான் கீழ்த்தளத்து வாசற்படியில் உட்கார்ந்திருந்தபோது தபாற்காரி வந்து தபாற் பெட்டிகளிற்குள் கடிதங்களைப் போட்டுக்கொண்டிருந்தாள். திடீரென ஒரு யோசனை உதிக்க நான் போய் தபாற்காரியின் அருகில் நின்று இலங்கை நாயகிக்கு ஏதாவது கடிதம் வந்திருக்கிறதா எனக் கவனித்தேன்.

அன்று இலங்கை நாயகிக்குக் கடிதம் வந்திருந்தது. அதைத் தபாற்காரி இலங்கை நாயகி என்று எழுதப்பட்டிருந்த பெட்டிக்குள் போட்டுவிட்டுச் சென்றதும் நான் கீழே கிடந்த ஒரு நீளமான மெல்லிய குச்சியை எடுத்து அந்தக் குச்சியைப் பெட்டிக்குள் விட்டு லாவகமாகக் கடிதத்தை வெளியே எடுத்தேன். எங்கள் தொடர்மாடிக் குடியிருப்பில் இவ்வாறு குச்சிவிட்டு ஆட்டும் வேலையை ஒளிவு மறைவாகச் செய்ய வேண்டிய அவசியமில்லை. பொதுவாகவே தபால் பெட்டிக்குச் சாவியிருக்கிறதோ இல்லையே அநேகமானோர் இவ்வாறு குச்சி விட்டுத்தான் கடிதங்களை எடுத்தார்கள். தபால் பெட்டிகளுக்குக் கீழே நீளமான குச்சிகள் எப்போதும் கிடக்கும்.

நான் அந்தக் கடிதத்தை எடுத்துக்கொண்டு பத்தாவது தளத்திற்கு வந்தேன். எங்கே வேலை செய்கிறார், என்ன வருமானம், அவரின் தொடர்புகள் எத்தகையவை என எந்தவொரு தடயத்தையும் எனக்குத் தராமல் புகையால் வரைந்த ஒரு சித்திரம் போல இலங்கை நாயகி எங்களது குடியிருப்பில் இருந்தார். இந்தக் கடிதத்தைக் கொடுக்கும் சாட்டில் இலங்கை நாயகியின் வீட்டிற்குள் நுழைவது, குறைந்த பட்சம் அவர் கதவைத் திறந்து கடிதத்தை வாங்கும்போது கதவு இடைவெளிக்குள்ளால் அவரது வீட்டின் உள்ளே எட்டியாவது பார்த்துவிடுவது என்பதுதான் எனது திட்டம். உண்மையில் எனக்கு இதுவொரு தேவையில்லாத வேலைதான். ஆனால் யாரைப் பார்த்தாலும் எதைப் பார்த்தாலும் சந்தேகத்துடனும் எச்சரிக்கையாகவும் இருக்குமாறு எனது மனம் என்னை வழிநடத்திற்று.

நான் ஏழாம் இலக்கக் கதவின் முன்னே நின்று அழைப்பு மணியை அழுத்திக் கையை மணியிலிருந்து எடுக்கவில்லை, சடாரெனக் கதவு திறந்தது. இலங்கை நாயகி கதவுக்குப் பக்கத்திலேயே நின்றிருக்க வேண்டும். அல்லது இவ்வளவு சடுதியில் கதவு திறபட வாய்ப்பேயில்லை. திறந்த கதவு நான்கு அங்குலங்கள் மட்டுமே திறந்தது. கதவுக்கும் நிலைக்கும் இடையே உட்புறமாக ஒன்றுக்கு இரண்டாக இரண்டு சங்கிலிகள் இணைக்கப்பட்டிருந்தன. அந்த நாய் கீச்சிடும் சத்தம் கேட்டது. திறந்த கதவு இடைவெளிக்குள்ளால் மூக்குக் கண்ணாடியணிந்த இலங்கை நாயகியின் கண்கள் என்னைப் பார்த்தன.

"எக்ஸ்கியூஸே முவா மேடம், உங்கிட பெயர் ராஜரத்தினம் இலங்கை நாயகியா?"

கண்டி வீரன் | 155

கதவின் இடுக்கு வழியே பதில் ஏதும் வரவில்லை.

"இலங்கை நாயகி எண்ட பேருக்கு வந்த கடிதம் ஒண்டு என்ர பெட்டிக்க கிடந்தது, தபால்காரி மாறிப் போட்டுட்டாள் போல" என்று கடிதத்தைக் கதவு இடுக்கை நோக்கி நீட்டினேன்.

"கடிதத்தைக் கொண்டுபோய் என்ர தபால் பெட்டிக்குள்ள போடுங்கோ" என்று இலங்கை நாயகி சொன்னதும் கதவு சாத்தப்பட்டதும் ஒரே நேரத்தில் நிகழ்ந்தன.

ஒரு ஞாயிற்றுக்கிழமை நான் பகல் தூக்கத்திலிருந்தபோது அழைப்பு மணி ஒலித்தது. மாதத்தின் முதல் ஞாயிறு. எங்களது குடியிருப்புப் பகுதிக்கு இயக்கப் பொடியன்கள் பத்திரிகைகள் விற்கவும் பணம் சேர்க்கவும் வரும் நாள். நான் எழுந்து சென்று கதவைத் திறந்ததும் எனது கையைப் பற்றிக் குலுக்கியவாறே இரண்டு பொடியன்களும் உள்ளே வந்து அமர்ந்தார்கள்.

"சொல்லுங்க தம்பியவ, நாட்டில என்ன புதினம்?" என்று நான் அவர்கள் எதிரே அமர்ந்தவாறே கேட்டேன்.

"சொன்னா நீங்கள் என்ன உதவியா செய்யப் போறீங்கள்" என்று அவர்களில் ஒருவன் கசப்புடன் சொல்ல, மற்றவன் என்னை வலு தீவிரமாகப் பார்த்துக்கொண்டே 'அண்ணன், இப்ப உலக நாடுகள் எல்லாம் எங்கிட போராட்டத்தக் கவனிக்குது. தமிழீழ அரசு அமைஞ்சிற்றுது. எங்களட்ட முப்படையுமிருக்கு, ஒரு நீதி நிர்வாகம் இருக்கு, காவல்துறை இருக்கு, வங்கி இருக்கு. எங்கிட அரசை உலகம் அங்கீகரிக்கிறதுதான் மிச்சம். உங்களப் போல ஆக்கள எல்லாம் இந்த நேரத்தில எங்களுக்கு உதவி செய்ய வேணும்" என்றான்

நான் அவர்களைப் பார்த்து எனது முகத்தைப் பாவமாக வைத்தவாறே "தம்பி நீங்கள் என்ன சொன்னாலும் தாறதுக்கு என்னட்டக் காசில்ல, இந்தப் புத்தகம் பேப்பருகளைத் தாங்கோ அதுக்கு மட்டும் காசுதாறன்" என்றேன். அவர்கள் என்னிடம் ஒரு சஞ்சிகையையும் பத்திரிகை ஒன்றையும் தர நான் எண்ணிச் சில்லறைகள் கொடுத்தேன்.

சில்லறைகளை வாங்கிக்கொண்டு பொடியன்கள் புறப்படும்போது எனக்கு அந்த எண்ணம் திடீரெனத் தோன்றியது. நான் அந்தப் பொடியன்களைப் பார்த்து "தம்பி இஞ்ச ஏழாம் நம்பரில புதுசா

ஆக்கள் வந்திருக்கினம், அங்க போனீங்களா?'' என்று கேட்டேன். பொடியன்கள் 'பிரேக்' அடித்து நின்றார்கள்.

"என்ன பேர்?''

"இலங்கை நாயகி''

"சிங்களப் பேர் மாதிரியெல்லோ கிடக்கு''

"இல்லைத் தம்பி தமிழ்தான், இலங்கை நாயகி எண்டது தமிழ்ப் பேர்தான், சிங்களமெண்டா லங்காராணியெண்டல்லோ பேர் இருக்கும்''

பொடியன்கள் வெளியே போனதும் நான் கதவைச் சாத்திவிட்டு உள்ளே நின்று கதவில் இருக்கும் வெளியே பார்க்கும் துவாரம் வழியாக வெளியே நடப்பதை அவதானித்தேன். அந்தப் பொடியன்கள் ஏழாம் இலக்கக் கதவருவே போய் நின்று அழைப்பு மணியில் கை வைக்கவும் கதவு சடாரெனத் திறந்தது. பொடியன்கள் உள்ளே பார்த்துப் பேசுவது தெரிந்தது. ஆனால் அவர்கள் பேசுவது இங்கே எனக்குக் கேட்காது. திறந்த வேகத்திலேயே இலங்கை நாயகியின் கதவு மூடப்பட்டது.

நான் மெல்ல எனது கதவைத் திறந்து வெளியே வந்து இயக்கப் பொடியன்களிடம் "தம்பி மனுசி என்ன சொன்னது?'' எனக் கேட்டேன். ஒரு பொடியன் சலித்துக்கொண்டே "மனுசி கதவே திறக்கமாட்டன் எண்டு சொல்லிப் போட்டுது, இயக்கப் பத்திரிகை வாங்குங்கோ எண்டு கேட்டதுக்கு பேப்பரைக் கொண்டு போய்க் கடையில போடுங்கோ வாங்குறன், வீட்டை வரக் கூடாது எண்டு சொல்லிப்போட்டுது'' என்று சொல்ல, அடுத்தவன் "இலங்கை நாயகி எண்டது மனுசிக்குப் பொருத்தமான பேராத்தான் கிடக்குது'' என்றான்.

எனக்கு இலங்கை நாயகி மேல் மெது மெதுவாக ஆர்வம் குறையலாயிற்று. ஏனெனில் அதுக்கு மேலே தலைபோகிற பிரச்சினைகளெல்லாம் என்னைச் சூழ நடந்துகொண்டிருந்தன. பிரான்ஸில் வாழும் ஒரு இலட்சம் தமிழர்களில் எனக்கு இலங்கை நாயகியும் ஒருவரானார். எப்போதாவது அவர் எதிர்ப்பட நேரிடுகையில் நான் வணக்கம் சொல்வதும் அவர் தலையசைப்பதும் தொடர்ந்தது. நான் புன்னகைக்கும்போது அவர் எனக்குத்தான் தலையசைக்கிறாரா அல்லது எப்போதுமே கையிலிருக்கும் தனது

நாயோடு தலையசைத்து அவர் செல்லம் கொஞ்சுகிறாரா என்று எனக்கு வரவரச் சந்தேகமாயிருந்தது.

ஒருநாள் எனது அழைப்பு மணி ஒலிக்கக் கேட்டு நான் கதவைத் திறந்தபோது அங்கே இலங்கை நாயகி நின்றிருந்தார். நான் "உள்ளுக்க வாங்க அக்கா" என்று கூப்பிட்டுவிட்டு அறைக்குள் வந்து நின்றேன். அவர் ஓரடி முன்னால் வந்து திறந்திருந்த கதவைப் பிடித்தவாறே நின்றார். எனக்கும் அவருக்கும் இடையே இருந்த மேசையில் எனது சிகரெட் பெட்டி கிடந்தது. எதற்கு இவர் என்னிடம் வந்திருக்கிறார் என்று நான் மண்டையைக் கசக்கியவாறே சிகரெட் பெட்டியை எடுக்க ஓரடி முன்னால் சென்றபோது இலங்கை நாயகி பதறிப்போய் பின்னால் நகர்ந்து வெளியே சென்றார். 'நான் மஞ்சள் குருவிய ரேப் செய்யப்போறனாக்கும், அதுதான் பயப்பிடுறா' என்று ஆத்திரத்துடன் நான் மனதிற்குள் சொல்லிக்கொண்டே ஒரு சிகரெட்டை எடுத்துப் பற்ற வைத்துக்கொண்டு நாற்காலியில் உட்கார்ந்தேன். அவர் என்னைப் பார்த்து அவ்வாறு பதறியடித்தது எனக்குக் கொஞ்சம் அவமானமாயுமிருந்தது. இலங்கை நாயகி மறுபடியும் முன்னால் வந்து கதவைப் பிடித்துக்கொண்டு நின்றார்.

"அன்ரனிதாசன் நீங்கள் எனக்கொரு உதவி செய்வீங்களா?"

என்னுடைய பெயர் எப்படி இவருக்குத் தெரியும்...? சரி அவரும் தபாற் பெட்டியில் பார்த்திருப்பார் போல என்று நினைத்துக்கொண்டே "சொல்லுங்கோ அக்கா என்ன செய்ய வேணும்" என்று கேட்டேன்.

"எனக்குச் சரியான சுகமில்லாமல் கிடக்குது, வெளிய போக ஏலாமக் கிடக்கு. லைலாவுக்கு சாப்பாடு வாங்கவேணும் வாங்கிக்கொண்டுவந்து தருவீங்களா" என்று கேட்டார். நான் தலையாட்டியதும் அவர் மெதுவாக நடந்து வந்து கையில் வைத்திருந்த பணத்தையும் உணவுப் பொருட்களின் பெயர்கள் எழுதப்பட்டிருந்த தாளையும் மேசையின் விளிம்பில் வைத்துவிட்டுச் சென்றார்.

நான் நாய்க்கான உணவுப் பொருட்களை வாங்கிக்கொண்டு வரும்போது இலங்கை நாயகி என்ன சாப்பிடுவார், அவருக்கு ஏதும் தேவையில்லையா? என யோசித்துக்கொண்டே வந்தேன். இலங்கை நாயகியின் கதவின் முன்னால் நின்று நான் அழைப்பு மணியில் கை வைத்ததும் நான் எதிர்பார்த்தது போலவே கதவு உடனே திறக்கப்பட்டது. அந்த நான்கு அங்குல இடைவெளிக்குள்ளால்

நான் பொருட்களை ஒவ்வொன்றாக எடுத்துக் கொடுக்க இலங்கை நாயகி ஒவ்வொன்றாக வாங்கி வைத்துக்கொண்டார். நான் அத்தோடு வந்திருந்தால் மரியாதை. நான் பேச்சை வளர்க்கும் ஆர்வத்தில் "நாட்டில் என்ன செய்தியெண்டு ஏதாவது அறிஞ்சியளோ" எனக் கேட்டேன். "எனக்கு ஒண்டும் தெரியாது" என்ற பதில் வந்ததும் கதவு மூடப்பட்டதும் ஒரே நேரத்தில் நிகழ்ந்தன.

அது ஸ்ரீலங்காவில் யுத்தம் உக்கிரமாக நடந்துகொண்டிருந்த நேரம். புலிகளின் விமானங்கள் கொழும்பில் குண்டு வீசியதாகச் செய்திகள் வந்துகொண்டிருந்த நேரமது.

நான் இலங்கை நாயகியின் உடல்நிலை குறித்து ஏதாவது கேட்டிருந்தால் அவர் பதில் சொல்லியிருக்கலாம் என நினைத்துக்கொண்டேன்.

கொடும்பனி கொட்டிக்கொண்டிருந்த காலமது. புல்வெளிகள் எல்லாம் பனிப் பாலைகளாக மாறியிருந்தன. ஜனவரி மாதத்தில் கிளிநொச்சியை இராணுவம் கைப்பற்றிவிட்டதாகச் செய்திகள் வந்தன. பெப்ரவரி, மார்ச், ஏப்ரல் என எல்லா மாதங்களுமே அவலச் செய்திகளுடன் பிறந்து மடிந்துபோயின. மே மாதத் தொடக்கத்தில் குளிர் மடியத் தொடங்கிற்று. நான் கீழ்த்தளத்து வாசற்படியில் குந்தியிருந்தபோது இலங்கை நாயகி சுமக்க முடியாத சுமையுடன் தூரத்தே நடந்து வருவது தெரிந்தது. நான் எழுந்து அவரை நோக்கி நடந்தேன். அவரின் கைளில் இருந்த இரண்டு பைகள் நிறையப் பாண் துண்டங்கள் இருந்தன. அவரின் பின்னே லைலா மெதுவாக நடந்து வந்துகொண்டிருந்தது. நான் அவரின் கைகளிலிருந்த பைகளை வாங்கிக்கொண்டேன்.

லிப்டில் போகும்போது நான் இலங்கை நாயகியிடம் "எதுக்கு இவ்வளவு பாண்?" என்று கேட்டுச் சிரித்தேன்.

இலங்கை நாயகி தனது நாவால் உதடுகளை ஈரப்படுத்திக்கொண்டு "குளிருக்க நிண்டு எங்கிட பிள்ளையள் போராடிக்கொண்டிருக்குதுகள், அதுகளுக்கு சாண்ட்விச் செய்துகொண்டுபோய்க் குடுக்கப் போறன்" என்றார்.

நான் இலங்கை நாயகியின் கதவுவரை சென்று பாண் துண்டங்கள் நிறைந்த பைகளைக் கீழே தரையில் சுவரோடு சாய்த்து வைத்தேன். இலங்கை நாயகி நான் அங்கிருந்து நகரும்வரை காத்திருந்துவிட்டு,

தனது கதவைத் திறந்து பைகளை இழுத்துக்கொண்டு உள்ளே போனார். லைலா உள்ளே நுழைந்ததும் கதவு மூடப்பட்டது.

நான் இரவு தொலைக்காட்சியில் செய்திகளைப் பார்த்துக் கொண்டிருந்தபோது ஈழத் தமிழர்கள் பாரிஸ் நகரில் ஈபிள் கோபுரத்தின் கீழே நாற்பது நாட்களாகத் தொடர்ந்து நடத்திக் கொண்டிருக்கும் போராட்டத்தைக் காண்பித்தார்கள். மேலேயிருந்து ஒளிப்பதிவு செய்திருக்கிறார்கள். எப்படியும் முப்பதாயிரம் சனத்துக்குக் குறையாது என நினைக்கிறேன். இப்போது தொலைக்காட்சியில் இலங்கை நாயகி தோன்றினார். அவரின் கையில் பிரபாகரனின் படம் இருந்தது. செய்தியாளரிடம் அவர் பிரஞ்சு மொழியில் துல்லியமாகப் பேசினார். “இலங்கையில் போரைத் தடுத்து நிறுத்தி அங்கே விமானத் தாக்குதல்களாலும் கொத்துக் குண்டுகளாலும் கொல்லப்பட்டுக்கொண்டிருக்கும் தமிழ் மக்களைக் காப்பாற்றுங்கள், ஒரு தாயாகக் கேட்கிறேன்... சர்வதேசமே எனது பிள்ளைகளைக் காப்பாற்று” என்று விம்மிய குரலில் பேசினார் இலங்கை நாயகி. பேசும்போது அவரின் உடல் பதறிக்கொண்டிருந்தது. அவரின் கைகள் தொலைக்காட்சிச் செய்தியாளரை அடிப்பதுபோல முன்னும் பின்னும் போய்வந்தன. அவர் ஒரு நிமிடத்திற்கும் குறைவாகத்தான் பேசியிருப்பார். ஆனால் அவரின் குரலும் ஓலமும் கேட்பவர்களின் ஆன்மாவை உலுக்கக் கூடியவை. இலங்கை நாயகி தனது பேச்சை முடிக்கும்போது தனது கையிலிருந்த படத்தை உயரே தூக்கிக்காட்டி “எங்கள் தலைவர் பிரபாகரன்” என்றார். அப்போது அவரது குரல் கணீரென ஒலித்தது. அன்று மே எட்டாம் தேதி.

அதற்குப் பின்பு ஒரு மாதம் கழிந்திருக்கும், நான் எனது கதவைத் திறந்து லிப்டை நோக்கிச் சென்றபோது அங்கே நாயுடன் லிப்டுக்காகக் காத்திருந்தார் இலங்கை நாயகி. லிப்ட் கதவுகள் மூடிக்கொண்டன. இருவரும் ஒரேதளத்தில் பக்கத்துப் பக்கத்து வீடுகளில் இருக்கிறோம், ஆனால் நம்முடைய பேச்சுவார்த்தைகள் என்னவோ லிப்டில்தான் நடக்கின்றன. இயக்கமும் அரசாங்கமும் சொந்த நாட்டில் பேசாமல் மூன்றாவது நாடொன்றில் பேசிக் கொள்வதுபோல நமக்கு லிப்ட் மூன்றாவது தளம்.

“அக்காவ கொஞ்ச நாளைக்கு முன்னம் நான் பிரஞ்சுச் செய்தியில் பார்த்தனான்”

இலங்கை நாயகி மெதுவாகத் தலையசைத்தார். அது நாய்க்கா அல்லது எனக்கா என்பது தெரியவில்லை. நான் அவரின் முகத்தை உற்றுப் பார்த்துக்கொண்டே "கையிலயிருந்த படத்தையெல்லாம் தூக்கிக்காட்டி அடிக்குமாப்போல பேசினீங்கள்" என்றேன்.

இலங்கை நாயகி உதட்டைச் சுழித்து மேலே பார்த்துக்கொண்டே "அந்தப் படமோ, அது பிரபாகரனோ என்னவோ எண்டு சொன்னாங்கள்" என்றார். லிப்ட் கதவு திறந்ததும் இலங்கை நாயகி கால்களை அகல வைத்து நடந்து வெளியே போனார். நாய் அவரின் பின்னாலே ஓடிற்று. நான் லிப்டிற்குள் அப்படியே நின்றிருந்தேன். லிப்ட் மூடிக்கொண்டது.

நேற்று நான் வெளியே பெரும் சத்தங்களைக் கேட்டு 'லீவு நாளில கூடப் படுக்க விடுறாங்களில்லை' எனத் திட்டிக்கொண்டே படுக்கையிலிருந்து எழுந்தேன். நேரம் காலை பத்துமணியாகியிருந்தது. கதவைத் திறந்து வெளியே என்ன சத்தம் எனப் பார்த்தேன். இலங்கை நாயகியின் கதவுக்கு முன்னே கூட்டமாயிருந்தது. பொலிஸார் வந்து கதவை உடைத்துக் கொண்டிருந்தார்கள். அங்கே நின்றிருந்த ஆறாம் இலக்கத்தில் குடியிருக்கும் அந்த ஆபிரிக்கப் பெண்மணியிடம் "என்ன விசயம்?" என்று கேட்டேன். தான் இரண்டு மூன்று நாட்களாகவே ஏழாம் இலக்க வீட்டின் உள்ளேயிருந்து துர்நாற்றம் வீசுவதை உணர்ந்ததாகவும் இன்று துர்நாற்றம் அளவுக்கு மீறிப்போகவே தான் பொலிஸாருக்கு அறிவித்ததாகவும் அவர் சொன்னார். நான் என் நாசியை விரித்து ஆழமாக மூச்சை இழுத்து விட்டேன். அப்படி ஒரு துர்நாற்றத்தையும் நான் உணரவில்லை. நான் எப்போது கடைசியாக இலங்கை நாயகியைக் கண்டேன் என்பது எனக்குச் சரியாக ஞாபகத்தில் வர மறுத்தது. ஆனாலும் கடந்த பத்துப் பதினைந்து நாட்களாகவே நான் அவரைக் காணவில்லை என்பது எனக்கு உறைத்ததும் எனக்கு நெஞ்சுக்குள் தண்ணீர் வற்றிப்போயிற்று.

கதவு உடைக்கப்பட்டதும் பொலிசார் அந்தப் பகுதியை யாரும் நெருங்காதவாறு சிவப்புப் பிளாஸ்டிக் நாடாக்களைக் குறுக்கே கட்டினார்கள். உள்ளே இலங்கை நாயகியின் உடல் கண்டுபிடிக்கப்பட்டது. அவர் இறந்து பத்து நாட்களாகியிருக்கலாம் எனச் சொன்னார்கள். நான் ஒரு பொலிஸ்காரனைக் கூப்பிட்டு அவனிடம் மெல்லிய குரலில் "உள்ளே ஒரு நாயும் இருந்தது, அது உயிரோடு இருக்கிறதா எனப் பாருங்கள்" என்றேன்.

உள்ளே போன பொலிஸ்காரன் திரும்பிவந்து என்னை ஏற இறங்கப் பார்த்துவிட்டு "உள்ளே நாய் எதுவும் இல்லை" என்றான்.

"அதுவும் செத்திருக்கலாம்" என்றேன்.

"எல்லாம் தேடிப் பார்த்தாயிற்று அப்படியெல்லாம் எதுவுமில்லை" என்றான் பொலிஸ்காரன்.

இலங்கை நாயகியின் உடல் பிளாஸ்டிக் பையில் பொதியப்பட்டு வெளியே எடுத்துவரப்பட்டது. நான் கண்களை இறுக மூடிக்கொண்டேன். லிப்டுக்குள் அவர்கள் இலங்கை நாயகியின் உடலை வைக்கும் சத்தம் கேட்டது. நான் கண்களைத் திறந்தபோது லிப்ட் போய்விட்டிருந்தது. நான் மெல்ல நடந்து எனது கதவைத் திறந்து உள்ளே வந்து படுக்கையில் விழுந்தேன். படுக்கையில் அப்படியே கண்களை மூடியவாறே கிடந்தேன்.

இரவு ஏழு மணியளவில் மறுபடியும் கதவைத் திறந்து வெளியே வந்து பார்த்தேன். இப்போது இலங்கை நாயகியின் வாசலின் முன்னே யாருமில்லை. நான் மெல்ல நடந்துபோய்ப் பார்த்தபோது உடைக்கப்பட்ட கதவு அடைக்கப்பட்டு பொலிஸாரால் சீல் வைக்கப்பட்டிருந்தது. இப்போது நான் துர்நாற்றத்தை அங்கே உணர்ந்தேன். உடனே ஆறாம் இலக்கக் கதவைப் போய்த் தட்டினேன். அந்த ஆபிரிக்கப் பெண் கதவைத் திறந்து வெளியே வந்தார். நான் பதற்றத்துடன் அவரிடம் "நீங்கள் துர்நாற்றத்தை உணர்கிறீர்களா?" எனக் கேட்டேன்.

அந்தப் பெண் என்னைக் கவலையோடு பார்த்து "காலையிலேயே சடலத்தைக் கொண்டுபோய் விட்டார்களே... இப்போது துர்நாற்றம் எதுவுமேயில்லையே" என்றார்.

"அவர்கள் ஒரு சடலத்தை மட்டும்தான் கொண்டு சென்றார்கள்" என்று நான் முணுமுணுத்தேன். அந்த ஆபிரிக்கப் பெண் என்னை இரக்கத்தோடு பார்த்து "இறந்துபோன அந்தப் பெண்மணி உன்னுடைய நாட்டைச் சேர்ந்தவரா?" எனக் கேட்டார்.

நான் ஆம் என்று தலையாட்டினேன்.

"நீங்கள் எந்த நாட்டவர்கள்?" என அந்தப் பெண் கேட்கவும் "ஸ்ரீலங்காவோ என்னவோ ஒரு பேர்" என்று சொன்னேன்.

எனது மூளை முழுவதும் லைலாவுக்கு என்ன நடந்தது என்ற கேள்வியே நிரம்பியிருந்தது. அந்த நாயை இலங்கை நாயகியைத் தவிர வேறு யாரும் கொன்றிருக்கவோ அழித்திருக்கவோ வாய்ப்பில்லை என்று திடீரென என் மனதில் ஒரு எண்ணம் தோன்றியது. அதை நான் நம்பவும் ஆரம்பித்தேன். ஆரம்பம் முதலே இலங்கை நாயகி மீது எனது அடி மனதிலே மண்டிக் கிடந்த சந்தேகமும் வெறுப்பும் இப்போது முழுவதுமாகத் திரண்டு மேலே வரலாயிற்று. மஞ்சள் குருவி ஒரு வெண்ணிற நாயைக் கொன்றது.

அதுதான் இந்தக் கதையின் ஆரம்பித்திலேயே நான் சொன்னேனே, இந்தக் கதைசொல்லியின் மனது வக்கிரத்தால் நிரம்பியிருக்கிறது!

(ஜனவரி 2011)

வாழ்க

பிரபாகரன் வாழ்க பிடல் கஸ்ட்ரோ வாழ்க ரோகண விஜே வீர வாழ்க சீமான் வாழ்க சே குவேரா வாழ்க உருத்திரகுமாரன் வாழ்க லெனின் வாழ்க நிரஞ்சினி வாழ்க!

பரிஸில பஸ்டில் கோட்டையிருந்த இடத்திலயிருந்துதான் எப்பயும் மேதின ஊர்வலம் தொடங்குறது. எத்தின நாட்டுச் சனங்கள், எத்தின கட்சிகள், எத்தினை கொடிகள், எத்தினையெத்தினை கோசங்கள். குர்டிஸ்காரர், பலஸ்தின்காரர், கொங்கோகாரர், மெக்சிகோகாரர், திபேத்காரர், தமிழர், சிங்களவர் எண்டு எத்தினை முகங்கள். இடைக்கிட அடிதடியும் வாறதுதான். பொலிஸோடும் வாறது, எங்கிட ஆக்களுக்குள்ளயும் வாறது.

நான் இருவது வரியமா ஒவ்வொரு மேதின ஊர்வலத்துக்கும் வாறது. ஒரு வரியமும் தப்பினதில்லை. பத்துரோன் லேசில லீவு தரமாட்டான். அண்டைக்கு வேலை செய்தா டபுள் சம்பளம் வேற. ஆனால் நான் வாறதுதான். சனங்களோட சேர்ந்து மார்ச் செய்யிறதும் கோசம் போடுறதும் ஒரு சந்தோசம். நிரஞ்சினியும் நானும் கன ஊர்வலங்களில ஆளையாள் பார்த்துக்கொண்டு மார்ச் பண்ணிப் போயிருக்கிறம்.

தமிழ் ஆக்களுக்குள்ள முந்தி எல்.ரீ.ரீ.ஈ. மட்டும்தான் ஊர்வலம் நடத்துறது. பத்தாயிரம் பதினைஞ்சாயிரம் சனங்கள் வரும். சிவப்பு மஞ்சள் கொடியளை உயர்த்திப் பிடிச்சுக்கொண்டு தேனிசை செல்லப்பாவின்ர பாட்டுகளையும் போட்டுக்கொண்டு தலைவற்ற படத்தையும் பிடிச்சுக்கொண்டு எல்லாரும் மார்ச் பண்ணிப் போகயிக்க தன்னால ஒரு உசார் வரும் எனக்கு.

இந்த வருசம் தமிழாக்கள் அஞ்சாறு பிரிவா மேதின ஊர்வலம் செய்யினம். நான் எல்லாற்ற ஊர்வலத்துக்கேயும் போய் ரெண்டு கோசம் போட்டுட்டுத்தான் வருவன். எனக்கு அவையள்

இவையளெண்டு கிடையாது. ஆர் எங்கிட சனத்தோட நிக்கினமோ நான் அவையளோட.

இந்தமுறை தமிழாக்களுக்கு இடையில புதுசா ஒரு குழுவும் ஊர்வலம் நடத்திச்சு. கையில கோசம் எழுதின மட்டையளோட ஒரு முப்பது பேர் இருப்பினம். நான் அவையளோடையும் கொஞ்சநேரம் மார்ச் பண்ணிக்கொண்டு போனன். இஞ்சால புலிப் பொடியளின்ர ஊர்வலத்தில் கன இளம்பொடியள் எண்டால் இவையிட குறூப்பில் எல்லாம் கிழடு கட்டையள்தான். கொஞ்சம் சந்தேகத்தோடதான் என்னைப் பார்த்தினம். என்னைப் பார்க்கிற எல்லாரும் கொஞ்சம் சந்தேகமாத்தான் என்னைப் பார்க்கிறவை. எதையும் ஒளிவு மறைவில்லாமல் கதைச்சுப் பேசினா எங்கிட ஆக்களுக்கு உடன சந்தேகம் வந்திரும். ஏதோ கதைவிட்டுக் கதை புடுங்கப்போறன் எண்டு நினைச்சுக்கொள்ளுதுகள்.

இவை ஆக்கள் அவ்வளவு உசார் காணாது. கோசம் எழுதின மட்டையெண்டா தலைக்கு மேலயெல்லோ தூக்கிப்பிடிச்சுக்கொண்டு உசாரா மார்ச் செய்யவேணும். இவையள் என்னண்டால் கமக்கட்டுக்க வைக்குறதும் கீழ பிடிக்கிறதும் இடக்கிட சாட்டுக்கு மேல பிடிக்கிறதுமா மட்டையள சுருக்குக் குடை மாதிரித்தான் பாவிக்கினம்.

அப்ப நான் அவையிட்ட “அண்ணே எனக்குமொரு மட்டைதாங்கோ கையில வைச்சிருக்க” எண்டு கேட்டன். அப்பயும் அவையளுக்குக் கொஞ்சம் அய்மிச்சம்தான். “ஜனநாயகம் வாழ்க” எண்டு எழுதியிருந்த மட்டையொண்ட தந்தினம். வேறெதும் மட்டை இல்லையோ எண்டு கேட்டன். அவையள் திரும்பயும் என்னை சந்தேகத்தோட பார்த்தினம். “இல்ல அண்ணையவை இராணுவத்தை வெளியேற்று, ராஜபக்சவை விசாரணை செய், சுயநிர்ணய உரிமையை அங்கீகரி” எண்டு எழுதின மட்டையள் ஒண்டும் இல்லையோ எண்டு கேட்டன்.

அதுக்கு அவையள் “நீங்கள் சொன்ன விசயமெல்லாம் ‘ஜனநாயகம் வாழ்க’ எண்டதுக்குள்ள அடங்குதுதானே” எண்டு சொல்லிச்சினம். அவையள் சொல்லுறது சரிதான். நாங்கள் எதுக்கு மற்றவனை ஒழிய அழியவெண்டு சொல்லவேணும். நல்ல விசயத்தை வாழ்க எண்டுவம். அதுக்குள்ள கெட்டதுகள் ஒழிக எண்டதும் அடங்குதுதானே. எங்களுக்கு எதுக்கு வெஞ்சொல்! நல்லதை மட்டும் சொல்லுவமே. ஜனநாயகம் வாழ்க! அங்க

புலிப்பொடியளின்ர ஊர்வலத்தில பறையடிக்கிற சத்தம் இஞ்ச கேக்குது.

எனக்குப் பன்ரெண்டு பதின்மூண்டு வயசிருக்கையிக்க எங்கிட ஊரில ஒரு ஊர்வலம் நடந்துது. அதுவும் பறைமோளம் அடிச்சுக்கொண்டுதான் நடந்தது. என்ர அண்ணன்மார் நாலுபேரும்தான் முன்னுக்கு நிண்டு மோளமடிச்சவை. எங்கிட ஏரியாச் சனங்கள் முழுக்க ஊர்வலமாப் பறையடிச்சுக்கொண்டு போய் வங்களாவடிச் சந்தியில போட்டு பறைமோளங்களைக் கோடாலியால கொத்தி பன்னாடையள மேல போட்டு எரிச்சம். இனிச் செத்தவீடுகளுக்கு பறையடிக்கிறதில்லை எண்டு முடிவெடுத்தம்.

பிந்தி, எங்களுக்கு நித்திய பஞ்சமும் பட்டினியும்தான். குடிமை வேல பார்க்கப் போகமாட்டம் எண்டு சொன்னதால வெள்ளாமாக்கள் தங்கிட தோட்டத்துக்குள்ள வேலைக்குக் கால் வைக்கக்கூடாது எண்டு சொல்லிப் போட்டினம். என்ர மாமா சின்னவனுக்கு வங்களாவடிச் சந்தியில வைச்சு வெள்ளாமாக்கள் கையையும் வெட்டிப்போட்டாங்கள். கயிட்டத்தைப் பொறுக்க ஏலாமல் திரும்பயும் மோளம் அடிக்கத்தான் போகவேண்டியிருந்தது. ஆனால் என்ர அண்ணன்மார் குடிமை செய்யப் போகயில்லை. முதலில ஆசையண்ணன்தான் வட்டிக்கு காசு வேண்டிக்கொண்டு சவூதிக்குப் போனவன். அதுக்குப் பிறகுதான் நாங்கள் கொஞ்சம் நிமிர்ந்தது. ஆசையண்ணனைத் தொட்டுப் பெரியண்ணனும் சீனியண்ணனும் சவூதிக்குப் போனவை. வெள்ளாமாக்களுக்கு எங்கிட குடும்பத்தில புண்ணில புளிபத்தின கோவம். அவையள் எங்கள 'சவூதிப் பறையர்' எண்டுதான் சொல்லுறவை.

நான் யவ்னா சென்றல் கொலிஜில படிச்சுக்கொண்டிருந்த காலம் நாட்டுப் பிரச்சினை முளாசி எரிஞ்ச காலம். பள்ளிக்கூடம் ஒழுங்கா நடக்காது. இடைக்கிட கோட்டையிலயிருந்து ஷெல்லும் பள்ளிக்கூடத்துக்க வந்து விழும். ஒரு நாளைக்கு ஒரு இயக்கம் ஊர்வலம் நடத்தும். அரசாங்கத்தோட பேச்சுவார்த்தை கேட்டு ஒரு இயக்கம் ஊர்வலம் நடத்தினா பேச்சுவார்த்தை வேண்டாமெண்டு ஒரு இயக்கம் ஊர்வலம் நடத்தும். கம்பஸ் பொடியனக் கடத்திப் போட்டாங்களெண்டு ஒரு இயக்கம் ஊர்வலம் நடத்தினா மற்ற இயக்கம் நாங்கள் கடத்தயில்ல எண்டு ஊர்வலம் நடத்தும். நான் எல்லா ஊர்வலத்துக்கும் போவன். கருத்து வேறுபாடுகள்

இண்டைக்கிருக்கும் நாளைக்குப் போகும். ஆனால் சனங்களோட சேர்ந்து கையைப் பிடிச்சுக்கொண்டு நடக்கயிக்க ஒரு பலம்.

பலாலி இந்தியன் அமைதிப்படை ஆமிக் காம்புக்கு முன்னுக்கு நாங்கள் நடத்தின ஊர்வலம்தான் மறக்க ஏலாத ஊர்வலம். மருதனாமடச் சந்தியிலயிருந்துதான் ஊர்வலம் தொடங்கினது. ஒரு இருவதாயிரம் முப்பதாயிரம் சனமிருக்கும். நாங்கள் யவ்னா சென்றல் கொலிஜ் பொடியள்தான் முன்வரிசை. நான் ஒரு கோசத்தை நானா இயற்றிக் கத்தினன்.

"நேருவின் பேரன் தமிழனுக்கு எதிரி"

என்னோட நிண்ட பொடியளும் சேர்ந்து கத்த ஊர்வலம் அதிர்ந்துது. இயக்கம்தான் ஊர்வலத்தை ஒழுங்குபடுத்தி நடத்தினது. அப்ப பிரசாத் அண்ணைதான் அரசியல் பொறுப்பாளர். அவர் எங்களுக்குப் பக்கத்தில வந்து பார்த்துப்போட்டு என்ர கையைப் பிடிச்சு இழுத்துக்கொண்டுபோய் ஒரு வேனுக்கு மேல ஏத்திப்போட்டு கையில மைக்கத் தந்திற்று முதுகில தட்டினார். நான் வெள்ளைச் சேட்டும் வெள்ளை லோங்சும் போட்டுக்கொண்டு வேனில நிண்டு மைக்கில கோசம் போட்ட படம் ஈழநாடு பேப்பரில வந்தது.

நான் மைக்கில உரத்துக் கத்தினன்:

"ஆயிரம் உண்டிங்கு சாதி எனில், அன்னியர் வந்து புகல் என்ன நீதி"

நான் கோசம் போட்டுக்கொண்டுருக்கயிக்க இந்தியன் ஆமி, அவனொரு மைக்கில எதிர் கோசமெண்டு போட்டான். அஞ்சு நிமிசத்தில் எல்லாரும் இஞ்சையிருந்து கலைஞ்சு போகாட்டி சுடுவம் எண்டாங்கள். நாங்கள் இஞ்ச நிண்டு கோசம் போட்டுக்கொண்டிருந்த அதே நேரத்தில ரவுணுக்குள்ள இந்தியன் ஆமிக்கும் இயக்கத்துக்கும் சண்டை துவங்கிற்று. எல்லாரும் கலைஞ்சு ஓடினம். நான் ரவுணுக்க வாறன் ரவுணுக்குள்ளால ஷெல் அறம்புறமாப் பறக்குது. இந்தியன் ஆமியோ? ஷெல் அடிக்கிறாங்களோ எண்டு சனங்கள் கன்னத்தில கைவைச்சு ஷொக்காகி நிண்டுகொண்டிருக்க ஷொக்கத் தெளியச் செய்யுறமாதிரி நாலு பக்கத்தாலும் பொம்பரால கொண்டு வந்து கொட்டினாங்கள். எனக்கு மைக் தந்த பிரசாத் அண்ணையும் பிறகு சண்டையில வீரச்சாவாகிப் போனார். அதுக்கும் ஒரு ஊர்வலம் வைச்சனாங்கள்.

நான் வெளிநாட்டுக்கு வந்த ஒரு மாசத்திலேயே சனங்களையும் ஊர்வலத்தையும் தேடிக் கண்டுபிடிச்சுப் போயிட்டன். நான் இஞ்ச பிரான்சுக்கு வாறதுக்கு முந்தி ஜெர்மனிக்குத்தான் வந்தனான். பிராங்போர்ட்டில ஸ்டட் அடிச்சு விட்டவங்கள். அந்த முறை பிராங்போர்ட்டில எல்.ரி.ரி.ஈ. பெரியவொரு மேதின ஊர்வலத்தை நடத்திச்சினம். இஞ்ச ஊர்வலம் நடக்குது கொழும்பில தாக்குதல் வெற்றி எண்டு செய்தி வருகுது. ஊர்வலத்தில அப்பிடியொரு உற்சாகம். கோஷம் அதிருது. தலைவற்ற படத்தை முன்னால உயர்த்திப் பிடிச்சபடி ஊர்வலம் மார்ச் பண்ணுது.

ஊர்வலத்தின்ர முன்வரிசையில பரதநாட்டியம், கோலாட்டம், சிலம்பாட்டம், பொய்க்கால் குதிரையாட்டம், பறை எல்லாம் போகுது. நான் முன்னுக்குப் போய் பறை அடிக்கிற பொடியனுக்குப் பக்கத்தில நிண்டன். அந்தப் பொடியன் கறுத்தக் களிசானும் கறுத்தச் சேட்டும் போட்டு தலையில சிவப்புநிறத் துண்டு கட்டியிருந்தான். அவனுக்குப் பறையைச் சரியாப் பிடிக்கவே தெரியேல்ல. டமார் டொமொலெண்டு கொல்லன் பட்டறையில இரும்படிச்ச மாதிரி அடிக்கிறான். பறை அழுகுது. ஆனால் பொடியன்ர கண்ணும் மூக்கும் மட்டும் பல பாவங்கள் காட்டுது. எங்கேயோ அரையுங் குறையுமாப் பழகியிருக்கிறான். "எங்க பழகினது" எண்டு கேட்டன். "நாங்கள் டுசில்டோர்ப் கேணல் கிட்டு கலைக் குழு" எண்டான்.

"அண்ண இத தாண்ணே" எண்டு கேட்டன். அவனுக்கெண்டால் தர விருப்பமில்லப் போலதான் கிடந்தது. என்னைப் பார்த்துக் கண்ணை ஆட்டி ஆட்டி இடுப்பையும் ஆட்டிக்கொண்டு பேந்தும் பறையை அடிச்சான். பறை அழுகுது. எனக்குக் கொதிதான் வந்துது. "விடண்ணை உத" எண்டு ஒத்திப் பறிக்குமாப்போலதான் பறையை அவனட்டயிருந்து வேண்டினன்.

வைத்தி அப்பு சொல்லித் தந்த தாளம் நெஞ்சிலயிருந்து அப்பிடியே கைக்குள்ள இறங்கிச்சுது.

தன்னங் தரணங் அறுவுது
தன்னங் தரணங் அறுவுது
டுண் டுண் டுண் டுண்..
தரணங் தரணங் அறுவுது..

பறைச் சத்தம் கிண் கிண்ணெண்டு ஊர்வலத்துக்குள்ள பரவிச்சுது. அப்பிடியே ஊர்வலம் முழுக்க என்னைத்தான் திரும்பிப் பார்த்துது. என்னை அப்பிடியே ஒரு திறந்த வேனில் ஏத்திவிட்டிச்சினம்.

வேன் போய்க்கொண்டிருக்கு. பறை அதிருது. முழு டொச்காரச் சனங்களின்ர பார்வையும் எனக்கு மேலதான். நான் கணக்குப் பார்த்து நிப்பாட்டுற இடத்தில ஊர்வலத்தின்ர கோசம் வானத்தப் பிரிக்குது

"வீ வோன்ட் தமிழீழம்"

அடுத்த கிழமை மூண்டு அய்ரோப்பா தமிழ்ப் பேப்பருகளின்ர முதல் பக்கத்தில நான் வேனில நிண்டு பறையடிச்சுக்கொண்டிருக்க என்னைச் சுத்திப் பொடியள் ஆடிக்கொண்டிருக்கிற படம் வந்துது.

நான் பறையடிச்சுக்கொண்டு நிக்கயிக்கதான் கோலாட்டக் குழுவில மஞ்சள் பாவாடையும் சிவப்புத் தாவணியும் கட்டிக் கொண்டு ஆடிக்கொண்டிருந்த நிரஞ்சினியை முதல் முதலாய்ப் பார்த்தன்.

எனக்கு அப்ப இருவத்திமூண்டு வயசு. நிரஞ்சினிக்கு பதினேழு வயசு. நிரஞ்சினி நல்ல கறுப்பி. நெடுநெடுவெண்டு உயரம். சரியான மெல்லிசு. முன்பல்லு ரெண்டு எப்பன் மிதப்பு. அவளின்ர மூக்கில கிடந்த மூக்குத்தி அவளின்ர கறுப்பு முகத்தில நட்சத்திரம் மாதிரி மினுங்கிச்சுது.

பிறகு கன ஊர்வலங்கள், கலை விழாக்கள், மாவீரர் நாள் எண்டு நான் நிரஞ்சினியைப் பார்த்தன். தேப்பன், தாய், தம்பியோட வருவாள். அவள்தான் முதல் என்ர ரெலிபோன் நம்பர் கேட்டவள். எல்லாம் கைச் சிக்னல்தான். ஒரு துண்டுப் பேப்பரில எழுதி ஆரும் பார்க்காத நேரம் அவளின்ர மடியில போட்டன். அப்ப 'செல்' போன் இல்லாத காலங்கள். அவள்தான் நானிருந்த காம்புக்கு போன் அடிப்பாள்.

நாங்கள் காதலிச்சம். மணித்தியாலக் கணக்காப் போன் கதைச்சம். அவளுக்கு ஒரு நாளைக்கு கூட என்னைப் பார்க்காம இருக்க ஏலாது. அவள் படிச்ச கொலேஜுக்கு நான் போவன். அங்கயிருந்த புல்வெளியில இருந்துகொண்டு நேரம் போறது தெரியாமக் கதைப்பம். ஒருநாள் நிரஞ்சினி என்னை அவளின்ர வெள்ளைக்கார சிநேகிதப் பெட்டையின்ர ரூமுக்குக் கூட்டிக்கொண்டு போனாள். சிநேகிதக்காரப் பெட்டை எங்கள் ரெண்டு பேரையும் தனிய ரூமில விட்டிட்டு வெளியில போயிற்றாள். அண்டைக்கு நானும் நிரஞ்சினியும் ஒருத்தரை ஒருத்தர் புத்தியாலயும் சரீரத்தாலயும் அறிஞ்சுகொண்டம். நிரஞ்சினி அடுத்த மேதின ஊர்வலத்துக்கு முதலே செத்துப்போனாள். அவள் செத்ததுக்குப் பிறகு எனக்கு

ஜெர்மனியில் இருக்க விருப்பமில்லாமல்தான் நான் பிரான்சுக்கு வந்தனான்.

நிரஞ்சினி பன்ரெண்டு வயசில ஜெர்மனிக்கு வந்தவள். தேப்பனுக்குப் பெயர் தவபாலன். வடமராச்சி ஆக்கள். பிராங்போர்ட்டில தமிழ்ப்பட வீடியோ கசற்றுகள், தமிழ் புத்தகம் பேப்பர்கள், உடுபுடவைகள் விக்கிற கடை வைச்சிருந்தவர். அந்தக் கடைக்குப் பேரே 'நிரஞ்சினி தமிழ்க் கடை' தான். நிரஞ்சினியின்ர தாயும் அந்தக் கடையில நிக்கிறவ. நிரஞ்சினிக்கு அப்ப பத்து வயசில ஒரு தம்பியிருந்தவன்.

நிரஞ்சினி கொஞ்சம் துணிஞ்ச பெட்டை. எனக்கோ விசாவே கிடைக்கயில்ல. வேலையுமில்ல. அவள்தான் எனக்கு தைரியம் சொல்லுவாள். இடக்கிடை, நான் வேணாமெண்டு சொன்னாலும் காசும் தருவாள். நான் பாடுற பாட்டுக்களெண்டால் அவளுக்கு உசிர். போன் அடிச்சுப் போட்டு பாடுங்கோ பாடுங்கோ எண்டு கேப்பாள். வைத்தி அப்புவின்ர பாட்டொண்டிருக்கு:

கஞ்சி குடி மறந்தேன்
காலத்தைத் தான் மறந்தேன்
வெற்றிலைத் தீன் மறந்தேன் – இந்த
வெள்ளாம் பொடிச்சியால

பொட்டிட்ட நெற்றிக்கும் உன்
பூவண்ணச் சட்டைக்கும்
கட்டுண்டு நின்று
கலங்குதடி என் மனது.

ரெலிபோன் பில்லாலதான் எங்கிட காதல் பிடிபட்டது. தேப்பனும் தாயும் கடையிலயிருக்க வீட்டிலயிருந்து நிரஞ்சினி என்னோட போன் கதைச்சுக்கொண்டேயிருப்பாள். போன் பில்லப் பார்த்திட்டுத் தேப்பன் கேட்க நிரஞ்சினி ஒண்டையும் ஒளியாமல் இன்ன இன்ன மாதிரி நான் அவரைத்தான் கலியாணம் கட்டப்போறன் எண்டு சொல்லிப்போட்டாள்.

தேப்பன் தன்ர கூட்டாளிமார் ரெண்டு பேரையும் கூட்டிக்கொண்டு என்னைத் தேடிக் காம்புக்கு வந்திற்றார். என்ன விசயம் எண்டு விசாரிச்சார். நானும் நிரஞ்சினிய லவ் பண்ணிறதாச் சொன்னன். சடாரெண்டு என்ர காதைப் பொத்தி அடிச்சார். ஸ்ரோங்கான அடிதான். அப்பிடியே தலை ஒருக்காச் சுத்தி வந்துது. இன்னொரு

அடி அடிச்சிருந்தேரெண்டால் செத்துப்போயிருப்பன். நான் திருப்பி அடிக்கயில்ல. என்னயிருந்தாலும் நிரஞ்சினியின்ர தேப்பனல்லே. காதல் வாழ்க!

அதுக்குப் பிறகு நிரஞ்சினிக்குக் காவல் போட்டிச்சினம். கொலேஜ் வாசலில தாய்க்காரி காரோட காவல் நிண்டா. வீட்டிலயிருந்த ரெலிபோனும் கட். தமிழ்ப்பட கசெற் விக்கிற முதலாளியெல்லே, தமிழ்ப் படத்தில வாற எல்லா வேலையும் செய்தார். தன்ர மானம் போயிருமெண்டு கண்ணீர் விட்டு அழுது நிரஞ்சினியின்ர காலில விழுந்து கும்பிட்டிருக்கிறார்.

நிரஞ்சினி அவையளுக்கு என்னவாவது பிராக்குக் காட்டிப்போட்டு உச்சிக்கொண்டு என்னட்ட வருவாள். கலியாணத்தைக் கட்டலாமெண்டால் அவளுக்கு வயசும் காணாது, எனக்கு விசாவுமில்லை. நாங்கள் வேற நாட்டுக்கு ஓடிப் போயிரலாம் எண்டு நிரஞ்சினி சொன்னாள். அவள் துணிஞ்ச கட்டை.

நான்தான் அதெல்லாம் வேணாமெண்டன். நீர் உறுதியா நில்லும் அப்பா, அம்மாவின்ர மனம் மாறுமெண்டன். அப்பா ஓமெண்டாலும் அம்மா ஒருக்காலும் ஓம்படமாட்டா எண்ட நிரஞ்சினி என்னைக் கட்டிப் பிடிச்சுக்கொண்டு அழுதாள். அவளுக்கு தகப்பனுந் தாயுமாச் சேர்ந்து பெல்டால அடிச்சதாம். அவளின்ர முதுகில அடிபட்டுக் கண்டிப் போய்கிடந்த இடத்தைக் காட்டினாள்.

ஒருநாள் நிரஞ்சினி காணாமல்போனாள், என்னட்ட காம்புக்கு வந்திற்று போனவள் வீட்ட போய்ச் சேரயில்லை. விடியப்புறம் நாலு மணிக்கு தேப்பன் என்னைத் தேடி வந்தார். என்ர கையப் பிடிச்சு அழுதுகொண்டு “தம்பி நாங்கள் உமக்கே அவவைச் செய்து வைக்கிறம் என்ர பிள்ளையைக் கண்ணில காட்டும்” எண்டு குளறினார். நிரஞ்சினியை நான்தான் கடைசியாச் சந்திச்ச ஆள் எண்டதால என்னைப் பொலிஸ்காரரும் விசாரிச்சினம்.

நிரஞ்சினியை ஆளுக்கொரு பக்கமாத் தேடினம். மூண்டாம் நாள் நான் மனம் கேளாமல் நிரஞ்சினியின்ர வீட்ட கூடப் போனன். போய் கோலிங் பெல் அடிக்கக் கதவைத் திறந்திச்சினம். அந்த வீடு முழுக்கச் சனங்கள். “இவன்தான் ஆள்” எண்டு அப்பா அந்தச் சனங்களுக்குச் சொல்ல, நிரஞ்சினியின்ர அம்மா ஓடிவந்து என்ர முகத்தில காறித் துப்பினா. நான் நிரஞ்சினிக்காகப் பேசாமல் அசையாமல் நிண்டன். முகத்தைக் கூடத் துடைக்கையில்ல. நிரஞ்சினியின்ர அம்மா எங்கயிருந்தோ ஒரு தும்புத்தடியை

எடுத்துக் கொண்டுவந்து என்ர தலையில ஓங்கி அடிச்சா. தும்புத்தடி முறிஞ்சுபோச்சுது. நான் அவவிட்ட "எனக்கு நிரஞ்சினியின்ர படம் ஒண்டு வேணும்" எண்டு சொன்னன்.

ஆறு நாளைக்குப் பிறகு பிராங்போர்ட்டிலயிருந்து நாப்பது கிலோமீற்றர் துலையிலயிருந்த பெரிய காட்டுக்குள்ள நிரஞ்சினியின்ர எலும்புத்துண்டுகளையும் சாம்பலையும் பொலிஸ்காரர் கண்டுபிடிச்சாங்கள். அந்த நேரம் ஜெர்மனியில நியோ நாஸி குழுக்கள் பெரிய அநியாயங்களச் செய்துகொண்டிருந்தாங்கள். அந்த நேரம்தான் ஒரு வியட்நாம் குடும்பத்த வீட்டோட சேர்த்து நாஸிகள் கொழுத்தியிருந்தவங்கள்.

நிரஞ்சினியோட கூடப் படிச்சுக்கொண்டிருந்த ஸ்ருடண்ட்ஸ்தான் இந்தப் பிரச்சினையை தீவிரமாக் கையில எடுத்தாங்கள். நியோ நாஸிகள் கூடுற கோப்பிக் கடையொண்டு அடிச்சு நொருக்கப்பட்டுது.

தமிழ் ரேடியோக்கள், தமிழ் பேப்பர்கள் எல்லாம் நாஸிகளைக் கடுமையாக் கண்டிச்சு எழுதிச்சினம். நாஸிகளுக்கு எதிரா பிராங்போர்ட்டே கலங்குறமாதிரி தமிழ் அமைப்புகள் ஒரு ஊர்வலத்தை ஒழுங்கு செய்திச்சினம். ரெண்டாயிரம் சனங்களிருக்கும். நிரஞ்சினியின்ர அயலட்ட வெள்ளைக்காரச் சனங்களும் ஊர்வலத்துக்கு வந்திருந்தவை. நான் ஊர்வலத்துக்கு முன்னால மார்ச் பண்ணிக்கொண்டு போனன். இனவெறிக்கு எதிராக் கோசம் போட்டுக்கொண்டு ஊர்வலம் போச்சுது. எனக்குப் பின்னால நிரஞ்சினியின்ர குடும்பம் கையில நிரஞ்சினியின்ர படங்களை வைச்சுக்கொண்டு நடந்து வந்துது.

கடைசியில, நிரஞ்சினியைக் கொலை செய்தது ஆர் எண்டதைப் பொலிஸ் கண்டுபிடிச்சுது. நிரஞ்சினியின்ர உடம்ப காட்டுக்குள்ள வைச்சு எரிக்கேக்க சைவ சமயக் கிரியைகளைச் செய்து சைவ முறைப்படிதான் எரிச்சிருக்கிறாங்கள். அதை வைச்சுதான் குற்றவாளியள கண்டுபிடிச்சாங்கள்.

நிரஞ்சினியின்ர கொலைக் கேஸில நான்தான் முக்கியமான சாட்சி. கன ஜெர்மனிப் பேப்பர்கள் இந்தக் கொலை பற்றி எழுதிச்சினம். ஆனால், மகள் சாதி மாறிக் காதலிச்சதால தேப்பனும் தாயும் அடிச்சதால படாத இடத்தில பட்டு மகள் செத்துப்போக தகப்பனும் தாயுமா மகளின்ர உடம்பைக் கொண்டுபோய் காட்டுக்குள்ள போட்டு எரிச்சதெண்டு ஒரு தமிழ்ப் பேப்பரும் நியூஸ் எழுதவுமில்ல, ஒரு தமிழ் ரேடியோ செய்தி சொல்லயுமில்ல.

கன தமிழ்ச் சனம் நாஸிகள்தான் நிரஞ்சினியை எரிச்சதா இப்பயும் நினைச்சுக்கொண்டிருப்பினம்.

ஆனால் உண்மையில அந்தப் பேப்பருகளையும் ரேடியோவையும் குறைசொல்லுறதால என்ன வரப்போகுது. அதைப் பற்றிக் கதைச்சு ஆருக்கு என்ன லாபம். ஆரையும் அழிய ஒழிய எண்டு முனியிறதால நிரஞ்சினிதான் சாம்பலிலயிருந்து உயிர்த்து வரப்போறாளா?

ஒண்டு மட்டும் சொல்லலாம்... ஜனநாயகம் வாழ்க!

இதுக்குள்ள நாஸிப் பிரச்சினை, அகதிப் பிரச்சினை, தலைமுறைப் பிரச்சினை, இனப் பிரச்சினை, சாதிப் பிரச்சினை எல்லாம் அடங்குதுதானே.

(செப்டம்பர் 2014)

கண்டி வீரன்

சிலோனில் முன்னொரு காலத்தில் கண்டி வீரன் என்றொருவன் இருந்தான். அவனுக்கு ஒரு தமிழ் விடுதலை இயக்கம் மரணதண்டனையைத் தீர்ப்பளித்ததாம். பின்னொரு சந்தர்ப்பத்தில் அந்த மரணதண்டனையை அந்த இயக்கம் விலக்கியும் கொண்டதாம். கண்டி வீரனின் சரித்திரம் பற்றி இதற்கு மேல் எனக்கு எதுவும் தெரியாது.

ஆனால் இத்தகைய சம்பவம் எங்களது போராட்ட வரலாற்றில் வெகு அபூர்வமாகவே நிகழ்ந்த ஒன்று. இயக்கங்களின் கைகளில் சிக்கியவர்கள் மீண்டதான நிகழ்வுகள் வெகு அரிதே. குறிப்பாக மரணதண்டனை விதிக்கப்பட்ட பின்பாக அத்தண்டனை விலக்கிக்கொள்ளப்பட்ட நிகழ்வு இது ஒன்றுதான். நான் கண்டி வீரனைப் பற்றிக் கேள்விப்பட்ட நாளிலிருந்தே இது எப்படி நடந்திருக்கக் கூடும் என யோசித்து வந்திருக்கிறேன். கண்டி வீரனின் கதையை எழுத வேண்டும் என்பதில் நான் வெகு ஆர்வமாயிருந்தேன். ஆனால் இது எவ்வாறு நிகழ்ந்திருக்கும் என என்னால் கற்பனையே செய்ய முடியவில்லை.

அண்மையில் நான் லியோ டால்ஸ்டாய் எழுதிய ஒரு சிறுகதையைப் படித்தேன். 'யானையைக் கட்டி யாரால் தீனி போட முடியும்" என்றொரு நீளமான தலைப்போடு அந்தக் கதையை ஆக்கூர் அனந்தாச்சாரியார் தமிழில் மொழிபெயர்த்திருக்கிறார். அந்தக் கதை அய்ரோப்பாவில் 1897-ல் நடந்த கதை. ஆனால் அந்தக் கதை போலத்தான் 1984-ல் சிலோனில் நடந்த கண்டி வீரனின் கதையும் இருந்திருக்க முடியும் என எனக்குத் திடீரெனத் தோன்றியது. வேறெப்படித்தான் கண்டி வீரன் சாவிலிருந்து தப்பித்திருக்க முடியும் சொல்லுங்கள்!

எனவே நான் ஆசிரியர் டால்ஸ்டாயின் அந்தக் கதையை வாங்கி அதற்குள் கண்டி வீரனின் சரித்திரத்தைப் புகுத்திச் சொல்வதற்கு நீங்கள் என்னை அனுமதிக்க வேண்டும்

சிலோனில் 1984 காலப் பகுதியில் பெரிதும் சிறிதுமாக முப்பத்தேழு தமிழ் ஆயுதப் போராட்ட இயக்கங்கள் இருந்ததாக ஒரு கணக்கு. அந்த முப்பத்தேழு இயக்கங்களிலும் ஆகச் சிறிய குட்டி இயக்கத்திற்குப் பெயர் 'சோசலிஸத் தமிழீழப் புரட்சிகர இயக்கம்' (ஆர்.ஓ.எஸ்.ரி.ஈ). சுருக்கமாக 'ரோஸ்டி' என அவர்கள் தங்களை அழைத்துக்கொண்டார்கள்.

அந்த இயக்கத்தில் ஆறு உறுப்பினர்கள் மட்டுமே இருந்தார்கள். எல்லோருக்கும் இருபதிலிருந்து முப்பது வயதுகளிற்குள்தானிருக்கும். அந்த இயக்கத்தின் புரட்சிகர நிறைவேற்று மத்திய குழுவில் அந்த ஆறுபேருமே இருந்தார்கள்.

ரோஸ்டி இயக்கம் ஒரு தீவிர இடதுசாரி இயக்கமாகத் தன்னைச் சொல்லிக்கொண்டது. தொழிலாளர்களையும் விவசாயிகளையும் திரட்டி தொடர்ச்சியான கெரில்லாத் தாக்குதல்களை இலங்கை இராணுவத்திற்கு எதிராக நடத்தி சோசலிஸத் தமிழ் ஈழ நாட்டை அமைப்பதே அவர்களது அரசியல் வேலைத்திட்டம். அந்தக் காலத்தில் பல ஈழத் தமிழ் இயக்கங்களிற்கு இந்திய அரசு இராணுவப் பயிற்சி கொடுத்து வந்தது. எம்.ஜி.ஆரும் கருணாநிதியும் போட்டி போட்டுக்கொண்டு இயக்கங்களிற்கு நிதி வழங்கினார்கள். ஆனால் ரோஸ்டி இயக்கம் இந்தியாவைச் சார்ந்து இருக்கக் கூடாது எனக் கொள்கை முடிவு எடுத்திருந்தது. மற்றைய இயக்கங்களைப் போல தமிழகத்தைப் பின்தளமாக உபயோகிக்கக் கூடாது என்றும் ஈழ நிலத்திலிருந்தே தங்களது இயக்கத்தை வளர்த்தெடுக்க வேண்டும் என்றும் அவர்கள் ஒவ்வொரு மாதமும் மத்திய குழுவில் தீர்மானம் போடுவார்கள்.

என்னதான் ஆறுபேர்களை மட்டுமே கொண்ட குட்டி இயக்கமானாலும், தமிழீழத்திற்காகச் சரியான பாதையில் போராடும் சித்தாந்தப் பலமுள்ள இயக்கம் தமது ரோஸ்டி இயக்கம் மட்டுமே என்பதில் அவர்களிற்கு பலத்த நம்பிக்கையிருந்தது. மற்றைய இயக்கங்களிற்கு சளைக்காத வகையில் ரோஸ்டி இயக்கமும் அவ்வப்போது அறைகூவல் அறிக்கைகளை வெளியிட்டு வந்தது. மற்றைய இயக்கங்களை சித்தாந்த விவாதத்திற்கும் அழைத்தது. மற்றைய இயக்கங்கள் நடத்தும் இராணுவத் தாக்குதல்கள்

தோல்வியுற்றால் அவை இராணுவரீதியாக எவ்வாறு தோல்வியாக அமைந்தன என ரோஸ்டி இயக்கம் ஆராய்ச்சி செய்து துண்டுப் பிரசுரம் வெளியிட்டது. துண்டுப் பிரசுரத்தின் கடைசியில் 'புரட்சிகர ரோஸ்டி இயக்கத்தின் மக்கள் படை, இராணுவத் தாக்குதல்களைத் தொடங்கும்போது அது வெற்றிகரமான இராணுவச் சாதனைகளைச் செய்யும்' என்றும் மறக்காமல் குறிப்பிடுவார்கள். ஆனாலும் மக்களது ஆதரவு துப்புரவாக ரோஸ்டி இயக்கத்தினருக்குக் கிடைக்கவில்லை என்றுதான் சொல்ல வேண்டும். ரோஸ்டி இயக்கத்தினர் சாப்பாட்டிற்குக் கூடக் கஸ்டப்பட்டார்கள்.

யாழ் நகரத்திலிருந்து எட்டுக் கிலோமீற்றர்கள் தொலைவிலுள்ள ஒரு சிற்றூரில் ரோஸ்டி இயக்கத்தினர் முகாமிட்டிருந்தனர். உயர்ந்த மதில்களால் சூழப்பட்ட பாழடைந்த பெரிய கல்வீடொன்றுதான் முகாம். அந்த வீட்டின் சொந்தக்காரர்கள் அமெரிக்காவில் இருந்தார்கள். எனவே எந்தவிதக் குற்றவுணர்வுமின்றி அந்த வீட்டை ரோஸ்டி இயக்கத்தினர் கையகப்படுத்திக்கொண்டார்கள். அந்த ஊரில் ஒரு சிறிய கடைவீதியும் நான்கு பெட்டிக் கடைகளுமிருந்தன. சனங்கள் எப்போது பார்த்தாலும் அந்தக் கடைத் தெருவில் கூடிநின்று அரசியல் பேசிக்கொண்டிருந்தார்கள். அங்கேயிருந்த கடைகளில் ரோஸ்டி இயக்கம் வரி வசூலித்தது. வியாபாரிகள் பல இயக்கங்களுக்கும் வரி செலுத்த வேண்டியிருந்ததால் ரோஸ்டி இயக்கத்தினருக்கு மிகக் குறைவான பங்கே கிடைத்தது என்றுதான் சொல்ல வேண்டும். எனினும் அவர்கள் அரைப் பட்டினி கிடந்தும், ஒருவருக்கு ஒருநாளைக்கு நான்கு சிகரட்டுகள் மட்டுமே என்ற சுய கட்டுப்பாட்டை விதித்துக்கொண்டும் கடைத்தெருவில் கிடைக்கும் இரண்டு ரூபா, அய்ந்து ரூபா வரிகளிலிருந்து சிறுகச் சிறுகச் சேமித்து வந்தார்கள். அந்தப் பணத்தில் ஒரு புரட்சிகர அரசியல் பத்திரிகையைத் தொடங்குவது அவர்களது திட்டமாயிருந்தது. அந்த வகையில் இப்போது ரோஸ்டி இயக்கத்தினரிடம் இரண்டாயிரம் ரூபாய்கள் சேமிப்பு இருந்தது.

ஒருநாள் மாலையில் அவர்கள் கடைத்தெருவில் வரி வசூலித்துக் கொண்டிருக்கையில் சனங்கள் கையும் களவுமாக மாட்டிக்கொண்ட ஒரு திருடனைப் பிடித்துவைத்து உதைப்பதைக் கண்டார்கள். அந்தத் திருடன் உயரமான, வாட்டசாட்டமான தோற்றத்தைக் கொண்டவன். பனைமரத்தைப் போல நிறமுடையவன். அவனுக்கு முழிக் கண்கள். அவை சிவந்திருந்தன. வெள்ளைச் சாரமும் ஊதா நிறத்தில் சட்டையும் அணிந்திருந்தான். எவ்வளவுதான் அடித்தாலும் அந்தத் திருடன் அசையாமலும் ஒரு சொல் பேசாமலும் நின்றிருந்தான்.

ரோஸ்டி இயக்கத்தினர் தலையிட்டு அந்தத் திருடனை மக்களிடமிருந்து விடுவித்தனர். அவனது சட்டையைக் கழற்றி அதனால் அவனது கண்களைக் கட்டினர். ஒரு கடையில் சணற்கயிறு வாங்கி அதனால் அவனது கைகளைப் பின்புறமாகக் கட்டினர். உண்மையில் அந்தக் கடைத்தெரு மக்கள் அன்றுதான் ரோஸ்டி இயக்கத்தினர் ஒரு நடவடிக்கையில் ஈடுபடுவதை முதற் தடவையாகக் கண்டனர். இதனால் ரோஸ்டி இயக்கத்தினருக்குச் சனங்களிடம் சற்றுச் செல்வாக்கு உயர்ந்திருப்பது அடுத்தநாள் வரி வசூலிக்கச் சென்றபோது தெரிந்தது.

ரோஸ்டி இயக்கத்தினர் மேலதிக விசாரணைகளிற்காக அந்தத் திருடனை வீதியால் நடத்தி தங்களது முகாமை நோக்கி அழைத்துச் சென்றனர். அப்போது பெரிய இயக்கம் பச்சை நிற வண்டியில் அங்கு வந்தது. அந்த இயக்கத்தின் பொறுப்பாளன் "என்ன பிரச்சின?" என்று கேட்டான். அதற்கு ரோஸ்டி இயக்கத்தில் ஒருவன் "தோழர் இந்த பிரச்சினைய நாங்க பொறுப்பெடுத்திருக்கிறம், நாங்கள் பார்த்துக்கொள்ளுறம்" என்று விறைப்பாகச் சொன்னான்.

முகாமுக்கு அழைத்து வரப்பட்டதும் மத்திய குழுவுக்கு மத்தியில் தரையில் திருடன் உட்கார வைக்கப்பட்டான். அவனிடம் கேள்வி மேல் கேள்வி கேட்டு விசாரணை நடத்தப்பட்டது. முழு விசாரணையும் குறிப்பேட்டில் பதிவு செய்யப்பட்டது.

அந்தத் திருடன் கண்டியைச் சேர்ந்தவன் என்பது தெரிய வந்தது. அவனுடைய பெயர் காந்திராஜன். ரோஸ்டி இயக்கத்தினருக்கு முதலில் அந்தப் பெயரே பிடிக்கவில்லை. எனவே அவர்கள் அந்தத் திருடனை அவனது ஊர்ப் பெயரைக் குறிப்பிட்டு 'கண்டி' என்று அழைத்தார்கள். அவ்வாறே விசாரணைக் குறிப்பேட்டிலும் பதிவு செய்தார்கள்.

கடைத் தெருவில் அவ்வளவு அடி வாங்கியும் வாயே திறவாத காந்திராஜன் இங்கே மத்திய குழு முன்னிலையில் தாராளமாகப் பேசினான். அவனுக்கு ரோஸ்டி இயக்கத்தினரின் கட்டுப்பாடும் நாகரிகமான விசாரணை நடைமுறைகளும் பிடித்திருந்தன. அவனைச் சூழவரயிருந்து அவனது கதைகளை ரோஸ்டி இயக்கத்தினர் வாய் பிளந்தவாறு கேட்டுக்கொண்டிருந்தனர்.

சிவகங்கைச் சீமையிலிருந்து சிலோனுக்குப் பஞ்சம் பிழைக்க வந்தவர்களின் வம்சாவழியில் கண்டியிலுள்ள ஒரு தோட்டத்தில் பிறந்த காந்திராஜன், தனது பத்து வயதில் யாழ்ப்பாணத்தில் ஒரு

வீட்டுக்கு வேலைக்காரனாகக் கொண்டுவரப்பட்டான். இதிலொரு ஆச்சரியம் என்னவென்றால் அவனை வேலைக்கு வைத்திருந்த வீட்டுக்காரர்களும் அவனைக் 'கண்டி' என்றே அழைத்தார்களாம்.

காந்திராஜன் தனது பதினைந்தாவது வயதில் எசமானி அம்மாவின் மண்டையில் கல்லைத் தூக்கிப் போட்டுவிட்டு கொஞ்சப் பணத்தையும் திருடிக்கொண்டு கண்டிக்கு ஓடியதிலிருந்து அவனது குற்ற வரலாறு ஆரம்பிக்கிறது. அதற்குப் பிறகு அவன் கொழும்பு, காலி, வவுனியா என்று போகாத ஊரில்லை. செய்யாத குழப்படியில்லை. போடாத சண்டையில்லை. படுக்காத பரத்தையரில்லை. பொலிஸிடம் வாங்காத அடியில்லை. போகாத மறியல் வீடு இல்லை.

கடைசியாக அவன், கண்டியிலிருந்த சில்லறைப் போதைப் பொருள் வியாபாரியான குடு பாஸிடம் அடியாளாக இருந்திருக்கிறான். கண்டி ரயில் நிலையத்திற்குப் பின்புறம் போதைப்பொருள் சில்லறை விற்பனை நடக்கும்போது அங்கே அவன் நின்றிருப்பான். பொலிஸ் வருகிறதா, போதைப் பொருள் தடுப்பு நார்க்கொட்டிக் பிரிவினர் மாறுவேடத்தில் அங்கு நடமாடுகிறார்களா என்பதைக் கண்காணிப்பதுதான் அவனது வேலை. குடு பாஸின் ஆட்களிற்கும் இன்னொரு போதைப் பொருள் வியாபாரியான சிவம் நானாவின் ஆட்களிற்கும் இடையில் மோதல் ஏற்படும் போதெல்லாம் குடு பாஸின் தரப்பில் முதல் ஆளாக அடிதடியில் காந்திராஜன்தான் குதிப்பான். ஒரே அடியில் ஒருவனைச் சாய்க்கும் அளவுக்கு அவனுக்கு உடல் வலிமையிருந்தது.

கண்டியிலும் ஒரு சிறிய புரட்சிகரக் கட்சியிருந்தது. அந்தக் கட்சிக்கு ஒரு சிறிய யூனியனுமிருந்தது. அந்த யூனியனுக்கு லீடராக ரணசிறி என்பவன் இருந்தான். அவனைச் சற்று மிரட்டி வைக்குமாறு குடு பாஸிடம் தனபாலசிங்கம் முதலாளி சொல்ல, யூனியன் லீடரை மிரட்டுவதற்கு குடு பாஸ் காந்திராஜனை அனுப்பிவைத்தான். காந்திராஜனும் தட்டத் தனியனாக யூனியன் லீடரின் வீட்டுக்குப் போய் கொன்று விடுவதாக மிரட்டிவிட்டு வந்தான். அப்படி அவன் கொலை மிரட்டல் விடுத்ததற்குப் பல சாட்சிகளுமிருந்தன. இரண்டாம் நாள் இரவே கத்தியால் குத்திக் கொல்லப்பட்ட யூனியன் லீடர் ரணசிறியின் உடல் தெருவில் கிடந்தது.

யூனியன் லீடரைத் தான் கொல்லவில்லை என்று குடு பாஸிடம் காந்திராஜன் எவ்வளவோ சொல்லிப் பார்த்தான். குடு பாஸ் கெட்ட

கெட்ட வார்த்தைகளால் காந்திராஜனைத் திட்டினான். பின்பு குடு பாஸ் தலைமறைவாகிவிட்டான். காவற்துறை காந்திராஜனைத் தீவிரமாகத் தேடத் தொடங்கியது. காந்திராஜன் யாழ்ப்பாணத்திற்கு ஓடி வந்துவிட்டான். யாழ்ப்பாணத்தில் இலங்கைக் காவற்துறையின் அதிகாரம் செல்லாது. காவற்துறை இயக்கங்களிற்குப் பயந்து யாழ்ப்பாணத்திலிருந்த காவல் நிலையங்களை மூடிக்கொண்டிருந்த காலமது. மிகச்சில இடங்களில் மட்டும் புலனாய்வுத்துறை அதிகாரிகளின் நடமாட்டம் இருந்தது. அவர்களும் அவ்வப்போது இயக்கங்களால் சுட்டுக் கொல்லப்பட்டுக்கொண்டிருந்தார்கள். இப்போது காந்திராஜன் யாழ்ப்பாணத்தில் சிறு சிறு திருட்டுகள் செய்து காலத்தை ஓட்டிக்கொண்டிருக்கிறானாம்.

காந்திராஜனின் ஒப்புதல் வாக்குமூலம் முழுவதையும் ரோஸ்டி இயக்கத்தினர் எழுத்தெழுத்தாகப் பதிவு செய்துகொண்டனர். அந்த முகாம் வீடிருந்த காணிக்குள் பின்பக்க மதிற் சுவரையொட்டி தனியாக ஓர் அறை இருந்தது. வேலைக்காரர்கள் தங்குவதற்காக அந்த அறை கட்டப்பட்டிருக்கலாம். அந்த அறைக்குள் காந்திராஜனைச் சிறைவைத்து அறைக்கு வெளியே காவலுக்காக தனது ஓர் உறுப்பினரையும் ரோஸ்டி இயக்கம் நிறுத்தி வைத்துவிட்டு, அந்த இரவில் ரோஸ்டி இயக்கத்தின் மிகுதி அய்ந்து பேர்களும் காந்திராஜனின் ஒப்புதல் வாக்குமூலத்தை ஆராய்ந்து விவாதித்தார்கள்.

வன்முறை, திருட்டு, அடிதடி, கட்டற்ற பாலுறவுகள், போதைப்பொருள் வியாபாரம், திட்டமிட்ட கொலை எனப் பல குற்றங்கள் காந்திராஜனுக்கு எதிராகவே இருந்தன. அவனொரு லும்பன் - சமுகவிரோதி என்பதில் ரோஸ்டி இயக்கத்தினருக்குச் சந்தேகமே இருக்கவில்லை. எனவே அன்றிருந்த இயக்க வழமைகளின்படி ரோஸ்டி இயக்கம் காந்திராஜனுக்கு மரணதண்டனையைத் தீர்ப்பளித்தது. அவனை கடைத் தெருவிலுள்ள விளக்குக் கம்பத்தில் கட்டி வைத்துச் சுட்டுக்கொல்வதாக முடிவெடுக்கப்பட்டது.

இந்தத் தீர்ப்பை அவர்கள் காந்திராஜனுக்குச் சொன்னபோது அவன் “இது ஞாயமில்லைங்க சாமி, செய்யாத கொலைக்கு தண்டனை கொடுக்கலாமுங்களா” எனக் கேட்டான். எனினும் அவனுக்கு மரணதண்டனை வழங்கும் ரோஸ்டி இயக்கத்தின் முடிவில் மறுபரிசீலனைக்கு இடமே இருக்கவில்லை. பொதுவாக அவர்கள் ஒரு முடிவை எடுப்பதற்கு முன்பு தீர அலசி ஆராய்வார்கள். முடிவை எடுத்துவிட்டால் அந்த முடிவில் உறுதியாக இருப்பார்கள்.

ஆனால் மரணதண்டனையை நிறைவேற்றுவதில் ஒரு சிக்கலிருந்தது. காந்திராஜனைச் சுட்டுக் கொல்வதற்கு ரோஸ்டி இயக்கத்தினரிடம் துப்பாக்கியே இல்லை. எனவே ஆயுதப் புழக்கமுள்ள இன்னொரு இயக்கத்திடம் உதவி கேட்பதென்று அவர்கள் தீர்மானித்தார்கள். அவர்கள் அந்த இயக்கத்திடம் ஒரு துப்பாக்கியை ஒருநாள் வாடகையாகவும் அதற்கான இரண்டு சன்னங்களை விலையாகவும் பெறுவதற்கு எவ்வளவு செலவாகும் எனக் கேட்டு ஆளனுப்பினார்கள்.

அதற்கு மற்ற இயக்கமோ துப்பாக்கியை வாடகைக்குத் தர முடியாதென்றும் வேண்டுமானால் துப்பாக்கியோடு தங்களது தேர்ச்சி பெற்ற உறுப்பினர் ஒருவர் வந்து கச்சிதமாகக் காரியத்தை முடித்து வைப்பாரென்றும் அதற்கான கட்டணமாகப் பத்தாயிரம் ரூபாய்களைத் தாங்கள் அறவிடுவார்களென்றும் சொல்லி அனுப்பினார்கள்.

இதைக் கேட்டதும் ரோஸ்டி இயக்கத்தினர் அதிர்ந்து போய்விட்டனர். இந்தக் கண்டிக் கொலைகாரனுக்காக நாங்கள் பத்தாயிரம் ரூபாய் செலவு செய்வதா? முதலில் பத்தாயிரம் ரூபா நம்மிடம் எங்கேயிருக்கிறது? குறைந்த செலவில் காரியத்தை முடிக்க முடியாதா என்றெல்லாம் அவர்கள் புலம்பிக்கொண்டே விவாதித்தனர்.

தாங்கள் முதலில் உதவி கேட்டு அணுகிய இயக்கம் ஒரு முதலாளித்துவச் சிந்தனையுள்ள இயக்கம் என்பதால்தான் அவர்கள் அதிகமாகப் பணம் கேட்பதோடு, பொதுவாகவே ரோஸ்டி இயக்கத்தை அவர்கள் மதிப்பதுமில்லை என்றெல்லாம் ரோஸ்டி இயக்கத்தினர் பேசிக்கொண்டார்கள். எனவே இடதுசாரிச் சிந்தனையுள்ள ஓர் இயக்கத்திடம் நாம் உதவி கேட்கலாம். அவர்களிடம் நமது பேச்சுக்கு மதிப்பிருக்கும் என்று ரோஸ்டியின் மத்திய குழு தீர்மானித்தது. அதன்படி அவர்கள் ஆயுதப் புழக்கமுள்ள இடதுசாரி இயக்கமொன்றிடம் உதவி கேட்டார்கள்.

குறிப்பிட்ட இடதுசாரி இயக்கம் துப்பாக்கியோடு தோழர் ஒருவரை அனுப்பிவைப்பதென்றால் அய்ந்தாயிரம் ரூபாய்கள் செலவாகுமென்று சொன்னார்கள். தனியே துப்பாக்கியை மட்டும் வாடகைக்குக் கொடுப்பதென்றால் வாடகை மூவாயிரம், வைப்புப் பணம் ஆறாயிரம் என்றார்கள். அதுவும் ரோஸ்டி இயக்கத்தினருக்குக் கட்டுப்படியாகாது. நமது மோசமான பொருளாதாரச் சூழ்நிலையில்

இந்தக் கண்டிக் கொலைகாரனுக்காக நாங்கள் இவ்வளவு பணம் செலவு செய்வதா? அவ்வளவு பணமிருந்தால் நாங்கள் தங்கமாக நமது பத்திரிகையை ஆரம்பிக்கலாமே என்றவாறெல்லாம் அவர்கள் சிந்தித்தார்கள். எவ்வாறு தங்களிற்குக் கட்டுப்படியாகும் வண்ணம் குறைந்த செலவில் மரணதண்டனையை நிறைவேற்றலாம் என அவர்கள் மறுபடியும் நுணுக்கமாக ஆராய்ந்தார்கள்.

இந்தத் துப்பாக்கி எடுப்புச் சாய்ப்பில்லாமல் வேறு வழியில் மரணதண்டனையை நிறைவேற்றினால் என்னவென்று அவர்கள் யோசனை செய்தார்கள். கத்தியால் வெட்டிக் கொல்லலாமா? என்றொரு யோசனையை ஒருவன் முன்வைத்தபோது அது மனிதாபிமானமற்ற காட்டுமிராண்டி கால வழமை என மத்திய குழுவில் பெரும்பான்மை ஆட்சேபித்தது. கைதியை அடித்தே கொல்வதற்கு இயக்க உறுப்பினர்கள் யாருக்கும் மனத் தைரியமில்லை என்பதைவிட அடித்தால் சாகுமளவிற்கு காந்திராஜன் பலவீனனாகத் தெரியவில்லை. அவன் உருக்கைப் போன்ற உடல்வாகு கொண்டவன். நஞ்சூட்டிக் கொல்லலாம் என்ற யோசனையும் மத்திய குழுவின் பெரும்பான்மையால் நிராகரிக்கப்பட்டது. அது சதிகாரர்களின் பாணி. ஒரு புரட்சிகர இயக்கம் ஒருபோதும் அதைச் செய்யலாகாது.

கடைசியில், நாமே சொந்தமாக இரண்டாம் கையோ ஓட்டை ஒடிசலோ ஒரு மலிவு விலைத் துப்பாக்கியை வாங்கி வந்து அதனால் காந்திராஜனின் கதையை முடித்துவிடுவது என்று மத்திய குழு உறுதியான முடிவுக்கு வந்தது. விசாரித்துப் பார்த்ததில் என்னதான் பண்டாரவன்னியன் காலத்துப் பழைய துப்பாக்கியாக இருந்தாலும் நான்காயிரம் ரூபாய்களுக்குக் குறைய விலைக்குக் கிடைக்காது என்பது தெரிந்தது. அவ்வளவு பணத்திற்கு ரோஸ்டி இயக்கத்தினர் எங்கே போவார்கள்! அந்தச் சிறிய கடைத்தெருவில் வாங்கும் வரியைப் பட்டினியாகக் கிடந்து அப்படியே சேர்த்து வைத்தாலும் நான்காயிரம் ரூபாய்களைச் சேர்க்க இரண்டு வருடங்களாகுமே. அதுவரை இந்தக் கண்டிக் கொலைகாரனைக் கட்டி அவிழ்க்க முடியுமா.

சிறை வைக்கப்படும் கைதிக்கு மூன்று வேளை உணவும் இரண்டுவேளை தேநீரும் வழங்க வேண்டுமென்பது ரோஸ்டி இயக்கத்தின் சட்ட விதிகளிலொன்று. கிழமைக்கு ஒருமுறை எண்ணைக் குளிப்புமுண்டு. கைதிக்கு நாளொன்றுக்கு நான்கு சிகரெட்டுகள் முதலில் வழங்கப்பட்டன. பின்பு கைதியின்

கண்டி வீரன் | 181

கோரிக்கையை ஏற்று சிகரெட்டுகளிற்குப் பதிலாக ஒரு கட்டு பீடிகள் நாள்தோறும் கைதிக்கு வழங்கப்பட்டன.

முகாமில் சமைக்கப்படும் உணவு, காந்திராஜன் சிறைவைக்கப் பட்டிருந்த அறைக்கு நேரம் தவறாமல் போய்க்கொண்டிருந்தது. இந்த ஒரு மாதத்திற்குள் உட்கார்ந்த இடத்திலிருந்தே நன்றாக மூன்று வேளையும் சாப்பிட்டதில் காந்திராஜன் ஒரு சுற்றுப் பெருத்தேவிட்டான். அவனது மேனியில் ஒருவகையான மினுமினுப்பும் வந்தது. அவன் சுகமாகத் தூங்கிக் கழித்தும் தூங்காத நேரங்களில் ஆனந்தமாகப் புகை பிடித்துக்கொண்டும் குஷாலாக இருந்தான். ஒரு மாத முடிவில் மத்திய குழு கணக்கு வழக்குப் பார்த்தபோது கைதியைப் பராமரிக்க மட்டும் ஆயிரத்துச் சொச்சம் ரூபாய்கள் செலவாகியிருப்பது தெரியவர மத்திய குழு கதிகலங்கிப் போய்விட்டது.

இந்த இழப்பை எப்படி ஈடுகட்டுவதென்றும் எப்படி மிகக் குறைந்த செலவில் கைதியைப் பராமரிப்பதென்றும் அவர்கள் மீண்டும் மண்டையைப் போட்டுக் குழப்பிக்கொண்டார்கள். எங்கேயிருந்தோ வந்த கண்டிக் கொலைகாரன் நமது மக்களின் வரிப்பணத்தைச் சாப்பிட்டுக் கொழுப்பதா என்று மத்திய குழு குமுறியது. பேசாமல் கைதியை விடுதலை செய்துவிடலாமென்று கூட யோசித்தார்கள். ஆனால் சமூகவிரோதி ஒருவன்மீது விதிக்கப்பட்ட மரணதண்டனையை தகுந்த காரணமில்லாமல் விலக்கிக்கொள்வது கொள்கைப் பிறழ்வு என்றபடியால் மத்திய குழு கொஞ்சம் தயங்கியது.

அப்போது ஓர் உறுப்பினன் ஒரு நல்ல ஆலோசனையை முன்மொழிந்தான்.

"இப்ப, நாங்கள் ஆள் மாறி ஆள் இரவு பகலாக் கைதிக்கு காவல் நிக்கிறம். இனி அவனுக்கு காவல் போடத் தேவையில்ல"

"காவல் இல்லாட்டி அவன் தப்பி ஓடிப் போயிருவானே"

"ஓடிப் போகட்டும்! அதோட எங்களப் பிடிச்ச சனியன் துலையட்டும்... அவன் ஓடினால் எங்களுக்கு என்ன நட்டம்? இயக்கத்துக்கு செலவு மிச்சம்தானே."

அடுத்த நாளிலிருந்து காந்திராஜனின் அறைக்கு முன்னால் போடப்பட்டிருந்த காவல் விலக்கப்பட்டிருந்தது. கதவும் திறந்து

விடப்பட்டிருந்தது. சாப்பாட்டு நேரமாகியும் சாப்பாடு வராததால் காந்திராஜன் சத்தம் போட்டுக் கூப்பிட்டான். யாரும் வருவதாகத் தெரியவில்லை.

காந்திராஜனுக்குப் பசி பொறுக்க முடியவில்லை. அவன், சிறைவைக்கப்பட்டிருந்த அறையிலிருந்து மெதுவாக வெளியே வந்து சுற்று முற்றும் பார்த்துவிட்டு முகாமுக்கு நடந்துபோய் உணவு கேட்டான். உணவு கிடைத்ததும் அதை எடுத்துக்கொண்டு வந்து மீண்டும் சிறை அறைக்குள் புகுந்து சாப்பிட்டுவிட்டுப் படுத்துக்கொண்டான். அடுத்துவந்த நாட்களில் இந்நிகழ்ச்சி தவறாமல் நிகழ்ந்தது. மூன்று வேளையும் முகாமுக்குப் போய் சாப்பாட்டையும் தேனீரையும் பீடிக் கட்டுகளையும் பெற்றுக்கொண்டு கைதி மறுபடியும் வந்து சிறைக்குள் புகுந்துகொண்டு சுகமாகக் காலத்தைக் கழித்தான். அவனுக்குத் தப்பித்துச் செல்லும் நோக்கமே இருப்பதாகத் தெரியவில்லை.

"இந்தச் சனியனை எத்தனை நாள்தான் கட்டிக்கொண்டு மாரடிப்பது" என மத்திய குழுவிற்குள் அபிப்பிராய பேதங்கள் கிளம்பலாயின. காவலை விலக்கிக்கொள்ள ஆலோசனை சொன்ன உறுப்பினனே இம்முறையும் இந்தப் பிரச்சினையைக் கையாளும் பொறுப்பை ஏற்றுக்கொண்டான். "நாங்கள் அவனாய் ஓடிப்போவானெண்டு பார்த்துக்கொண்டிருந்தால் அது நடவாது, என்னமும் தந்திரம் செய்துதான் அவனைக் கிளப்ப வேணும்" என்றான் அவன்.

அவன் சும்மா பராக்குப் பார்ப்பது போல கைதி சிறைவைக்கப்பட்டிருந்த அறையை நோக்கிச் சென்றான். அறைக்குள் சம்மணம் கட்டி வசதியாக உட்கார்ந்திருந்து கைதி இன்பமாக பீடி புகைத்துக்கொண்டிருந்தான். ரோஸ்டி உறுப்பினன் வருவதைக் கண்டதும் கைதி புகைத்துக்கொண்டிருந்த பீடியை தரையில் தேய்த்து அணைத்து, துண்டு பீடியைக் காதுக்குள் செருகிவிட்டு மரியாதை நிமித்தம் எழுந்து நின்றுகொண்டான். வந்தவன் கைதியிடம் மெதுவாகப் பேச்சுக் கொடுத்தான்.

"என்னடாப்பா உன்ர முகம் இண்டைக்கு சரியா வாடிக் கிடக்கு, பொஞ்சாதி பிள்ளையள நினைக்கிறாய் போல"

"அதுங்க கெடக்குது சாமி கழுதைங்க"

“என்னடாப்பா இப்பிடிச் சொல்லுறாய்... உன்னைக் காணாமல் அதுகள் தவிச்சுப் போய்க் கிடக்குங்கள்”

“நா அங்கிட்டு இருந்தேன்னா அதுங்களுக்கு செரமம் தான் பாருங்க... இப்பதான் அதுங்க நிம்மதியா கெடக்குங்க”

“எனக்கென்னவோ உன்னைப் பார்க்க பெரிய பாவமாக் கிடக்கு... நீ இப்பிடிச் சொன்னாலும் உன்ர உள் மனதில பொஞ்சாதி பிள்ளையளப் பார்க்க வேணுமெண்டு ஆசை கிடக்கும்தானே. இப்பதான் இஞ்ச உனக்கு காவல் ஒண்டும் இல்லையே. நீ வேணுமெண்டால் ஓடிப் போ. பஸ்சுக்கு காசு வேணுமெண்டால் நான் தாறன். எங்கிட தோழர்மார் உன்னைத் தேடாமல் நான் சொல்லிச் சமாளிக்கிறன்.”

எழுந்து நின்ற கைதி மறுபடியும் சம்மணம் போட்டு சிறை அறையின் நடுவாக உட்கார்ந்துகொண்டான். பின்பு அவன் பீடியைப் பற்ற வைத்துக்கொண்டு பேசினான்.

“அது தப்புங்க சாமி... என்னைய நீங்க எவ்வளவு நம்பியிருந்தா காவலை எடுத்திருப்பீங்க. நான் துரோகஞ் செய்யலாங்களா.”

“இதுல ஒரு துரோகமுமில்ல கண்டி, நீ ஓடினால் நாங்கள் கவலைப்படமாட்டம்”

“நா எங்கிட்டு சாமி ஓடிப்போவ முடியும்? நீங்க நமக்கு தூக்குத் தண்டன கொடுத்திருக்கீங்கன்னு ஊரு ஒலகம் பூராவும் தெரிஞ்சுபோச்சு. இனி யாரு எனக்கு வேல கொடுப்பாங்க? நான் எப்பிடி பொழைப்பேன் சொல்லுங்க?”

ரோஸ்டி உறுப்பினனுக்கு வெறுத்துப் போய்விட்டது. அவன் திரும்பி நடந்தான். அப்போது கைதி கூப்பிட்டுச் சொன்னான்:

“சாமி காம்பரா கதவ மூடிட்டுப் போயிடுங்க”

கைதிக்கு அங்கிருந்து வெளியேறும் எண்ணம் கிடையவே கிடையாது என்பது மத்திய குழுவுக்குத் தெளிவாகிவிட்டது. அவர்கள் மீண்டும் தங்களது மண்டைகளைக் கசக்கிப் பிழிந்து ஒரு முடிவுக்கு வந்தார்கள். எப்பாடு பட்டாவது எவன் தலையை அடகு வைத்தாவது உடனடியாக ஒரு துப்பாக்கியை வாங்கி அதனால் கைதிக்கு மரணதண்டனையை நிறைவேற்றிவிட்டுத்தான் மறுவேலை பார்ப்பது என்பதுதான் அந்த முடிவு.

அந்தக் காலத்தில் இயக்கங்கள் பரவலாக வங்கிக் கொள்ளைகளை நடத்திவந்தன. எனவே ரோஸ்டி இயக்கமும் ஒரு வங்கியைக் கொள்ளையிட்டு கொள்ளைப் பணத்தில் முதல் வேலையாக துப்பாக்கி ஒன்று வாங்கி கைதியைப் போட்டுத் தள்ளிவிடுவது என்று முடிவு செய்தது.

கொள்ளையிடுவதற்காக ஒரு சிறிய கிராமிய வங்கி இலக்குவைக்கப்பட்டு திட்டங்கள் செம்மையாக வகுக்கப்பட்டன. திட்ட வரைபடங்கள் தயாரிக்கப்பட்டன. அந்தக் கிராமிய வங்கியில் ஒரேயொரு காவலாளி மட்டுமே இருக்கிறான். காலை பத்துமணிக்கு முன்பு அந்த வங்கியிலும் அந்த வங்கியிருக்கும் தெருவிலும் பெரிதாக ஆள்நடமாட்டம் இருக்காது. அந்த வங்கியின் கம்பிக் கதவு எப்போதும் மூடப்பட்டுத்தானிருக்கும். கம்பிக் கதவுக்குப் பின்னால் நீண்ட கழியொன்றை கையில் வைத்துக்கொண்டு காவலாளி நின்றிருப்பான். அவன் வங்கிக்கு வருபவர்களை விசாரித்துவிட்டு கதவைத் திறந்து ஒருவரை மட்டும் உள்ளே அனுமதித்துவிட்டு மறுபடியும் கதவை மூடிக்கொள்வான். உள்ளே போனவர் திரும்பிய பிறகுதான் அடுத்தவரை வங்கிக்குள் நுழைய காவலாளி அனுமதிப்பான்.

ரோஸ்டி இயக்கத்தினர் சிவில் உடைகள் அணிந்த புலனாய்வுத் துறையினர் என்ற தோரணையில் காலை ஒன்பது மணிக்கு ஒரு காரில் அந்த வங்கிக்குச் செல்ல வேண்டும். 'வங்கியில் வேலை செய்பவர்களில் ஒருவர் பயங்கரவாதச் சந்தேகநபர், அவரைக் கைது செய்ய வந்திருக்கிறோம்' என்று சொல்லி வங்கிக்குள் நுழைந்து கொள்ளையடிக்க வேண்டும். இதுதான் திட்டம்.

ஆனால் இந்தத் திட்டத்திலிருந்த பிரதான குறைபாடு என்னவெனில் புலனாய்வு அதிகாரியென்றால் சிங்களத்தில் வங்கிக் காவலாளியிடம் பேசினால்தான் காவலாளி ஏமாறுவான். ஆனால் ரோஸ்டி இயக்க உறுப்பினர்கள் யாருக்குமே சிங்களம் பேசத் தெரியாது. மத்திய குழு ஒருநாள் முழுவதும் கடுமையாக விவாதித்த பின்பு தங்களது கொள்ளைத் திட்டத்தில் ஒருவனாக கைதி காந்திராஜனையும் சேர்த்துக்கொள்ள முடிவெடுத்தது. ஏனெனில் காந்திராஜனுக்கு சுத்த சிங்களம் பேசத் தெரியும். தவிரவும் அவனது உயரத்தையும் உடற்கட்டையும் பார்க்கும் எவருக்கும் அவனைப் புலனாய்வு அதிகாரி என நம்புவதில் பிரச்சினையிருக்காது. அவனது தோற்றப் பொலிவுக்கு முன்னால், பசியாலும்

கண்டி வீரன் | 185

பஞ்சத்தாலும் அடிபட்டிருக்கும் ரோஸ்டி இயக்க உறுப்பினர்கள் ஏப்ப சாப்பைகளாகவே தெரிந்தனர்.

சம்பவம் நடத்தப்பட்ட அன்று ஒரு வாடகைக் காரைக் கடத்திக்கொண்டு ரோஸ்டி இயக்கத்தினர் அந்தக் கிராமிய வங்கிக்குச் சென்றனர். மிடுக்கான உடையணிந்திருந்த காந்திராஜன் முன்னே செல்ல மூன்று ரோஸ்டி உறுப்பினர்கள் பின்னால் சென்றார்கள். ஒருவன் காரிலேயே சாரதி இருக்கையில் தயாராக உட்கார்ந்திருந்தான்.

காந்திராஜன் தனது வாழ்நாளில் எத்தனை விசாரணைகளையும் விசாரணை அதிகாரிகளையும் பார்த்திருப்பான்! எனவே அவன் கச்சிதமாக ஒரு பெரிய புலனாய்வு அதிகாரியைப் போல பிசிறில்லாமல் பாவனை செய்தான். வங்கியை நெருங்கும்போதுதான் தெரிந்தது, அந்த வங்கிக் காவலாளி துப்பாக்கி வைத்திருக்கிறான்.

காந்திராஜனுக்குப் பின்னால் சென்ற ரோஸ்டி உறுப்பினர்கள் தடுமாறினார்கள். அவர்களது கால்கள் பின்னிக்கொண்டன. திரும்பி ஓடிவிடலாமா என்பது போல ஆளை ஆள் பார்த்து முழித்தார்கள். அவர்கள் அந்த வங்கியைக் குறித்து சேகரித்து வைத்திருந்த தரவுகள் துல்லியமானவைதான். அங்கிருந்த காவலாளி நேற்றுவரை துப்பாக்கியில்லாமல் கையில் வெறும் கழிதான் வைத்திருந்தான். ஆனால் வடபகுதியில் வங்கிக் கொள்ளைகள் அதிகமும் நடப்பதால் அரசாங்கம் நேற்று முதல் கிராமிய வங்கிக் காவலாளிகளிற்கும் ஒப்புக்கு ஒரு பழைய 'ரிப்பீட்டர்' துப்பாக்கியை வழங்கியிருந்தது அவர்களிற்கு எப்படித் தெரியும்.

ஆனால் காந்திராஜன் துப்பாக்கியைப் பார்த்த பின்பும் கம்பீரமாக முன்னே நடந்து போனான். அவன் காவலாளி முன்னால் போய்நின்று தனது வலது கையை தனது மார்பு வரை விசுக்கென உயர்த்திய மாத்திரத்திலேயே காவலாளி பதறிப்போய் சல்யூட் செய்தான். காவற்துறை உயரதிகாரிகள் தங்களிலும் கீழான அதிகாரிகளிற்கு காந்திராஜன் செய்ததுபோலத்தான் கையை மார்புவரை மட்டுமே உயர்த்தி சல்யூட் அடிப்பதுபோல அரைகுறையாகப் பாவனை செய்வார்கள். காந்திராஜன் சிங்களத்தில் அதிகாரமாக இரண்டு வார்த்தைகள் பேசியதுமே கம்பிக் கதவு அகலத் திறந்தது. உள்ளே நுழைந்ததுமே, காந்திராஜன் இடது கையால் காவலாளியின் துப்பாக்கியைப் பற்றிப் பிடித்து இழுத்தவாறே வலது கையால் காவலாளியின் கன்னத்தில் ஓங்கி ஓர் அறை கொடுத்தான். காவலாளி

தலைசுற்றி மயங்கி விழுந்தான். காந்திராஜன் கைகளில் ஏந்திய துப்பாக்கியுடன் ரோஸ்டி இயக்கத்தினரை உள்ளே வருமாறு அழைத்தான். அவர்கள் குடுகுடுவென்று ஓடி வந்தார்கள். காந்திராஜன் தலைமைதாங்கி துப்பாக்கியை நீட்டியபடியே முன்னே செல்ல ரோஸ்டி உறுப்பினர்கள் பின்னால் போனார்கள்.

அந்த வங்கியில் ஒரு மயிருமில்லை. துழாவித் தேடிப் பார்த்ததில் நூறு ரூபாய் சொச்சம் மட்டுமே சில்லறையாகச் சிக்கியது. அந்தச் சில்லறைகளைப் பொறுக்கிக்கொண்டு ரோஸ்டி இயக்கம் காரில் தப்பிச் சென்றது. காரின் முன்னிருக்கையில் காந்திராஜன் துப்பாக்கியோடு கம்பீரமாக இருந்தான். ஆள் நடமாட்டமில்லாத கடற்கரையோரமாக வண்டியைக் கைவிட்டுவிட்டு அங்கிருந்து நடந்துபோய் முகாமை அடைந்தார்கள். முகாமுக்குப் போனதும் காந்திராஜன் துப்பாக்கியோடு போய் தனது சிறை அறைக்குள் புகுந்துகொண்டான். பார்த்துக்கொண்டிருந்த ரோஸ்டி இயக்கத்தினருக்கு பகீரென்றது.

துப்பாக்கியைக் கவர்ந்து வந்தது காந்திராஜனின் முழு முயற்சியே ஆகும். அதில் ரோஸ்டி இயக்கத்தினருக்கு எந்தப் பங்கும் கிடையாது என்ற உண்மை அவர்களைச் சுட்டது. சொல்லப்போனால் துப்பாக்கியைப் பார்த்ததுமே ரோஸ்டி இயக்கத்தினர் திரும்பி ஓட நினைத்ததுதான் உண்மை. எனவே நியாயப்படி அந்தத் துப்பாக்கிக்கு உரித்துள்ளவன் காந்திராஜன்தான்.

ஆனால் அந்தச் சமூகவிரோதியின் கையில் துப்பாக்கியிருப்பது சமூகத்திற்கு ஆபத்தானது என ரோஸ்டி இயக்கம் நினைத்தது. தவிரவும் அவனுடைய கையில் துப்பாக்கி இருக்கும்போது இவர்கள் எப்படி நிம்மதியாகத் தூங்க முடியும். நித்திரைப் பாயில் வைத்தே வரிசையாகச் சோலியை முடித்துவிடமாட்டான் என்பது என்ன நிச்சயம். தவிரவும் இப்போது ரோஸ்டி இயக்கத்தினருக்கு அவசரமாக அந்தத் துப்பாக்கி தேவையாகவுமிருந்தது. அந்தத் துப்பாக்கியால்தான் அவர்கள் காந்திராஜனுக்கு மரணதண்டனையை நிறைவேற்ற வேண்டிய நிலையிலிருந்தார்கள். எனவே அந்தத் துப்பாக்கியை காந்திராஜனிடமிருந்து பறிமுதல் செய்வதென மத்திய குழு முடிவெடுத்தது.

மத்திய குழுவின் ஆறுபேர்களும் சேர்ந்து எதற்கும் தயாரான நிலையில் சிறை அறையை நோக்கிச் சென்றார்கள். அவர்கள் அங்கே

சென்றபோது காந்திராஜன் தரையில் குந்தி உட்கார்ந்துகொண்டு துப்பாக்கியைப் பாகம் பாகமாகப் பிரித்து தரையில் வைத்திருந்தான்.

"இது மிச்சம் பழைய தோக்கு சாமி. வேலைக்காவாது. கொஞ்சம் எண்ணய கிண்ணய போட்டு ரிப்பேர் பண்ணாத்தான் எதுனாச்சும் செய்யலாம்"

"என்ன கண்டி, உனக்கு துவக்கெல்லாம் கழட்டிப் பூட்டத் தெரியுமோ?"

"ஆ தெரியுங்க சாமி. கூட்டாளிமாரோட வேட்டைக்கு போயிருக்கேன்"

மத்திய குழு அமைதியாகத் திரும்பி முகாமுக்கு வந்தது. அந்தத் துப்பாக்கி தரையில் அக்குவேறு சுக்குநூறாகக் கிடந்த கோலத்தைப் பார்த்ததுமே அதைவைத்துச் சுட முடியும் என்ற நம்பிக்கையை மத்திய குழு முற்றிலும் இழந்துவிட்டது. அன்று விடிய விடிய மத்திய குழு நித்திரையில்லாமல் ஆலோசனைக் கூட்டத்தை நடத்திக் கொண்டிருந்தபோது, அதிகாலை நான்கு மணிக்கு மற்றொரு இயக்கத்தால் சுற்றி வளைக்கப்பட்டது.

அந்த மற்றைய இயக்கம் ஒரு பெரிய இயக்கம். அந்த இயக்கத்திற்கு தங்களைத் தவிர வேறுயாரும் செயற்படுவது பிடிக்கவே பிடிக்காது. அப்படிச் செயற்படும் இயக்கங்களை தருணம் பார்த்துத் தாக்கி அழிக்க அது திட்டம் போட்டிருந்தது. ரோஸ்டி இயக்கம் ஒரு வங்கியைக் கொள்ளையிட்டதை அந்தப் பெரிய இயக்கத்தால் தாங்கிக்கொள்ளவே முடியவில்லை. எனவே ரோஸ்டி இயக்கத்தினரை தடைசெய்துவிடுவது என்ற முடிவோடு அவர்கள் ரோஸ்டி இயக்கத்தினரின் முகாமுக்கு வந்திருந்தார்கள். ரோஸ்டி இயக்கத்தினரின் 'பலம்' குறித்து அவர்களிற்குத் தெரிந்திருந்ததால் வெறும் நான்கு பேர்கள் மட்டுமே வந்திருந்தார்கள். அவர்களில் இருவர் நவீனரகத் துப்பாக்கிகளை வைத்திருந்தார்கள்.

அந்த நிலையில்கூட ரோஸ்டி இயக்கத்தினர் பெரிய இயக்கத்தோடு பேச்சுவார்த்தைக்குத் தயாராகத்தான் இருந்தார்கள். ஆனால் பெரிய இயக்கத்தின் பாணியே வேறு. அவர்கள் ரோஸ்டி இயக்க மத்திய குழுவின் ஆடைகளைக் களைந்து அவர்களை வெறும் உள்ளாடைகளோடு சுவரோரமாக முழந்தாள்களில் நிறுத்தி வைத்திருந்தார்கள். தூஷணத்தால் மட்டுமே அவர்கள் ரோஸ்டி இயக்கத்தினரோடு பேசினார்கள். ஒரு ரோஸ்டி உறுப்பினனுக்கு

கன்னத்தில் அடியும் விழுந்தது. அப்போது அந்த உறுப்பினன் வலியால் அலறியது அந்த ஊருக்கே கேட்டது. கடைசியாக ரோஸ்டி இயக்கத்தின் மத்திய குழு ஒருமித்த குரலில் ஒன்றைச் சொன்னது:

"அண்ணே, எங்களத் தடை செய்யுறதெண்டா தடை செய்யுங்கோ, இப்பிடி மரியாதை கெடுத்தாதேயுங்கோ"

இதைக் கேட்டதும் பெரிய இயக்கத்தினர் விழுந்து விழுந்து சிரித்தார்கள். அவர்களிற்கும் இவர்களைப் பார்த்தால் கொஞ்சம் பரிதாபமாகத்தான் இருந்தது. அப்போது இடிமுழக்கம் போல அடுத்தடுத்து இரண்டு சத்தங்கள் அந்த வீட்டை அதிரச் செய்தன. துப்பாக்கிகளை வைத்திருந்த பெரிய இயக்கத்தின் இரண்டு உறுப்பினர்களிற்கும் அடுத்தடுத்து நடு நெற்றியில் வெடி விழுந்தது. அவர்கள் மல்லாக்க விழுந்தார்கள். எங்கிருந்து சூடு வருகிறதென்று தெரியாததால் பெரிய இயக்கத்தின் அடுத்த இரண்டு உறுப்பினர்களும் மின்னலாக இருளிற்குள் மறைந்தார்கள். அவர்களது பயிற்சி அப்படியானது.

வீட்டிற்கு வெளியே இருளுக்குள்ளிருந்து சன்னலுக்குள்ளால் குறிபார்த்துச் சுட்ட காந்திராஜன் நீட்டிய துப்பாக்கியுடன் வீட்டுக்குள் நுழைந்தான். இன்னும் சில நிமிடங்களிலேயே பெரிய இயக்கம் வந்து இந்த வீட்டை வேரோடும் வேரடி மண்ணோடும் அழித்துவிடும் என்பது ரோஸ்டி இயக்கத்தினருக்குத் தெரிந்திருந்தது. இந்த நாட்டின் எந்த மூலைக்குச் சென்று ஒளிந்துகொண்டாலும் பெரிய இயக்கம் தேடிப் பிடித்து அவர்களை அழித்தொழித்துவிடும்.

காந்திராஜன், ரோஸ்டி இயக்கத்தினரை உடைகளை அணியச் சொன்னான். அவர்கள் மறுபேச்சுப் பேசாமல் அவனது சொற்களிற்குக் கீழ்ப்படிந்தனர். கையில் ஏந்திய துப்பாக்கியுடன் அவர்களை அழைத்துக்கொண்டு வீட்டின் பின்புற வழியால் காந்திராஜன் வெளியேறினான். தோட்ட வெளிகளிற்குள்ளால் அவர்கள் புகுந்து ஓடி ஒரு மீனவக் கிராமத்தைச் சென்றடையும்போது நிலம் வெளிக்கத் தொடங்கியிருந்தது.

காந்திராஜன் தோளில் தொங்கவிடப்பட்டிருந்த துப்பாக்கியோடு சென்று மீனவர்களிடம் உதவி கேட்டான். தாங்கள் போராளி இயக்கமெனவும் அவசரமாகத் தங்களிற்கு விசைப்படகு தேவையாயிருக்கிறது என்றும் சொன்னான். மீனவர்கள் உற்சாகத்துடன் உதவ முன் வந்தார்கள். உடனடியாக ஓட்டி தயாரானான். அய்ம்பத்தைந்து குதிரை வலுவுடைய இரண்டு

இயந்திரங்களோடு விசைப்படகும் தயாரானது. ரோஸ்டி இயக்கத்து மத்திய குழுவையும் காந்திராஜனையும் சுமந்துகொண்டு படகு வேகமாகக் கரையிலிருந்து மறைந்தது.

கரை கண்ணுக்கு மறைந்த பின்புதான் ரோஸ்டி இயக்கத்தினருக்கு நெஞ்சுக்குள் கொஞ்சம் தண்ணி வந்தது. விசைப்படகு அலைகளில் குதித்துக் குதித்துப் போய்க்கொண்டிருந்தது. கடல் நீர் விசிறியடித்ததில் எல்லோருமே நனைந்திருந்தார்கள். ஈரமாகியிருந்த பீடியொன்றைப் பற்ற வைக்கும் முயற்சியில் காந்திராஜன் முனைப்பாயிருந்தபோது ரோஸ்டி இயக்கத்தின் உறுப்பினர்களில் ஒருவன் காந்திராஜனிடம் "கண்டி, இப்ப நாங்கள் எங்க போய்க்கொண்டிருக்கிறம்?" என்று கேட்டான்.

"சிவகெங்க பக்கம் போயிடலாங்க சாமி. அங்கிட்டு நம்ம சொந்தகாரங்க கொள்ளப்பேரு கெடக்காங்க. ஒண்ணும் பெரச்சனயில்ல" என்றான் காந்திராஜன்.

(செப்டம்பர் 2014)

கருப்புப் பிரதிகளின்

கதைப் பிரதிகள்

1. **'ம்'** (நாவல்) – ஷோபாசக்தி, (இலங்கை – பிரான்ஸ்)............. 80.00
2. **திசையெங்கும் சுவர்கள் கொண்ட கிராமம்**
   (குறுநாவல்கள்) அழகிய பெரியவன்...120.00
3. **உறையும் பனிப்பெண்கள்** (சிறுகதைகள்) –
   சுமதி ரூபன் (இலங்கை – கனடா)... 60.00
4. **எம்.ஜி.ஆர். கொலை வழக்கு** (சிறுகதைகள்) –
   ஷோபாசக்தி (இலங்கை – பிரான்ஸ்).. 110.00
5. **பிரண்டையாறு** (சிறுகதைகள்) – மெலிஞ்சிமுத்தன்
   (இலங்கை – கனடா)...65.00
6. **சடையன்குளம்** – (நாவல்) – சிறீதர கணேசன் 250.00
7. **மௌனவதம்** (நாவல்) – அர்துரோ வான்வாகனோ
   தமிழில்: ராமநுஜம்...225.00
8. **கொரில்லா** (நாவல்) – ஷோபாசக்தி
   (இலங்கை – பிரான்ஸ்).. 110.00
9. **தேசத்துரோகி** (சிறுகதைகள்) – ஷோபாசக்தி
   (இலங்கை – பிரான்ஸ்)...120.00
10. **அத்தாங்கு** (நாவல்) – மெலிஞ்சிமுத்தன்
    (இலங்கை – கனடா)... 60.00
11. **வண்ணத்துப்பூச்சியும் சில மார்புகளும்**
    (சிறுகதைகள்) – தமயந்தி (இந்தியா)..75.00

கருப்புப் பிரதிகள்

பி55, பப்பு மஸ்தான் தர்கா, லாயிட்ஸ் சாலை

சென்னை 600 005 பேச: 9444272500

மின்னஞ்சல்: karuppupradhigal@gmail.com

கருப்புப் பிரதிகளின்

கவிப் பிரதிகள்

1. **ஏதிலியைத் தொடர்ந்துவரும் நிலா** – ம. மதிவண்ணன்
2. **ரகசியத்தின் நாக்குகள்** – நெற்கொழு தாசன், (இலங்கை – பிரான்ஸ்)
3. **ஒரு பயணியின் போர்க்காலக் குறிப்புகள்** – கருணாகரன் (இலங்கை)
4. **சாவுகளால் பிரபலமாத ஊர்** – தர்மினி, (இலங்கை – பிரான்ஸ்)
5. **பிறத்தியாள்** – பானுபாரதி, (இலங்கை – நார்வே)
6. **நமக்கிடையிலான தொலைவு** – ம. மதிவண்ணன்
7. **புலிபாய்ந்தபோது இரவுகள் கோடையில் அலைந்தன** – மஜித், (இலங்கை)
8. **நெரிந்து** – ம. மதிவண்ணன்
9. **கள்ளக்காதல்** – ஆதிரன் – வசுமித்ர
10. **ஆகவே நீங்கள் என்னைக் கொலை செய்வதற்கு காரணங்கள் உள்ளன** – வசுமித்ர
11. **போதலின் தனிமை** – யாழன் ஆதி
12. **காலிக்கோப்பையும் தானாய் நிரம்பும் தேநீரும்** – யாழன் ஆதி
13. **உம்மா: கருவண்டாய் பறந்து போகிறாள்** – ஹெச்.ஜி. ரசூல்

கருப்புப் பிரதிகள்

பி55, பப்பு மஸ்தான் தர்கா, லாயிட்ஸ் சாலை

சென்னை 600 005 பேச: 9444272500

மின்னஞ்சல்: karuppupradhigal@gmail.com